RỘNG MỞ TÂM HỒN
& PHÁT TRIỂN
TRÍ TUỆ

RỘNG MỞ TÂM HỒN
& PHÁT TRIỂN TRÍ TUỆ

HOÀNG NGUYÊN - NGUYỄN MINH TIẾN
Việt dịch và chú giải

NI SƯ THUBTEN CHODRON

HOÀNG NGUYÊN - NGUYỄN MINH TIẾN
Việt dịch và chú giải

RỘNG MỞ TÂM HỒN
& PHÁT TRIỂN TRÍ TUỆ

Nguyên tác: OPEN HEART - CLEAR MIND

NHÀ XUẤT BẢN LIÊN PHẬT HỘI

UNITED BUDDHIST PUBLISHER - UBP

LỜI GIỚI THIỆU

(CỦA ĐỨC ĐẠT LAI LẠT MA XIV)

Hơn hai ngàn năm trăm năm qua, những lời dạy của Đức Phật đã an ủi và xoa dịu [đau thương] cho vô số người. Trải suốt thời gian đó, ảnh hưởng của đạo Phật chủ yếu được nhận biết ở các quốc gia châu Á, dù rằng trong khoảng vài thập niên gần đây đạo Phật đã phát triển rất đáng kể trên toàn thế giới. Bằng chứng hết sức phấn khởi cho điều này chính là những người như Ni Sư Thubten Chodron, mặc dù không sinh ra và lớn lên trong các quốc gia có truyền thống Phật giáo nhưng họ đã được thôi thúc cống hiến hết thời gian và nỗ lực vào việc giúp đỡ mọi người khác có được lợi lạc từ việc tu tập Phật pháp.

Tôi vô cùng hoan hỷ khi Ni Sư viết cuốn sách này bằng chính những trải nghiệm tu tập của mình, với một văn phong trong sáng dễ hiểu [nhưng] thể hiện được một sự hiểu biết rõ ràng về Phật giáo như vẫn từng được tu tập bởi những người Tây Tạng. Những giáo pháp này thật tinh tế và thâm diệu, nhưng điều hết sức quan trọng là chúng phải được giảng dạy theo cách sao cho người ta có thể thực sự đưa vào tu tập và có được những lợi lạc chân thật.

Tôi tin chắc rằng tập sách này sẽ đáp ứng được yêu cầu đó và sẽ chứng tỏ sự hữu ích đối với những độc giả phổ thông, đặc biệt là những người trước đây chưa có dịp làm quen với đạo Phật.

Ngày 20 tháng 2 năm 1990

Dalai Lama XIV Tenzin Gyatso

DẪN NHẬP VÀ TỔNG QUAN

Trong chuyến viếng thăm Hoa Kỳ năm 1989, Đức Đạt Lai Lạt Ma, người được trao giải Nobel Hòa Bình cùng năm đó, đã thuyết giảng trực tiếp về mối quan tâm sâu sắc của con người trong thời hiện đại:

"Mọi người trên thế giới đều có mối tương quan và tùy thuộc lẫn nhau. Sự bình an và hạnh phúc của cá nhân tôi là mối quan tâm của tôi. Tôi có trách nhiệm về điều đó. Nhưng sự bình an và hạnh phúc của toàn xã hội là mối quan tâm của tất cả mọi người. Mỗi người trong chúng ta đều có phần trách nhiệm phải làm bất cứ việc gì trong khả năng mình để cải thiện thế giới.

Trong thời đại chúng ta, lòng từ bi là một nhu cầu thiết yếu chứ không phải đòi hỏi thái quá. Con người là động vật mang tính xã hội và phải chung sống với nhau, cho dù chúng ta có thích điều đó hay không. Nếu chúng ta không thật lòng tử tế và có lòng từ bi đối với nhau thì chính sự tồn tại của chúng ta sẽ bị đe dọa. Thậm chí nếu chúng ta có muốn ích kỷ thì cũng nên ích kỷ một cách khôn ngoan và hiểu rằng sự sống cũng như hạnh phúc của chúng ta luôn tùy thuộc vào người khác. Do đó, sự tử tế và lòng từ bi đối với người khác là thiết yếu.

Các loài ong, kiến không có tôn giáo, không có sự giáo dục hay quan niệm sống, nhưng chúng vẫn sống hợp tác với nhau theo bản năng. Vì làm như vậy chúng mới bảo đảm được sự sống còn của bầy đàn và sự an toàn của mỗi thành viên trong đó. Chắc chắn con người chúng ta, vốn thông minh và tinh tế hơn nhiều, cũng có thể làm được như thế!

Vì vậy, mỗi chúng ta đều có trách nhiệm giúp đỡ người khác bằng mọi cách theo khả năng của mình. Tuy nhiên, chúng ta không thể mong đợi có thể tức thì làm thay đổi thế giới. Vì khi chúng ta chưa chứng ngộ thì mọi hành vi làm lợi lạc cho tha nhân đều rất hạn chế.

Không có sự an ổn nội tâm thì không thể có thế giới an bình. Do vậy, chúng ta phải nỗ lực hoàn thiện chính mình đồng thời hết lòng giúp đỡ người khác."

Trong bài giảng của mình, Đức *Đạt-lai Lạt-ma* đã trực tiếp đề cập đến lòng từ bi như là điều thiết yếu trong thế giới của chúng ta. Để lòng từ bi có hiệu quả, nó phải đi đôi với trí tuệ. Lòng từ bi là ước nguyện cho tất cả chúng sinh được thoát khỏi khổ đau và phiền não; còn trí tuệ là trực nhận những bản chất tuyệt đối và tương đối của chúng ta. Từ bi và trí tuệ là hai yếu tố thiết yếu cho một đời sống lành mạnh và hạnh phúc, đồng thời cũng là thiết yếu trên con đường tu tập tâm linh.

Cuốn sách này có tựa là *Rộng mở tâm hồn và phát triển trí tuệ.* *Tâm hồn rộng mở* chính là lòng từ bi và vị tha chân thành. Lòng từ bi được nâng đỡ và hoàn thiện bởi *trí tuệ sáng suốt* - một tâm thức thanh tịnh, trong sáng. Sự kết hợp giữa từ bi và trí tuệ mang lại sự phát triển trọn vẹn tiềm năng con người, tức trạng thái giác ngộ. *Tâm hồn rộng mở* và *trí tuệ sáng suốt* cho đến ngày nay vẫn là thiết yếu như cách đây hơn 2.500 năm, khi Đức Phật *Thích-ca* Mâu-ni lần đầu tiên chỉ dạy phương pháp tu tập các phẩm tính này.

Tôi bị cuốn hút bởi những lời Phật dạy ngay từ ban đầu, vì trong đó hàm chứa những phương pháp rõ ràng để ứng phó hiệu quả với những tình huống trong đời sống hằng ngày. Tôi đã áp dụng các phương pháp chế ngự tham lam và sân hận có kết quả. Tất nhiên, việc chuyển hóa tâm thức cần phải có thời gian và chúng ta không nên mong đợi những điều kỳ diệu tức thì. Tuy vậy, khi chúng ta dần quen thuộc với khuynh hướng từ bi và thực tiễn, thì những tình huống trước đây từng làm ta phiền muộn sẽ được hóa giải và ta càng tăng thêm khả năng làm cho đời sống của ta có ý nghĩa đối với tha nhân.

Đức Phật là một nhà tâm lý sâu sắc, nhà tư tưởng uyên áo, với những lời dạy có thể giúp chúng ta hoàn thiện cuộc sống.

Người ta không cần phải tự xem mình là Phật tử mới thực hành những lời dạy của ngài. Sự thực hành tâm linh đích thực vượt qua những giới hạn của mọi chủ thuyết. Như đức *Đạt-lai Lạt-ma* thường nói: "Lòng từ bi *không* phải *tài sản riêng của* bất kỳ *một tôn giáo hay hệ thống tín ngưỡng nào.*"

Trong quá trình giảng dạy các khía cạnh tâm lý, tư tưởng và thiền định của đạo Phật ở nhiều quốc gia, tôi thường được yêu cầu giới thiệu một cuốn sách hay, dễ hiểu, trình bày những giáo lý căn bản liên hệ đến đời sống hiện đại của thế kỷ 20. Nhưng hầu như chưa có cuốn sách nào đáp ứng được những yêu cầu đó, dù rằng đã có nhiều tác phẩm Phật học rất tuyệt vời. Quyển sách này được biên soạn để lấp vào khoảng trống đó. Sách được viết bằng ngôn ngữ đời thường, hạn chế tối đa các thuật ngữ hay ngoại ngữ. Tôi đã cố gắng giải thích một cách rõ ràng những chủ đề Phật học mà người mới học Phật thường quan tâm nhất, cũng như [những chủ đề] thích hợp với họ nhất hoặc dễ gây nhầm lẫn nhất.

Cuốn sách này sẽ mang đến cho quý vị hương vị Phật pháp, nhưng không giải đáp hết mọi thắc mắc. Trong thực tế, rất có thể nó sẽ làm nảy sinh thêm nhiều thắc mắc. Nhưng như thế là tốt, vì chúng ta sẽ tiến bộ hơn khi tìm kiếm lời giải đáp cho những thắc mắc của mình.

Trong việc học Phật, chúng ta không mong đợi sẽ tức thì hiểu được hết tất cả những gì mình học. Điều này khác với một khía cạnh của nền giáo dục phương Tây, vốn đòi hỏi chúng ta phải ghi nhớ, nhận hiểu và lặp lại được những gì đã học. Trong việc học Phật pháp, chúng ta chấp nhận rằng không phải tất cả những gì ta được nghe qua đều sẽ sáng tỏ ngay. Việc liên tục xem xét lại cùng một vấn đề thường sẽ làm hiển lộ những ý nghĩa mới. Việc thảo luận với các bạn cùng học cũng có thể làm sáng tỏ hơn sự hiểu biết của ta.

[Những gì] Đức Phật giảng dạy [đều là] về đời sống và tâm

thức chúng ta. Vì vậy, cuốn sách này không nói về những triết lý trừu tượng, mà nói về những trải nghiệm thực tế - những trải nghiệm của mỗi chúng ta - và phương pháp để hoàn thiện. Do đó, việc suy ngẫm về những gì đọc được trong mối liên hệ với đời sống và những trải nghiệm của chính mình là rất hữu ích.

Sách này trình bày những giáo lý của đạo Phật nói chung, không thuộc về một truyền thống Phật giáo riêng biệt nào. Tuy nhiên, vì tôi được tu tập chủ yếu trong Phật giáo Tây Tạng nên hình thức trình bày sẽ dựa theo điều đó.

TỔNG QUAN

Một số độc giả sẽ đọc trọn vẹn cuốn sách này, nhưng một số khác có thể sẽ chỉ chọn ra những chương mình quan tâm nhất. Với những ai muốn chọn lọc thì tiêu đề rõ ràng của từng chương sẽ giúp tìm ra những phần mà quý vị quan tâm. Đối với những ai sẽ đọc từ đầu đến cuối thì thứ tự các chương được sắp xếp nhằm mục đích dẫn dắt người đọc [theo trình tự hợp lý].

Chương I giải thích về phương thức truy tìm chân lý của đạo Phật. Chương II, *"Điều phục các cảm xúc"*, mô tả các trải nghiệm hằng ngày của chúng ta và đưa ra một số cách nhìn mới về chúng. Chương này cũng trình bày nhiều phương pháp thực tiễn để cải thiện mối quan hệ giữa chúng ta với mọi người.

Chương III, *"Thực trạng hiện nay của chúng ta"*, quan sát đời sống của ta từ một góc nhìn khác bằng cách giới thiệu các chủ đề về nghiệp và tái sinh. Trong chương IV, sau khi đã hiểu được thực trạng hiện nay, chúng ta sẽ khảo sát về tiềm năng hướng thượng - thiện tâm sẵn có của mỗi người và thân người quý giá.

Chương V giải thích tiến trình phát triển năng lực tự thân của mỗi chúng ta như thế nào bằng vào sự tu tập theo con đường hướng đến giác ngộ. *Tứ Thánh Đế* là giáo pháp được Đức Phật giảng dạy trước tiên. Khi thấu hiểu được những điểm tai hại bất toàn của thực trạng hiện nay và năng lực tự thân kỳ diệu của mình, chúng ta sẽ nuôi lớn quyết tâm giải thoát khỏi mọi khổ đau trong cuộc đời. Điều này sẽ đưa ta đến chỗ thực hành giới hạnh để tạo lập một nền tảng vững chắc cho sự phát triển tương lai. Từ đó, chúng ta có thể mở rộng cách nhìn của mình và nhận ra được sự tốt đẹp tử tế của người khác, nhờ vậy mà phát triển được tâm từ bi và một ý nguyện vị tha. Để phát triển hoàn toàn năng lực tự thân của mình và có thể phụng sự nhiều hơn cho chúng sinh, chúng ta phải có trí tuệ, đặc biệt là trí tuệ về bản chất tuyệt đối của thực tại. Từ bi, vị tha và trí tuệ sẽ giúp chúng ta đạt đến *trí tuệ sáng suốt* và *tâm hồn rộng mở*.

Tất cả những chủ đề nêu trên đều là chất liệu nuôi dưỡng thiền định, vì vậy [chủ đề] thiền định được đề cập trong phần tiếp theo. Sau khi có cái nhìn tổng quan về con đường hướng đến giác ngộ, chúng ta mới có thể nhận hiểu đúng về những phẩm tính của chư Phật (những bậc giác ngộ), Chánh pháp (giáo pháp và những chứng ngộ tâm linh) và Tăng-già (những vị giúp đỡ ta trên đường tu tập). Điều này được trình bày trong phần nói về sự quy y.

Một số quý vị có thể muốn tìm hiểu về cuộc đời đức Phật *Thích-ca*, người khai sáng đạo Phật, nên chương VI sẽ đề cập vấn đề này, đồng thời cũng giải thích về một số trong các truyền thống Phật giáo chính yếu đang được tu tập ngày nay. Chương VII, "Thực hành lòng bi mẫn", đề xuất một số phương thức thực tiễn để vận dụng Phật pháp vào cuộc sống hằng ngày.

Mục đích của tôi là giúp quý vị tiếp cận với những điều căn bản nhất trong lời Phật dạy. Vì vậy, nhiều tài liệu đã được thâu tóm cô đọng thành một vài trang thôi. Tôi đã cố gắng trình bày thật đầy đủ, nhưng không quá nhiều. Song điều này thật khó, vì mỗi người có một nhu cầu riêng. Nếu muốn tìm hiểu sâu rộng hơn, xin quý vị đọc thêm các sách khác, hoặc tham dự các buổi giảng Phật pháp hay trao đổi với những người đang tu tập Phật pháp. Cuối sách có lược kê một số tác phẩm để quý vị tham khảo. Tôi cũng hoan nghênh quý vị viết thư cho tôi [để trao đổi thêm về Phật học].

Một vài điểm liên quan đến việc sử dụng từ ngữ và cách viết [trong bản Anh ngữ] cũng cần được lưu ý ở đây. Thứ nhất, theo thuật ngữ Phật học, không có sự khác biệt ý nghĩa giữa "heart" và "mind", chúng có thể được sử dụng thay thế nhau. Để thuận tiện, chữ "mind" được dùng trong sách này nhưng không chỉ riêng đến bộ não hay trí thông minh, mà chỉ đến thực thể đang nhận thức và trải nghiệm toàn bộ thế giới nội tâm và ngoại cảnh của chúng ta. Đây là một thực thể vô hình, bao gồm các giác quan, ý thức, các xúc cảm, trí năng v.v... Điều này sẽ được giải thích sau.

Thứ hai, danh xưng *"Đức Phật"* được dùng trong sách này chỉ Đức Phật *Thích-ca* Mâu-ni đã ra đời cách đây hơn 2.500 năm ở Ấn Độ. Tuy nhiên, còn có rất nhiều bậc chứng ngộ thành Phật khác nữa.

Thứ ba, cách dùng các đại từ bất định ngôi thứ ba trong Anh ngữ theo kiểu như "he/she" và "s/he" (ông ấy/bà ấy) có vẻ như không được trang nhã. Vì thế, tôi đã dùng riêng "he" hoặc "she" [nhưng cần được hiểu là chỉ chung cả hai phái nam và nữ].

Cuối cùng, một vài từ ngữ có thể hơi xa lạ, hay có đôi chút khác biệt về ý nghĩa so với cách dùng thông thường. Vì vậy, một bảng thuật ngữ Phật học ngắn gọn sẽ được đưa vào cuối sách để giúp quý vị tiện tra cứu.

LỜI TRI ÂN

Thành kính tri ân chư vị thiện tri thức đã giúp tôi hoàn thành cuốn sách này. Tôi không sao nói hết lòng tri ân của mình đối với tất cả các bậc thầy của tôi - đặc biệt là Đức *Đạt-lai Lạt*-ma, ngài *Tsenzhab Serkong Rinpoche* và ngài *Zopa Rinpoche*.

Nguồn cảm hứng biên soạn sách này được khơi dậy nhờ các sinh viên ở Singapore và những người đã đến nghe tôi trong chuyến lưu giảng tại Hoa Kỳ và Canada. Sự ủng hộ [cho công trình này] có được từ các vị thí chủ thuộc nhiều thành phần, đã cung cấp cho tôi nơi ăn chốn ở, mà cụ thể là Trung tâm Phật giáo A-di-đà (*Amitabha Buddhist Center*) ở Singapore, *Osel Shenpen Ling* ở Montana và Hội Pháp Lữ (*Dharma Friendship Foundation*) ở Seattle.

Xin đặc biệt cảm ơn Steve Wilhelm và Cindy Loth đã hiệu đính bản thảo, Lesley Lockwood và Gary Loth đã đọc lại bản thảo và có những đề xuất quý giá, và Geshe Thupten Jinpa đã duyệt lại những phần khó. Các hình vẽ trong sách là của Sonam Jigme và Jangchub Ngawang.

Mặc dù không hiểu biết gì nhiều về con đường hướng đến giác ngộ, nhưng tôi vẫn cố gắng lặp lại trong sách này những gì mà các bậc thầy từ bi của tôi đã chỉ dạy. Mọi sai sót [trong sách này] đều là lỗi của riêng tôi.

PHẦN I:

PHƯƠNG PHÁP CỦA ĐẠO PHẬT

PHƯƠNG PHÁP CỦA ĐẠO PHẬT

Những lời dạy căn bản của Đức Phật, như ngày nay chúng ta được biết nhờ nghiên cứu các bản kinh văn gốc, thật rõ ràng, đơn giản và rất phù hợp với những tư tưởng hiện đại. Không ai có thể phủ nhận được đây chính là thành tựu của một trong những trí tuệ siêu việt nhất từ trước tới nay mà nhân loại từng được biết đến.

H. G. Wells, nhà văn, sử gia người Anh

Trong buổi khai giảng khóa học Phật pháp vỡ lòng đầu tiên tôi tham dự, vị thầy dạy rằng: "Đức Phật thường khuyên các đệ tử của mình: *'Đừng vì kính trọng ta mà chấp nhận những lời dạy của ta, mà phải phân tích và kiểm chứng như người thợ vàng thử vàng bằng cách cắt giũa và nung chảy nó.'* Quý vị là những người thông minh, nên hãy suy ngẫm về những gì được nghe trong khóa học này. Đừng chấp nhận một cách mù quáng."

Tôi thấy thật nhẹ nhõm. Tôi tự nhủ: "Tốt lắm! sẽ không có ai ép buộc mình phải tin vào bất cứ điều gì đó hoặc tống cổ mình ra nếu không chịu tin."

Suốt khóa học đó, tôi được khuyến khích thảo luận, tranh biện về những chủ đề được nêu ra. Tôi đánh giá cao phương pháp này, vì nó phù hợp với khuynh hướng của tôi là phân tích và khám phá các vấn đề từ nhiều góc độ khác nhau.

Đó là phương pháp của đạo Phật. Trí năng của chúng ta được tôn trọng và khuyến khích. Không có bất kỳ giáo điều nào để phải tin theo một cách mù quáng. Thực ra, ta được tự do lựa chọn bất kỳ những lời dạy nào của đức Phật thích hợp với ta vào lúc này, và tạm gác lại tất cả những điều khác, không phê phán. Những lời dạy của đức Phật tương tự như một bữa tiệc tự chọn hết sức linh đình. Ta có thể thích món này, người khác thích món kia. Chúng ta không cần phải ăn hết các món, cũng không bị buộc phải chọn những gì người khác chọn.

Tương tự như thế, một chủ đề hay phương pháp thiền quán trong Phật pháp có thể là cuốn hút đối với ta, trong khi một phương thức khác lại là quan trọng với người bạn ta. Chúng ta nên học hỏi và thực hành phù hợp với năng lực của mình hiện nay để có thể cải thiện phẩm chất cuộc sống. Bằng cách này, chúng ta sẽ dần dần hiểu và nhận thức được những giáo pháp mà ban đầu có vẻ như khó khăn hoặc không quan trọng đối với ta.

Phương pháp cởi mở này có thể được vận dụng là vì Đức Phật chỉ mô tả những kinh nghiệm của con người và phương pháp hoàn thiện chúng. Ngài không tạo ra thực trạng của chúng ta, cũng không phát minh ra con đường hướng đến giác ngộ. Ngài chỉ bàn về kinh nghiệm của chúng ta, sự vận hành của tâm thức và các phương pháp thực tiễn khả thi để đối phó với các vấn đề bất ổn trong đời sống hằng ngày. Khi mô tả những phiền não, khổ đau và những nguyên nhân của chúng, Đức Phật cũng giảng dạy cả phương pháp đoạn trừ. Ngài chỉ ra những tiềm năng lớn lao của chúng ta và phương thức để phát triển. Việc thẩm định tính chân thật trong những lời Phật dạy thông qua suy luận hợp lý và kinh nghiệm bản thân là hoàn toàn tùy thuộc vào chúng ta. Qua đó, niềm tin của chúng ta được xác lập chắc chắn và kiên cố hơn.

Đạo Phật không đặt trọng tâm quá nhiều vào Đức Phật như một con người, hay vào những người tu tập theo ngài, tức là Tăng đoàn, mà nhấn mạnh vào Chánh pháp, tức là giáo pháp và sự thực chứng. Đức Phật *Thích-ca* Mâu-ni ra đời cách đây hơn 2.500 năm ở Ấn Độ, không phải sinh ra đã là bậc toàn giác.

Ngài cũng đã từng là con người bình thường như chúng ta, cũng có cùng những bất ổn và nghi hoặc như chúng ta. Nhờ đi theo con đường tu tập hướng đến giác ngộ mà ngài trở thành một vị Phật.

Tương tự, mỗi chúng ta đều có khả năng trở thành đại bi, toàn trí và thiện xảo. Khoảng cách giữa đức Phật và chúng ta không phải là không thể vượt qua, vì chúng ta cũng có thể trở thành những vị Phật. Khi ta tạo tác nhân giác ngộ bằng cách tích lũy thiện hạnh và trí tuệ thì tự nhiên rồi ta sẽ chứng ngộ. Nhiều người đã làm được như vậy. Mặc dù khi nói về Đức Phật là chỉ đến Đức Phật *Thích-ca Mâu-ni*, nhưng trên thực tế còn có rất nhiều vị Phật khác.

Đức Phật *Thích-ca Mâu-ni* được tôn kính vì ngài đã tịnh hóa dòng tâm thức của ngài khỏi mọi che chướng và phát triển mọi phẩm tính tốt đẹp đến mức toàn hảo. Đức Phật đã làm được điều mà chúng ta khát khao làm được, và những lời dạy của ngài, như được trình bày sơ lược trong sách này, sẽ chỉ cho ta phương thức để vượt qua những giới hạn của chính mình và phát triển năng lực tự thân một cách trọn vẹn. Đức Phật đã trao tuệ giác của ngài cho ta và ta được tự do chọn lựa việc đón nhận hay không. Đức Phật không đòi hỏi ở ta niềm tin hay sự trung thành, và ta cũng không bị chê trách nếu có những quan điểm khác biệt.

Đức Phật khuyên chúng ta nên thực tiễn và chú tâm vào đúng vấn đề, đừng để phân tán tâm ý bởi những suy diễn vô bổ. Ngài nêu ví dụ một người bị trúng mũi tên độc. Nếu ông ta cứ khăng khăng đòi biết rõ tên tuổi, nghề nghiệp của người bắn, mũi tên đó loại gì, được sản suất ở đâu và loại cung nào đã được dùng để bắn... rồi mới đồng ý cho rút mũi tên ra, thì ông ta sẽ chết trước khi biết được những câu trả lời. Điều có ý nghĩa sống còn đối với ông ta là phải chữa trị ngay vết thương hiện tại và ngăn chặn mọi biến chứng sau đó.

Cũng vậy, khi chúng ta đang mắc kẹt trong vòng xoay của những bất ổn về thể chất lẫn tinh thần, thì quả là ngốc nghếch nếu ta để tâm ý lệch hướng bởi những ý tưởng suy diễn về các vấn đề không liên quan mà ta không thể có lời giải đáp ngay được. Việc dồn mọi nỗ lực vào những gì quan trọng sẽ là khôn ngoan hơn nhiều.

Có một tiến trình tuần tự [có thể giúp ta] vượt qua những giới hạn bản thân và phát triển vẻ đẹp tâm hồn. Đầu tiên, ta lắng nghe hoặc đọc kinh sách để biết về một pháp môn. Sau đó ta tư duy, quán chiếu về pháp môn ấy. Ta sử dụng suy luận hợp lý để phân tích và khảo sát xem pháp môn ấy tương hợp như thế nào với những trải nghiệm trong đời sống của chính bản thân ta và với những gì ta quan sát được trong cuộc sống của mọi người quanh ta. Cuối cùng, ta vận dụng hòa nhập sự hiểu biết mới này vào cuộc sống của mình, để nó trở thành một phần trong ta.[1]

Những điều cơ bản trong Phật pháp rất đơn giản và có thể thực hành ngay trong đời sống hằng ngày: chúng ta nên hết lòng giúp đỡ người khác, và khi không thể giúp được thì hãy tránh gây tổn hại.

Đó là từ bi và trí tuệ, là lương tri của con người. Đó không phải là điều gì bí ẩn, thần kì, cũng không phải là điều phi lý hay giáo điều áp đặt. Toàn bộ những lời Phật dạy đều nhằm mục đích giúp ta phát triển từ bi, trí tuệ và vận dụng vào ngay trong cuộc sống hằng ngày. Lương tri con người không chỉ là luận bàn bằng lý trí, mà nó phải được thể hiện trong cuộc sống.

Giáo pháp của Đức Phật được gọi là "*trung đạo*" vì tránh khỏi mọi cực đoan. Chẳng hạn như, buông thả bản thân là một

---

[1] Tiến trình được mô tả trong đoạn văn này được nhắc đến trong nhiều kinh điển và được gọi là tiến trình *văn, tư, tu*, nghĩa là bao gồm ba bước: *văn* (nghe), *tư* (suy xét, suy ngẫm) và *tu* (tu tập, thực hành). Tiến trình *văn tư tu* này được vận dụng hầu như trong mọi pháp môn tu tập của đạo Phật.

cực đoan, mà tự mình khổ hạnh ép xác cũng là một cực đoan. Mục đích của Phật pháp là giúp ta sống thanh thản và vui thích, dù đây không phải là [sự vui thích] theo nghĩa thông thường như ngủ nghỉ, dự tiệc... [Nhờ học Phật pháp,] ta biết cách làm lắng dịu mọi thái độ và cảm xúc gây hại, vốn ngăn cản sự an vui của ta, và biết cách vui hưởng cuộc sống mà không đam mê, dính mắc hay lo âu, sợ hãi.

Có một quan niệm cũ cho rằng để trở thành người mộ đạo hay "thánh thiện" thì chúng ta nhất thiết phải tự phủ nhận hạnh phúc của riêng bản thân mình. Điều đó không đúng. Mọi người ai cũng khát khao hạnh phúc, và thật tuyệt vời nếu tất cả chúng ta đều được hạnh phúc. Nhưng chúng ta cũng cần hiểu được những gì là hạnh phúc và những gì không hạnh phúc.

Trong đạo Phật, [trước hết] chúng ta học hiểu về nhiều loại hạnh phúc khác nhau mà ta có khả năng trải nghiệm được. Sau đó, ta truy tìm những nguyên nhân đưa đến hạnh phúc chân thật, để có thể đảm bảo rằng những nỗ lực của ta sẽ mang lại kết quả như mong muốn. Cuối cùng, ta tạo ra những nguyên nhân đưa đến hạnh phúc. Hạnh phúc - cũng như là khổ đau - không phải ngẫu nhiên hay tình cờ đến với chúng ta, cũng không phải do sự xu phụ của ta đối với một đấng bề trên nào đó. Cũng giống như mọi sự việc trong vũ trụ, hạnh phúc sinh khởi từ những nguyên nhân cụ thể. Nếu ta tạo ra những *nhân* hạnh phúc thì *quả* hạnh phúc tự nhiên sẽ đến. Đây là một tiến trình có hệ thống của nhân quả, sẽ được nói rõ ở các chương sau.

Mục tiêu hướng đến của đạo Phật là sự hồn nhiên, sáng suốt và khả năng ứng biến. Người nào hội đủ các phẩm tính đó là người phi thường. Với sự hồn nhiên, ta loại bỏ dáng vẻ đạo mạo giả dối và sự ích kỷ, nhờ đó mà tâm từ bi bình đẳng được nuôi dưỡng lớn lên trong ta. Với sự sáng suốt, ta loại bỏ sự nhầm lẫn bởi vô minh, thay vào đó là sự trực nhận thực tại. Với khả năng ứng biến, ta không còn chịu ảnh hưởng của những ý tưởng bốc đồng, mà nhận biết được một cách tự nhiên những phương thức thích hợp và hiệu quả nhất để làm lợi ích cho người khác trong bất cứ hoàn cảnh nào.[1]

Nhờ phát triển từ bi và trí tuệ, ta hài lòng hơn với [cuộc sống] và biết được những gì là quan trọng trong cuộc đời. Thay vì bon chen trong đời với tâm bất mãn liên tục mong cầu được nhiều hơn, tốt hơn, ta sẽ chuyển hóa quan niệm sống của mình để dù sống trong bất kỳ hoàn cảnh nào ta cũng thấy hạnh phúc và có thể làm cho đời sống của mình trở nên có ý nghĩa hơn.

Một số người có thể cho rằng đạo Phật dạy ta thụ động và xa lánh người khác. Như vậy là không hiểu đúng những lời Phật dạy. Mặc dù [đức Phật dạy rằng] việc tự mình xa rời những khái niệm sai lầm và cảm xúc không đúng hướng là lợi ích, nhưng điều đó không có nghĩa là chúng ta sống thiếu sinh lực và mục đích. Thực ra là ngược lại! Khi không còn mê lầm, ta trở nên linh hoạt và tỉnh giác hơn. Chúng ta sẽ chân thành quan tâm chăm sóc người khác. Mặc dù chúng ta có khả năng chấp nhận bất kỳ tình huống nào xảy đến, nhưng ta sẽ luôn tích cực làm lợi lạc cho mọi người quanh ta.

Ba cái bình hỏng

Đức Phật dùng ví dụ ba cái bình hỏng để giải thích về cách loại bỏ những chướng ngại khi học Pháp. Cái bình thứ nhất bị lật úp. Không thể rót gì vào trong bình cả. Điều này tương tự như việc đọc kinh sách trong khi xem ti vi. Ta bị phân tâm đến mức những gì ta đọc hầu như chẳng có gì đi vào tâm trí. Cái bình thứ hai bị thủng một lỗ ở đáy. Tuy có thể đổ vào nhưng không thể giữ lại. [Điều này tương tự như khi] ta có chú ý đọc kinh sách, nhưng sau đó một người bạn hỏi ta chương sách ấy nói gì thì ta không thể nhớ ra. Cái bình thứ ba bị dơ bẩn. Cho dù

---

[1] Ba phẩm tính này được đề cập đến trong kinh điển như là: từ bi, trí tuệ và phương tiện thiện xảo.

ta có rót sữa tươi sạch vào đó và sữa không bị chảy ra, nhưng sữa ấy cũng không thể uống được. Điều này tương tự như việc tiếp nhận Giáo pháp thông qua những ý tưởng và định kiến riêng của mình. Ta không thể hiểu được vì Pháp đã bị ô nhiễm bởi những diễn dịch sai lầm của ta.

Thật khó mà gạt bỏ được các định kiến của mình, vì đôi khi ta không ý thức được nhận thức của mình là thiên lệch. Một giải pháp đề ra cho vấn đề này là ta nên cố gắng nhận hiểu mỗi một chủ đề trong bối cảnh của chính nó, đừng bao giờ diễn dịch lại nhằm làm cho nó phù hợp với một hệ thống [kiến giải] khác mà ta đã học được. Nhờ thế ta sẽ tiếp cận chủ đề một cách mới mẻ, với một tâm thức cởi mở. Một khi ta thấu hiểu được Pháp trong bối cảnh của chính nó, thì việc so sánh những điểm tương đồng [giữa Giáo pháp] với các ngành tâm lý, khoa học hay một [hệ thống] triết học, tôn giáo khác sẽ có kết quả tốt hơn.

Cuốn sách này không do một học giả viết ra cho một nhóm người trí thức, mà chỉ như sự chia sẻ giữa người này và người khác. Chúng ta không chỉ tìm hiểu về những gì Đức Phật đã dạy mà còn xem xét cách áp dụng vào đời sống hằng ngày như thế nào nữa. Để làm được điều đó, chúng ta không cần thiết phải tự nhận mình là Phật tử, bởi vì việc mưu cầu hạnh phúc bằng cách sống một cuộc sống có ý nghĩa là điều phổ cập. Chúng ta sẽ cố gắng nhìn lại cuộc sống của chính mình với lương tri con người và sự sáng suốt, như những con người đang đi tìm hạnh phúc và tuệ giác. Đó là phương thức của đạo Phật.

PHẦN II:

ĐIỀU PHỤC CÁC CẢM XÚC

1. HẠNH PHÚC Ở ĐÂU?

Quán chiếu sâu sắc kinh nghiệm tự thân

Đạo Phật mô tả những bất ổn và khổ đau của chúng ta, những nguyên nhân gây ra chúng, con đường để tự mình thoát khỏi mọi khổ đau và trạng thái hạnh phúc có được nhờ dứt trừ hoàn toàn mọi kinh nghiệm đau khổ. Đạo Phật là một phương thức tiếp cận đời sống giúp ta hành xử một cách hiệu quả với lòng thương yêu. Đạo Phật có những phương pháp thực tiễn có thể giúp ta đối trị với những khuynh hướng xấu và những bất ổn trong đời sống hằng ngày.

Trong suốt một ngày, ta trải qua biết bao cảm xúc. Có những cảm xúc cao quý như lòng từ bi, yêu thương chân thật. Có những cảm xúc luôn khuấy động sự an bình nội tâm và thúc đẩy ta hành động gây hại người khác như tham ái, sân hận, kiêu mạn, ích kỷ và ganh ghét. Các chương trong phần II này sẽ xem xét các khuynh hướng cảm xúc gây hại này và tìm hiểu một số phương pháp đối trị để làm lắng dịu và chuyển hóa chúng.

Toàn bộ các khuynh hướng cảm xúc gây hại được dựa trên nhận thức cố hữu cho rằng hạnh phúc và khổ đau đều đến từ bên ngoài chúng ta. Dường như mọi đau khổ hay hạnh phúc của ta đều là do những sự vật và người khác gây ra. Do đó, chúng ta luôn dựa vào các đối tượng bên ngoài mà ta tiếp xúc qua năm giác quan - thấy, nghe, ngửi, nếm và xúc chạm - để tìm kiếm hạnh phúc. Ta đinh ninh rằng hạnh phúc đang nằm ở "ngoài kia", trong vật kia, chỗ kia hay con người kia. Chính vì vậy mà chúng ta luôn cố săn đuổi để có được những sự vật nào đó hay để được gần gũi với người nào đó. Tương tự, ta luôn cố tránh xa những sự vật và con người làm ta đau khổ, vì có vẻ như khổ đau của ta đã đến từ những sự vật, con người đó.

Quan điểm cho rằng hạnh phúc và khổ đau đến từ các sự vật, con người bên ngoài sẽ đặt chúng ta vào một tình cảnh nan giải, vì ta không bao giờ có thể kiểm soát hoàn toàn mọi sự vật và con người quanh ta. Chúng ta luôn cố để có được những gì mình muốn, nhưng ta chẳng bao giờ có đủ. Thường xuyên phải hứng chịu nỗi thất vọng, chúng ta luôn lùng sục để có được nhiều hơn, tốt hơn những gì mà ta cho là sẽ mang lại hạnh phúc cho mình. Nhưng có bao giờ ta gặp một người giàu có nào được hoàn toàn thỏa mãn đâu? Có bao giờ ta thấy được người nào hài lòng với tất cả các mối quan hệ bè bạn, thân tộc của họ đâu?

Tương tự như thế, bất cứ khi nào ta gặp phải một vấn đề bất ổn, ta luôn nghĩ đó là do một người hay sự vật bên ngoài gây ra. Ta quy trách rằng những bất ổn tâm lý của ta là do cách hành xử của bố mẹ đối với ta khi ta còn nhỏ. Ta đổ lỗi cho cấp trên của ta, nhân viên dưới quyền ta, và những người thân hay thầy dạy ta, rằng họ đã gây ra những bất mãn hiện nay của ta. Ta mong muốn mọi người quanh ta phải biết cách đối xử tốt hơn với ta. Người khác chẳng bao giờ được như ta mong muốn. Và ta cứ mãi thất vọng trong nỗ lực cố làm cho họ thay đổi.

Cuộc sống của ta có thể sẽ trở nên hết sức phức tạp nếu ta cố làm cho cả thế giới thay đổi theo ý mình. Thật không may là thế giới này chẳng chiều ý ta. May mắn lắm thì những ước mong và dự định của ta cũng chỉ thực hiện được phần nào. Dù ta có thể thành công nhất thời trong việc gây ảnh hưởng đến hành vi của người khác, nhưng ta không thể kiểm soát được những gì họ suy nghĩ và cảm nhận. Khi thực sự đạt được điều mình muốn, ta ngất ngây sung sướng; khi không đạt được, ta đâm ra thất vọng, phiền muộn. Như những cái xích đu cảm xúc, chúng ta cứ lên cao rồi xuống thấp tùy thuộc vào bất kỳ đối tượng hay con người nào mà ta tiếp xúc. Chỉ cần nhìn vào số lần thay đổi tâm trạng của ta trong một ngày hôm nay thôi, cũng đủ để khẳng định điều này.

Thế nhưng, khi quan sát những kinh nghiệm trong đời sống hằng ngày của mình, ta nhận ra rằng hạnh phúc và sự tốt đẹp, khổ đau và điều bất như ý không nằm ở các đối tượng, con người bên ngoài. Vì nếu chúng nằm ở các đối tượng, con người bên ngoài thì lẽ ra tất cả chúng ta đều phải có cùng một cảm nhận và phản ứng như nhau đối với sự vật, bởi vì chúng ta đang cùng tiếp nhận những gì "ở ngoài kia", vốn hoàn toàn độc lập với tự thân chúng ta.

Nhưng tất cả chúng ta không cùng thích những người hay sự vật: có người thích loại âm nhạc này trong khi người khác lại không. Bản thân chúng ta cũng không phải luôn luôn ưa thích một điều gì đó: lúc nhỏ ta thích truyện tranh, nhưng lớn lên ta thấy chúng chán ngắt. Điều đó cho thấy cảm xúc của ta đối với con người hay sự vật phụ thuộc vào cách thức mà chúng ta nhìn nhận và tiếp cận với đối tượng.

Do đó, bằng cách thay đổi nhận thức và phương cách tiếp cận đối với sự vật và con người, chúng ta có thể thay đổi cảm xúc của ta về đối tượng. Chúng ta có thể nhận ra suy tưởng quá cường điệu hoặc chưa đúng mức về sự vật và con người để rồi điều chỉnh những khái niệm sai lầm. Bằng cách này, chúng ta sẽ tiếp cận với sự vật một cách thực tiễn hơn, và ta sẽ được hài lòng hơn. Bằng sự đoạn trừ những nhận thức sai lạc dẫn đến chấp thủ, sân hận, ích kỷ, kiêu mạn và ghen ty, chúng ta sẽ có thái độ sống quân bình, an ổn trong sự liên hệ với của cải vật chất và mọi người xung quanh.

2. ĐOẠN TRỪ NỖI KHỔ THAM ÁI

Thiết lập đời sống quân bình

Quý vị có biết được người nào thỏa mãn với những gì họ đang có không? Hầu hết mọi người đều không thỏa mãn: Họ luôn muốn có nhiều tiền hơn, được hưởng những kỳ nghỉ dưỡng tốt hơn, mua về nhà nhiều vật dụng hơn và có nhiều quần áo đẹp hơn... Một số người thấy khổ sở khi không mua sắm được những gì họ muốn, hay thậm chí khi mua được rồi thì lại lo lắng về chuyện thanh toán hóa đơn vào cuối tháng. Họ vướng mắc vào những vật sở hữu của mình và buồn khổ khi có một thứ gì quý giá mất đi hay tài sản quý trong gia đình bị hư hỏng.

Suốt ngày, ta thường luôn hướng sự chú ý ra ngoại cảnh. Từ sáng đến tối, ta luôn khát khao được ngắm nhìn những hình sắc mỹ miều, được nghe những âm thanh êm dịu, thưởng thức những hương thơm ngạt ngào, những thức ăn ngon ngọt và những xúc chạm êm ái. Khi ta đạt được những khát khao đó thì ta vui sướng; khi không được như thế hoặc gặp phải những hình sắc, âm thanh, mùi vị và xúc chạm khó chịu thì ta buồn khổ. Tâm trạng và tính khí của ta cứ trồi sụt mỗi ngày, tùy thuộc vào việc ta có ưa thích hay không những đối tượng mà ta tiếp xúc.

Dù ta có được niềm vui từ những đối tượng của giác quan, nhưng điều đó rất hạn chế. Nếu quán chiếu sâu sắc đời sống, ta sẽ nhận ra rằng những gì mang lại hạnh phúc cho ta lúc này sẽ làm khổ ta lúc khác. Chẳng hạn, thức ăn làm ta khoái khẩu khi mới bắt đầu ăn, nhưng khi đã quá no sẽ làm ta khó chịu. Tiền bạc giúp ta có được nhiều thứ, nhưng cũng khiến ta không yên vì lo sợ mất mát, trộm cắp. Những thứ mà ta vướng mắc, tham đắm không phải bao giờ cũng mang lại hạnh phúc.

Đối với chúng ta, dường như các lạc thú giác quan trong hiện tại là rất tuyệt vời, nhưng thật ra ta có thể có được hạnh phúc lớn lao hơn thế. Theo Phật giáo, mọi chúng sinh đều nên sống vui vẻ và hạnh phúc. Tuy nhiên, ta phải quán chiếu thật kỹ xem hạnh phúc đó là gì và do nguyên nhân nào đưa đến. Có nhiều cấp độ hạnh phúc. Các lạc thú giác quan là một trong số đó. Tuy nhiên, ta có thể có được hạnh phúc lớn lao hơn so với sự thỏa mãn giác quan khi được gần gũi các đối tượng mà ta ưa thích. Đạo Phật đưa chúng ta đến với hạnh phúc tối thượng, vốn đạt được từ sự chuyển hóa nội tâm.

Đức Phật quán sát thấy rằng, khi tham đắm các đối tượng của giác quan thì rốt cuộc ta sẽ phải khổ đau. Vấn đề không nằm ở các đối tượng bên ngoài, mà ở nơi cung cách ta liên hệ với chúng. Sự tham ái tác động như thế nào? Liệu tham ái có phải là một cung cách đúng đắn hay cần thiết khi ta tiếp xúc với những con người và sự vật quanh ta?

Tham ái là một khuynh hướng cường điệu hóa những phẩm tính của một sự vật hay con người để rồi mê đắm, dính mắc vào đó. Hay nói cách khác, ta phóng chiếu lên con người và sự vật những phẩm tính không thật có hay phóng đại những gì thật có. Tham ái là một kiểu nhận thức không đúng thực, và vì thế nó khiến ta si mê, lầm lạc.

Hãy lấy thức ăn làm thí dụ, vì đây là thứ mà hầu hết chúng ta đều ham thích. Khi ngửi mùi hay nhìn thấy một món ăn ngon lành ta liền thèm muốn. Đối với ta, có vẻ như là hạnh phúc đang tồn tại bên trong món ăn đó vậy. Ta có cảm giác là nếu được ăn món đó hẳn ta sẽ được hạnh phúc lắm. Có vẻ như vị ngon của thức ăn đang hiện hữu mà không phụ thuộc gì nơi chúng ta, như một phần vốn có của món ăn đó.

Liệu sự biểu hiện như vậy có đúng thật không? Nếu sự ngon

lành là thuộc tính vốn có của thức ăn thì lẽ ra mọi người đều sẽ ưa thích cùng một loại thức ăn, vì tất cả chúng ta ai cũng thích món ngon. Nếu cái ngon tự nó tồn tại bên trong thức ăn thì lẽ ra món ăn đó lúc nào cũng ngon cả. Nhưng khi để qua đêm, thức ăn trở nên ôi thiu và không ngon nữa. Trong khi trước đó ta thấy món ăn có vẻ như sẵn có sự ngon lành cũng như sẽ mãi mãi ngon như thế, và ta đã tin vào biểu hiện bên ngoài đó, thì sự biến đổi của thức ăn đã cho ta thấy là thức ăn không hề sẵn có sự ngon lành, mà cũng không duy trì mãi vị ngon của nó.

Nếu như hạnh phúc là một phẩm chất vốn có trong thức ăn, thì lẽ ra càng ăn nhiều ta sẽ càng hạnh phúc nhiều hơn. Nhưng thực tế chắc chắn không phải như vậy, vì khi ăn quá no ta cảm thấy rất khó chịu. Nếu thức ăn vốn hàm chứa hạnh phúc thì việc được ăn no lẽ ra phải giúp ta thỏa mãn mãi mãi. Thế nhưng, chỉ vài giờ sau đó ta lại cảm thấy đói.

Mặc dù những phân tích như trên có vẻ như đã quá hiển nhiên, nhưng điều quan trọng là ta phải quán xét kinh nghiệm tự thân của chính mình cho thật rõ ràng. Ta có thể hiểu được một điều gì đó qua suy luận nhưng lại không áp dụng được vào đời sống hằng ngày. Chẳng hạn, qua suy luận ta biết rằng hạnh phúc không hề tồn tại bên trong thức ăn, nhưng một khi sự thèm muốn đối với món ăn mình ưa thích đã nảy sinh thì cảm nhận thực tế của ta và sự phán đoán về món ăn đó là hoàn toàn khác nhau. Bằng việc nhận ra mâu thuẫn đó, ta sẽ bắt đầu chuyển sự phán đoán của lý trí thành [sự cảm nhận] trong tâm hồn. Tốt hơn ta nên sống phù hợp với những gì ta nhận biết là chân thật, thay vì là những gì ta chỉ mặc nhiên thừa nhận mà không hề suy xét.

Khi quán xét kinh nghiệm của mình, ta sẽ thấy rõ rằng ta đã quá cường điệu các phẩm tính của thức ăn để rồi tham đắm nó. Bằng cách từ bỏ những phóng chiếu sai lầm này, ta có thể buông bỏ được sự tham đắm.

Điều đó không có nghĩa là ta sẽ thôi không ăn uống. Ta vẫn phải ăn để sống, nhưng ta có thể có một nhận thức đúng thật, không thiên lệch đối với thức ăn. Nếu ta xem thức ăn như vị thuốc để chữa sự đói khát và nuôi dưỡng thân thể, thì ta sẽ ăn một cách an ổn và hài lòng với những gì ta được ăn. Sự hài lòng này là một niềm vui đích thực, vì ta không thể lúc nào cũng chọn lựa được món ăn cho mình. Nếu ta là người kén chọn và luôn thèm muốn những bữa ăn thật ngon, thì ta sẽ rất ít khi được hài lòng, đơn giản chỉ vì ta không thể luôn luôn có được những gì ta muốn.

Trong kinh Pháp Cú, Đức Phật dạy:

Gốc sinh ra tham ái,
Đó chính là tà kiến.
Tà kiến nếu không còn,
Tham ái được đoạn tận.

Một số nhận thức sai lầm căn bản sẽ nuôi dưỡng lòng tham ái trong ta. Những nhận thức sai lầm đó là:

1. Cho rằng mọi sự vật, con người và các mối quan hệ là không thay đổi (không phải vô thường) ;

2. Những thứ ấy có thể mang lại cho ta hạnh phúc dài lâu (không phải khổ);

3. Bản chất của những thứ ấy là trong sạch, thanh tịnh (không phải bất tịnh);

4. Những thứ ấy có một thực thể chân thật, xác định được (không phải vô ngã).

Những nhận thức sai lầm này sẽ phát huy tác dụng bất cứ khi nào chúng ta tham đắm vào một sự vật hay con người nào đó. Để khảo sát sâu hơn về chúng, hãy lấy chính thân thể chúng ta làm một ví dụ.

Vô thường: tính tất yếu của sự già yếu

Mặc dù chúng ta phán đoán biết rằng mình sẽ không thể trẻ mãi, nhưng từ sâu thẳm trong lòng ta vẫn cảm nhận một cách tự nhiên là mình sẽ trẻ mãi. Vì vậy, khi nhìn lại những bức ảnh của chính mình đã chụp cách đây nhiều năm, ta luôn ngạc nhiên vì sự già đi của mình. Tóc bạc đi hay có thể đã rụng nhiều lắm, và làn da không còn láng mịn như xưa. Bất chấp tất cả các loại kem dưỡng da, thuốc nhuộm tóc và những phương pháp chống rụng tóc mà ta đã dùng đến, thân thể ta vẫn cứ ngày càng yếu ớt hơn và xấu xí đi, khiến ta buồn phiền và lo lắng.

Thêm vào đó, ta không còn thấy trẻ trung và tràn đầy sinh lực như trước kia. Dù giờ đây ta có thể rèn luyện và nhờ đó có được nhiều sinh lực, nhưng khi ta còn trẻ thì nguồn sinh lực đó vốn đã tự nhiên sẵn có rồi. Giờ đây ta có thể cảm nhận được sự suy yếu dần của cơ thể và ta buộc phải có sự nỗ lực để duy trì sức khỏe.

Một số người trở nên đau khổ trước sự già yếu không sao tránh được. Nền văn hóa phương Tây, vốn nhấn mạnh vào sự trẻ trung, tráng kiện và sắc đẹp, đã tạo tiền đề cho những thất vọng và lo âu. Chúng ta lý tưởng hóa thực trạng của tất cả chúng ta trong tiến trình [thực tế là đang] mất dần đi tuổi trẻ.

Nếu ta nhận thức một cách thực tế và chấp nhận sự biến đổi theo tự nhiên của thân thể, thì sự đau khổ vì tuổi già có thể vượt qua được. Thân thể ta luôn trong tiến trình già yếu đi qua từng giây phút, và không có cách nào để ngăn chặn điều đó. Ta cần suy ngẫm về điều đó để không chỉ là nhận hiểu qua sự phán đoán, mà phải chấp nhận nó trong tâm thức của mình. Nếu ta suy ngẫm về tính tất yếu của tuổi già ngay từ khi còn trẻ, thì ta sẽ không quá ngỡ ngàng khi tuổi già đến.

Liệu thân thể này có mang lại hạnh phúc bền lâu?

Nhận thức sai lầm thứ hai về thân thể ta là cho rằng nó có thể mang lại cho ta hạnh phúc lâu bền. Ta quá tham đắm vào việc có được một thân thể khỏe mạnh.

Một số người luôn chăm chút giữ cho tấm thân của họ luôn khỏe mạnh, và đâm ra lo lắng mỗi khi ho hen, sổ mũi... Sự tham muốn sức khỏe đến mức như thế gây bất tiện cho mọi người quanh ta. Nó cũng khiến ta buồn phiền hay bực tức mỗi khi có bệnh và vì vậy ta càng lâu khỏi bệnh hơn.

Dù chẳng ai muốn mình bị bệnh, nhưng thân thể ta luôn phải đối phó với bệnh tật. Nào có ai là người chưa từng bị bệnh? Nếu về mặt tâm lý ta có thể chấp nhận sự yếu đuối của thân thể, thì một khi bị bệnh ta sẽ có khả năng vượt qua tốt hơn. Và ngay cả khi đang có bệnh, ta vẫn có khả năng giữ tâm an lạc. Một tâm trạng tốt đẹp tự nhiên sẽ giúp ta trở nên khỏe khoắn hơn.

Liệu thân thể này có thanh tịnh chăng?

Nhận thức sai lầm thứ ba là cho rằng thân thể ta về bản chất vốn thanh tịnh và đáng yêu. Vì vậy, ta mới tham đắm vào việc trau chuốt vẻ đẹp bên ngoài. Ta có cảm giác rằng ta chỉ có giá trị khi có một ngoại hình xinh đẹp, và ta dùng cái đẹp đó để cuốn hút mọi người đến với ta. Ta có cảm tưởng rằng mọi người sẽ ưa thích ta nếu ta có một thân thể hấp dẫn hay cường tráng, bằng không thì họ sẽ xem thường ta.

Cho dù có một phần trong ta cho rằng thân thể ta về cơ bản là trong sạch, nhưng sự tham đắm vẻ đẹp bên ngoài luôn khiến ta phải thất vọng về ngoại hình của mình. Ta có thể sử dụng nhiều loại mỹ phẩm, áp dụng chế độ ăn kiêng và rèn luyện để làm cho thân thể ta xinh đẹp, nhưng mong muốn của ta không bao giờ được thỏa mãn trọn vẹn. Ngay cả những người thanh niên hay phụ nữ đẹp nhất thế giới cũng không hài lòng với thân thể của họ. Chúng ta luôn thấy [thân thể mình] phát triển quá độ ở chỗ này, hoặc kém phát triển ở chỗ kia... Dù người khác có khen ngợi ta xinh đẹp và hấp dẫn đến đâu, ta cũng không bao giờ cảm thấy hài lòng với vẻ đẹp của thân thể mình.

Nhưng mục đích đời sống con người là gì? Liệu có phải là để phô bày vẻ đẹp bên ngoài, hay để hoàn thiện tâm hồn và rộng mở trái tim nhằm làm tăng vẻ đẹp bên trong? Trong chúng ta hẳn ai cũng đã từng gặp qua những con người tuy vẻ ngoài không mấy hấp dẫn nhưng những phẩm chất nội tâm như sự khoan dung, rộng lượng của họ luôn cuốn hút mọi người. Những phẩm chất tạo nên vẻ đẹp nội tâm là quan trọng hơn và có tác động lâu dài hơn so với vẻ đẹp bên ngoài. Nhưng những phẩm chất ấy không phải tự nhiên có được, mà người ta cần phải nuôi dưỡng chúng. Quán chiếu về điều này giúp ta hiểu rõ mối quan hệ với thân thể của chính mình.

Lẽ dĩ nhiên ta nên cố gắng duy trì thân thể khỏe mạnh và ăn mặc thanh lịch, trang nhã, nhưng ta có thể làm như vậy mà không tham đắm. Sự quan tâm quá mức đến vẻ đẹp bên ngoài khiến ta buồn khổ nhiều hơn. Một vẻ ngoài quá hấp dẫn có thể gây thêm nhiều phiền toái, rắc rối, như ta có thể thấy rõ qua cuộc sống của nhiều siêu sao nổi tiếng. Nếu ta nhận ra được rằng việc có một thân thể hấp dẫn, đẹp đẽ cũng không giúp ta đoạn trừ được các nỗi khổ đau, bất ổn, không mang lại cho ta niềm hạnh phúc rốt ráo, thì ta sẽ buông bỏ được sự tham đắm vào cái đẹp bên ngoài. Khi đó, ta sẽ giảm bớt sự quan tâm đến bản thân và cảm thấy hài lòng hơn với những gì mình hiện có. Khi nhận ra được vẻ đẹp nội tâm là quan trọng hơn, ta sẽ nuôi dưỡng nó. Một khi nhân cách được hoàn thiện hơn, ta sẽ có thêm nhiều bạn bè hơn.

Thân thể này không có thực thể

Nhận thức sai lầm cuối cùng [được đề cập ở đây] là tin rằng thân thể là một thực thể chắc thật. Nhưng nếu quán chiếu sâu sắc thân thể mình, ta sẽ thấy chúng chỉ là sự tập hợp của các nguyên tử. Các nhà khoa học cho ta biết rằng những khoảng trống trong cơ thể chiếm thể tích nhiều hơn so với các nguyên tử. Thêm vào đó, các nguyên tử này luôn chuyển động không ngừng.

Vì vậy, ta không tìm đâu ra một thực thể bất biến, chắc thật để gọi là "thân thể của tôi". Cũng không hề có một hiện tượng thường hằng tĩnh tại nào để ta có thể xem đó như là "thân thể". Tương tự, vì cái mà ta gọi là "thân thể tôi" chỉ đơn thuần là một tập hợp của các nguyên tử trong một dạng thức cụ thể, nên thân thể của chúng ta không phải là những thực thể tự chúng hiện hữu. Chúng cũng không hề sẵn có [những tính chất như là] xinh đẹp hay xấu xí.

Bốn nhận thức sai lầm như trên - cho rằng thân thể ta là bất biến; là có thể mang lại hạnh phúc lâu bền; là vốn có bản chất thanh tịnh, đẹp đẽ; và là một thực thể chắc thật có thể xác định - đã phóng đại những phẩm chất của thân thể ta. Điều này khiến ta bám chặt vào ước muốn được trẻ mãi, khỏe mãi và đẹp mãi. Sự tham muốn như thế khiến ta phải luôn thất vọng và bất an.

Vậy có cách nào khác hơn để nghĩ về thân thể của ta không? Thoạt tiên có vẻ như khó mà tin được là còn có cách nào khác để nghĩ về thân thể ta, ngoài việc tham đắm vào nó. Nhưng quả thật có đấy. Các bạn hãy nghĩ như thế này: "Tôi có thể làm cho cuộc sống của mình có ý nghĩa qua việc hoàn thiện nhân cách, giúp đỡ mọi người quanh tôi và đóng góp cho xã hội. Thân thể tôi là một phương tiện giúp tôi thực hiện điều đó. Vì vậy, tôi phải giữ gìn sức khỏe, ăn mặc thanh lịch, không phải vì những mục đích ích kỷ riêng tư, mà vì tôi muốn dùng thân thể này để làm lợi lạc cho người khác."

Cách suy nghĩ này ban đầu có thể là hơi lạ lẫm, nhưng nếu ta vận dụng thường xuyên thì nó sẽ dần dần trở thành một cách suy nghĩ hoàn toàn tự nhiên. Ta sẽ có được một cách nhìn thoải mái hơn về thân thể của mình và nhờ đó sẽ được hạnh phúc hơn rất nhiều.

Phương pháp sống mãn nguyện

Tham ái tạo điều kiện căn bản cho sự bất mãn, vì dù đã có nhiều bao nhiêu đi nữa, ta vẫn luôn tìm cầu cho được nhiều hơn, tốt hơn. Xã hội hiện nay của chúng ta khai thác lòng tham muốn và sự không thỏa mãn này, và ta luôn nghe rằng các mốt thời trang năm trước đã lỗi thời, các vật dụng năm trước đã lạc hậu. Nhưng chẳng mấy ai có đủ khả năng mua được tất cả những thứ mà họ nghĩ là mình phải có. Ngay cả khi ta đã mua về rất nhiều thứ, nhưng rồi chúng cũng sẽ trở nên cũ kỹ hay hư hỏng, hoặc ta vẫn phải mua sắm nhiều hơn, tìm kiếm những thứ tốt hơn chỉ vì thấy người khác đã có được. Điều này có thể khiến cho ta phải luôn bất ổn.

Trái lại, nếu ta tự nhủ, "những gì ta hiện có đã là tốt lắm rồi", thì trong lòng ta sẽ được thanh thản. Điều này không có nghĩa là ta sẽ không bao giờ mua thêm những vật dụng mới, hay là xã hội không cần cải thiện về mặt công nghệ, kỹ thuật nữa. Nếu ta có nhu cầu về một cái gì đó hoặc kiểu vật dụng mới mang lại hiệu quả cao hơn, thì việc mua sắm chẳng có gì là sai trái cả, miễn là ta có đủ tiền để mua. Nhưng cho dù ta có mua sắm được hay không thì trong lòng ta vẫn thanh thản, vì [với suy nghĩ như trên thì] ta sẽ luôn hài lòng với những gì mình đang có. Đức Phật dạy:

Nếu muốn được an lạc
Phải đoạn trừ tham ái

Tham ái đoạn tận rồi
Hỷ lạc vô biên đến

Chạy đuổi theo tham ái
Chỉ thấy lòng bất mãn
Ai ngược dòng tham ái
Trí tuệ đạt an ổn

Khi nào mà ta vẫn còn tham muốn được có thêm nhiều hơn, muốn những thứ khác hơn, thì ta sẽ không bao giờ được hài lòng, dù ta đã có được bao nhiêu đi chăng nữa. Trái lại, nếu ta hài lòng với những gì mình đang có, ta vẫn có thể nỗ lực để cải thiện đời sống vật chất, nhưng trong lòng ta vẫn luôn thanh thản. Khi không còn tham đắm, vướng mắc, ta có thể phát triển kinh tế, cải thiện công nghệ, kỹ thuật để làm lợi lạc cho tất cả mọi người.

Ban đầu có thể là rất khó để suy nghĩ theo cách như vậy, vì ta đã quá quen với sự tham đắm. Sự tham đắm có thể quá mạnh đến nỗi khiến ta lo sợ bị mất đi sự vật hay con người [mà ta tham đắm] và đâm ra hoảng loạn. Chính nỗi lo sợ và sự bám víu đó đã ngăn cản không cho ta có được những tâm trạng tốt đẹp cũng như vui hưởng các mối quan hệ và của cải vật chất hiện có.

Chúng ta có thể trừ bỏ nỗi lo sợ đó. Trước hết, ta có thể nhận biết được rằng tâm thức ta đang phóng chiếu lên đối tượng hay con người xinh đẹp kia, và rằng sự tham đắm là một ý tưởng sai lầm. Nhận thức này giúp ta trở nên thực tiễn hơn. Rồi ta có thể nghĩ đến tác hại của sự tham đắm và buông bỏ. Thay vào đó, ta có thể buông xả tâm trong một trạng thái rộng mở của sự mãn nguyện, rõ biết rằng việc có được vật mình thích hay được sống gần người mình ưa mến thì cũng tốt, nhưng nếu không được thế thì ta vẫn có thể hạnh phúc.

Đối với một số người, từ "xả ly" có hàm nghĩa tiêu cực vì nó ngụ ý là khắc khổ, lãnh đạm hay thờ ơ. Nhưng đó không phải là ý nghĩa xả ly trong đạo Phật. Đúng hơn, xả ly là một trạng thái tâm thức cân bằng, không vướng mắc, bám chấp vào sự vật và do đó được tự do để chú tâm vào những gì thật sự có giá trị.

Xả ly không có nghĩa là ta vứt bỏ mọi tài sản vật chất rồi vào sống trong một hang động. Việc sở hữu tài sản chẳng có gì là tai hại cả. Ta cần đến một số tài sản nhất định để sống. Vấn đề chỉ nảy sinh khi ta phóng đại một cách không đúng thực tầm quan trọng của những vật sở hữu. Sự tham đắm và bám chấp mới gây ra bất ổn, chứ không phải bản thân những vật sở hữu. Khi trừ bỏ được tham ái, ta sẽ có thể vui hưởng mọi thứ mình có.

Khi sử dụng các tiện nghi vật chất, cách suy nghĩ như thế này sẽ có ích cho ta: " Có rất nhiều người đã vất vả để làm ra những thứ tôi đang sử dụng, tôi vô cùng biết ơn họ. Thay vì hưởng thụ với tâm tham lam ích kỷ, tôi sẽ dùng những thứ này với mong ước hoàn thiện bản thân để có thể thương yêu và giúp ích nhiều hơn cho tha nhân người khác." Chúng ta có thể hưởng thụ thức ăn, quần áo, nhà cửa và nhiều tiện nghi khác nữa, nhưng với một động cơ khác hơn trước đây. Nhờ vậy ta được an bình và không còn những lo âu bất ổn nữa.

Việc lìa bỏ tham ái không khiến cho ta mất đi động lực sống và thờ ơ với đời. Thoạt nhìn qua thì có vẻ là như thế, đơn giản chỉ vì ta đã quá quen với sự tham ái. Tuy nhiên, còn có rất nhiều khuynh hướng sống khác nữa có thể tạo động lực sống cho ta. Chẳng hạn như là sự quan tâm chân thành đến người khác. Tâm nguyện mang hạnh phúc, niềm vui đến cho người khác (tâm từ) và cứu vớt người khác khỏi mọi khổ đau (tâm bi) có thể là một động lực thúc đẩy hết sức mạnh mẽ trong đời sống của chúng ta. Vì vậy, xả bỏ tham ái sẽ mở ra cánh cửa đưa ta đến với sự giao tiếp chân thành cùng người khác, đến với tình thương yêu và lòng bi mẫn.

3. TÌNH THƯƠNG KHÁC VỚI LUYẾN ÁI

Phân biệt giữa sự quan tâm chân thành với những phóng chiếu không thực tiễn

Tất cả chúng ta đều muốn có tình cảm tốt đẹp với người khác. Ta biết rằng tình thương là nền tảng hòa bình thế giới. Vậy tình thương là gì và làm thế nào để phát triển nó? Có khác biệt gì giữa sự yêu thương người khác và luyến ái ra sao?

Tình thương là ước nguyện cho mọi người được an vui và gieo được nhiều nhân lành hạnh phúc. Sau khi nhận biết được một cách đúng thực về những điều tốt đẹp cũng như lỗi lầm của người khác, ta hướng tình thương đến sự an lạc và hạnh phúc của họ. Ta không có những động cơ che giấu nhằm thỏa mãn sự ích kỷ của mình, ta chỉ yêu thương người khác đơn giản là vì họ đang có mặt.

Trái lại, sự luyến ái luôn khuếch đại những tính chất tốt đẹp của người khác và khiến ta sanh tâm tham luyến với họ. Khi được sống bên họ, ta thấy hạnh phúc; khi phải lìa xa họ, ta buồn khổ. Sự luyến ái gắn liền với sự mong đợi rằng người khác phải là thế này hoặc thế kia.

Liệu sự thương yêu theo như cách thường được hiểu trong xã hội chúng ta có thực sự là tình thương chăng? Khi chưa quen biết, mọi người đều là những người xa lạ, và ta không quan tâm đến họ. Sau khi có dịp gặp gỡ, [những người lạ đó] có thể trở thành người được ta quý mến, có cảm tình sâu đậm. Chúng ta hãy thử tìm hiểu kỹ hơn xem người khác đã trở thành bạn bè của ta như thế nào.

Nhìn chung, ta thường bị cuốn hút bởi người khác vì họ có những phẩm tính mà ta xem trọng hoặc vì họ giúp đỡ ta. Nếu quan sát tiến trình tư tưởng của chính mình, ta sẽ thấy rằng ta luôn tìm kiếm những phẩm tính nào đó ở người khác. Trong những phẩm tính đó, có một số được ta ưa chuộng, một số khác thì được cha mẹ ta hoặc xã hội này xem trọng. Ta luôn dò xét vẻ ngoài, trình độ học vấn, điều kiện kinh tế hay địa vị xã hội của người khác. Nếu ta ưa chuộng những năng khiếu nghệ thuật hay âm nhạc, ta sẽ tìm kiếm những thứ đó. Nếu như năng khiếu thể thao là quan trọng đối với ta, ta cũng kiếm tìm nó. Như vậy, mỗi chúng ta đều tìm kiếm những phẩm tính khác nhau và có những tiêu chuẩn khác nhau để đánh giá chúng. Nếu ai có được những phẩm tính nằm trong "danh mục tìm kiếm" của ta, ta sẽ xem trọng họ. Ta cho rằng họ là những người tốt đẹp, có phẩm giá. Đối với ta, có vẻ như tự thân họ là những con người rất tuyệt vời, không liên quan gì đến sự đánh giá của ta về họ. Nhưng trong thực tế, do ta sẵn có những định kiến về những phẩm tính mà ta ưa thích và không ưa thích, nên chính ta mới là người tạo ra những con người có giá trị [trong mắt ta].

Thêm vào đó, chúng ta luôn thẩm định giá trị của người khác tùy theo cách họ đối xử với ta. Nếu họ giúp đỡ ta, ngợi khen ta, bảo vệ ta, lắng nghe ta và săn sóc khi ta đau ốm, vỗ về khi ta buồn bã, thì ta xem họ là những người tốt. Như vậy là hết sức sai lệch, vì ta đã thẩm định người khác chỉ dựa vào cách họ đối xử với ta, như thể ta là nhân vật quan trọng nhất trên cõi đời này.

Nhìn chung, ta luôn nghĩ rằng nếu ai giúp ta thì đó là người tốt; ai gây hại cho ta thì đó là người xấu. Nếu ai đó ủng hộ ta, họ là người tuyệt vời; còn nếu họ ủng hộ đối thủ của ta, họ là kẻ đáng ghét. Đó không phải là ta xem trọng sự ủng hộ của họ, mà thực chất là do sự ủng hộ đó dành cho ta. Cũng vậy, nếu ai đó chê bai, chỉ trích ta, họ là kẻ u mê, không sáng suốt hoặc là kẻ không biết cân nhắc, thiếu suy nghĩ. Nhưng nếu họ chê bai, chỉ trích kẻ mà ta ghét, thì họ là người sáng suốt, hiểu biết. Thực sự ta không phản đối tính cách chê bai, chỉ trích của họ, mà chỉ vì sự chỉ trích đó nhằm vào ta.

Tiến trình phán xét người khác của chúng ta không dựa trên những tiêu chuẩn khách quan. Nó tùy thuộc vào những định kiến riêng của ta về những gì là có giá trị, tốt đẹp và cung cách người khác đối xử với ta. Cách phán xét này hàm chứa một sự mặc nhiên thừa nhận rằng ta là nhân vật rất quan trọng, và rằng nếu ai đó giúp đỡ ta và đáp ứng được những định kiến của ta về sự tốt đẹp thì tự thân những người ấy là rất tuyệt vời.

Khi ta đã phán xét ai đó là tốt, thì bất luận khi nào ta gặp họ, đối với ta có vẻ như sự tốt đẹp là xuất phát từ phía họ. Tuy nhiên, nếu ta sáng suốt hơn, hẳn ta nhận ra rằng chính ta đã gán ghép sự tốt đẹp đó vào nơi họ.

Về mặt khách quan, nếu người nào đó thực sự là tốt đẹp, cao cả, thì hẳn mọi người đều phải có cùng nhận định như thế về họ. Nhưng một người mà ta ưa thích, cho là tốt thì [cũng có] người khác không thích, cho là xấu. Sở dĩ có sự bất đồng như vậy là vì mỗi chúng ta đều đánh giá người khác dựa trên những định kiến lệch lạc của riêng mình. Tự thân người khác không hề có sự tuyệt hảo hoàn toàn độc lập với sự phán xét của ta.

Sau khi đã gán ghép sự tốt đẹp vào nơi một số người nào đó, ta hình thành một số những khái niệm cố định mô tả về họ và rồi bắt đầu sanh tâm tham luyến họ. Một số người có vẻ như gần đạt mức hoàn hảo đối với ta, vì vậy ta khao khát được sống bên họ. Sự khao khát được sống bên cạnh người cho ta cảm giác hạnh phúc khiến ta trở nên thành một kiểu "xích đu cảm xúc": khi được sống bên họ, [cảm xúc] ta "lên cao" [với sự hân hoan, hớn hở]; khi rời xa họ, [cảm xúc] ta "xuống thấp" [với sự buồn bã, khổ đau].

Thêm vào đó, ta luôn đặt định mối quan hệ giữa ta với những người ấy phải là thế này hay thế kia, và vì vậy ta có những mong đợi, đòi hỏi ở họ. Khi họ sống trái với sự mong đợi của mình, ta đâm ra thất vọng hoặc oán giận. Ta muốn họ phải thay đổi để đáp ứng những kỳ vọng của ta đối với họ. Nhưng những gán ghép và mong đợi của ta phát xuất từ tâm ta, chứ không phải từ người khác. Do vậy, vấn đề bất ổn của ta khởi sinh từ việc ta nghĩ sai về họ chứ không phải vì họ không giống như ta kỳ vọng.

Ví dụ, vài năm sau khi Jim và Sue kết hôn, Jim nói: "Sue không còn giống như lúc trước nữa. Khi chúng tôi mới cưới nhau, cô ấy quan tâm và săn sóc tôi nhiều lắm. Giờ thì cô ấy khác đi nhiều quá." Vậy điều gì đã xảy ra?

Thứ nhất, cá tính của Sue không phải là cố định, bất biến. Cô ấy luôn thay đổi để thích ứng với hoàn cảnh bên ngoài và những tư tưởng, cảm xúc trong lòng cô. Đòi hỏi cô ấy mãi mãi không thay đổi là điều không thực tế. Tất cả chúng ta đều phát triển, đổi thay, trải qua những sự thăng trầm.

Thứ hai, liệu ta có thể tự cho là mình đã biết rõ về một người nào đó? Khi Jim và Sue yêu nhau trước khi đi đến kết hôn, mỗi người đều hình thành một khái niệm mô tả về người kia là như thế nào. Nhưng khái niệm đó cũng chỉ là một khái niệm. Nó không phải là bản thân người kia. Khái niệm của Jim [mô tả] về Sue không phải là chính bản thân Sue. Nhưng vì Jim không nhận thức được điều này nên anh ta mới bất ngờ khi những khía cạnh khác trong cá tính của Sue bộc lộ. Khái niệm của anh ta [mô tả] về Sue càng kiên cố thì anh ta càng khổ đau nhiều hơn khi Sue không hành xử phù hợp với khái niệm đó.

Thật kỳ lạ khi cho rằng ta hoàn toàn hiểu rõ về người khác! Ta thậm chí không hiểu được bản thân ta và những thay đổi mà ta trải qua. Chúng ta không hiểu rõ được hoàn toàn về một hạt bụi, nói gì đến việc [hiểu rõ hoàn toàn] về một con người khác! Nhận thức sai lầm tin chắc rằng một người nào đó là giống hệt như trong suy nghĩ của ta đã khiến cho cuộc sống của ta trở nên phức tạp. Trái lại, nếu ta nhận thức được rằng khái niệm của mình chỉ là một ý kiến [của riêng ta], thì ta trở nên dễ thích nghi hơn rất nhiều.

Lấy ví dụ, các bậc cha mẹ có thể hình thành một khái niệm cứng nhắc về cá tính của cô con gái, [và vì thế họ mong đợi cô ta sẽ] cư xử như thế nào đó. Khi cô bé ứng xử không tốt [như họ nghĩ], họ bị sốc và gia đình trở nên bất hòa. Nhưng nếu các bậc cha mẹ hiểu được rằng con gái họ cũng giống như chính bản thân họ, là những con người liên tục thay đổi, thì cách cư xử của cô bé sẽ không khiến cho họ phản ứng với cảm xúc quá mạnh mẽ đến thế. Với sự bình tĩnh và không bị chi phối bởi những định kiến, các bậc cha mẹ ấy có thể giúp đỡ đứa con gái đang trưởng thành của họ một cách hiệu quả hơn.

Khi người khác hành xử không phù hợp với những khái niệm của ta [mô tả] về họ, ta đâm ra thất vọng hoặc giận dữ. Ta có thể tìm cách dỗ dành họ phải làm theo những gì ta mong đợi. Ta có thể trách mắng, ép buộc họ hoặc cố làm cho họ cảm thấy có lỗi. Khi ta làm như vậy, mối quan hệ giữa ta và họ càng trở nên xấu hơn và chúng ta sẽ khổ đau.

Nguyên nhân sự khổ đau và nhầm lẫn nói trên chính là những phóng tưởng sai lệch và mong muốn ích kỷ mà ta áp đặt lên người khác. Những điều này là nền tảng của sự tham luyến. Sự tham luyến luôn phóng đại quá mức [những phẩm tính tốt đẹp] nơi bạn bè và người thân của ta, rồi tham đắm vào đó. Nó mở ra cánh cửa phiền muộn cho ta và sau đó là giận tức. Khi xa cách những người mình yêu thương, ta thấy cô đơn; khi họ muộn phiền, ta cũng bực tức với sự muộn phiền đó. Nếu họ không đạt được những gì ta kỳ vọng, ta cảm thấy mình bị phản bội.

Để tránh những khó khăn bất ổn do tham luyến gây ra, ta nhất thiết phải nhận hiểu được cách vận hành của tham luyến. Sau đó ta có thể ngăn chặn sự khởi sinh của tham luyến bằng cách điều chỉnh những định kiến sai lầm về người khác và thôi không gán ghép những định kiến sai lệch khác nữa. Ta sẽ luôn nhớ rằng con người là liên tục thay đổi và không hề có những cá tính bất biến. Khi ta luôn nhớ rằng việc sống mãi bên cạnh những người ta thương yêu là điều không thể đạt được, ta sẽ không quá khổ đau khi phải xa cách họ. Thay vì buồn khổ vì xa lìa người thương, ta sẽ thấy vui vì có những lúc đã từng được sống chung cùng nhau.

Tôi yêu thương bạn, với điều kiện...

Tình thương có điều kiện không phải là tình thương đích thực, vì nó gắn kết với những tham luyến trói buộc. Ta tự nhủ, "tôi thương bạn, với điều kiện..." và rồi ta liệt kê ra những đòi hỏi của mình. Thật khó để ta quan tâm chân thành đến người khác khi mà họ phải đáp ứng những đòi hỏi nhất định nào đó xoay quanh những lợi ích mà họ phải mang đến cho ta. Hơn thế nữa, ta luôn thay đổi ý muốn về những phẩm chất và lối cư xử của người khác. Hôm nay ta muốn họ có sự sáng tạo tự quyết; ngày mai ta lại muốn họ phải phụ thuộc.

Cái mà ta gọi là tình thương đó thường chỉ là sự tham luyến, một khuynh hướng gây bất ổn luôn phóng đại quá mức những phẩm tính của người khác. Thế rồi ta tham đắm nơi người đó và nghĩ rằng hạnh phúc của ta tùy thuộc vào họ. Trái lại, tình thương [chân thật] là một khuynh hướng cởi mở và thoải mái. Ta muốn cho một ai đó được hạnh phúc hoàn toàn chỉ vì họ đang có mặt.

Sự tham luyến là không kiểm soát được và phụ thuộc cảm xúc, trong khi tình thương là [một khuynh hướng] trực tiếp và mạnh mẽ. Sự tham luyến che lấp trí phán đoán và khiến ta trở nên thiên lệch, ta giúp đỡ những người ta thương và gây tổn hại cho những người ta ghét. [Ngược lại,] tình thương giúp ta trở nên sáng suốt và xem xét một tình huống bằng cách suy nghĩ đến điều tốt đẹp nhất cho mọi người. Tham luyến dựa trên tính ích kỷ, trong khi tình thương được hình thành từ sự thương yêu người khác.

Sự tham luyến đánh giá người khác qua những hình thức bên ngoài như ngoại hình, trí thông minh, tài năng, địa vị xã hội v.v… Tình thương vượt qua hết thảy những hình thức bên ngoài đó và đặt nền tảng trên sự thật là người khác cũng giống như chúng ta: luôn mong cầu hạnh phúc và né tránh khổ đau. Khi ta gặp những người xấu xí, bẩn thỉu, dốt nát, ta cảm thấy không ưa thích, vì tính ích kỷ của ta chỉ muốn tiếp xúc, làm quen với những người đẹp đẽ, sang trọng và tài năng thôi. Trái lại, tình thương không đánh giá người khác qua những tiêu chuẩn bên ngoài đó, mà có một cái nhìn sâu sắc hơn. Tình thương nhận ra rằng bất kể vẻ ngoài của người khác có như thế nào đi chăng nữa, sự trải nghiệm của họ vẫn là tương tự như chính ta: luôn mưu cầu hạnh phúc và tránh né mọi bất ổn.

Đây là một yếu tố hết sức sâu sắc, quyết định việc ta sẽ cảm thấy xa lạ hay có quan hệ mật thiết với mọi người quanh ta. Ở những nơi đông người, ta thường nhìn quanh rồi tự bình phẩm với chính mình, rằng "anh chàng kia mập quá; cô nọ có dáng đi thật buồn cười; dáng vẻ ông kia chắc hẳn là khó tính lắm; bà nọ thật cao ngạo". Điều tất nhiên là ta không cảm thấy gần gũi, thân thiện với người khác khi để cho tư tưởng tiêu cực của mình bới móc những điểm xấu của họ như thế.

Khi tự mình nhận ra được những tư tưởng tiêu cực như thế, ta có thể dừng chúng lại rồi nhìn cùng những con người đó bằng đôi mắt khác: "Mỗi người trong bọn họ đều có những trải nghiệm riêng trong nội tâm họ. Người nào cũng chỉ muốn được hạnh phúc thôi. Tôi biết điều đó là như thế nào, vì tôi cũng giống họ. Tất cả bọn họ đều muốn nhận được sự khích lệ, đối xử tử tế hoặc thậm chí là một nụ cười từ người khác. Không ai vui vẻ với sự chỉ trích hay khinh miệt cả. Họ giống hệt như tôi!" Khi ta suy nghĩ như vậy, tình thương sẽ phát khởi và thay vì cảm thấy xa cách với người khác, ta cảm thấy có quan hệ mật thiết với họ.

Sự tham luyến khiến ta mang ý niệm sở hữu những người mà ta gần gũi, thân thiết. [Chẳng hạn như,] người đó là vợ, là chồng, là con, là cha, là mẹ *"của tôi"*. Đôi khi ta hành động như thể người khác là những vật sở hữu của mình và ta hoàn toàn hợp lý trong việc yêu cầu họ phải sống cuộc sống của họ như thế nào. Tuy nhiên, ta không hề sở hữu những người ta yêu thương. Ta không sở hữu những con người giống như sở hữu đồ vật.

Việc nhận ra được rằng ta không bao giờ chiếm hữu người khác sẽ làm cho tâm tham luyến phải suy giảm, mở ra cánh cửa yêu thương và quý trọng chân thành đối với hết thảy chúng sinh. Ta vẫn có thể khuyên bảo người khác và nói cho họ biết rằng hành động của họ có ảnh hưởng đến ta như thế nào, nhưng ta luôn tôn trọng tất cả những gì thuộc về họ như là những cá nhân khác.

Thỏa mãn các nhu cầu

Khi đã tham luyến, ta không còn tự do về mặt tình cảm. Ta quá lệ thuộc và vướng mắc vào người khác để thỏa mãn nhu cầu tình cảm của mình. Ta sợ mất người ta thương, cảm thấy mình sẽ không trọn vẹn [là mình] khi không có người mình thương. Khái niệm về cái tôi của ta dựa trên việc có được một mối quan hệ cụ thể: "Tôi là chồng, là vợ, là cha mẹ, con cái v.v… của người này, người nọ..." Khi quá phụ thuộc vào người khác, ta không cho phép chính bản thân mình phát triển những phẩm tính riêng. Hơn nữa, một khi quá phụ thuộc như vậy, ta đã tạo sẵn điều kiện cho sự suy sụp, vì chẳng có mối quan hệ nào có thể tồn tại mãi mãi. Chúng ta sẽ chia tay nhau khi đời sống này chấm dứt, nếu không là sớm hơn thế nữa.

Sự thiếu tự do về mặt tình cảm do tham luyến cũng có thể khiến ta cảm thấy có bổn phận phải quan tâm chăm sóc người ta thương, để không có nguy cơ bị mất họ. Như vậy, tình cảm của ta thiếu đi sự chân thành, vì dựa trên sự lo sợ. Ta có thể nhiệt tình thái quá trong việc giúp đỡ người ta thương, chỉ để chắc chắn có được tình cảm của họ. Ta có thể luôn phải cảnh giác cao độ vì lo sợ một điều gì đó có thể bất ngờ xảy ra với người ta thương, hoặc ta có thể ghen tức khi người thương của ta dành tình cảm cho người khác.

Tình thương thì vị tha hơn. Thay vì tự hỏi "Mối quan hệ này có thể đáp ứng những nhu cầu của ta như thế nào?", ta sẽ suy nghĩ: "Ta có thể trao tặng cho người ấy những gì?" Ta chấp nhận rằng người khác không thể giúp ta loại bỏ cảm giác thiếu thốn tình cảm và bất an. Vấn đề bất ổn không phải do người khác không đáp ứng được những nhu cầu tình cảm của ta, mà do ta quá nhấn mạnh các nhu cầu của mình và mong đợi quá nhiều nơi họ.

Ví dụ, ta có thể cảm thấy như không thể sống thiếu một người nào đó mà ta có quan hệ đặc biệt thân thiết. Đó là một sự cường điệu. Là một con người, ta tự có phẩm cách riêng của mình, ta không cần thiết phải bám vào người khác như thể họ là nguồn cội của mọi an vui hạnh phúc. Sẽ rất hữu ích khi nhớ lại rằng ta đã sống phần lớn cuộc đời mình không có người thân yêu ấy bên cạnh. Hơn thế nữa, những người khác vẫn sống hạnh phúc mà không cần đến người ấy.

Thế nhưng, điều này không có nghĩa rằng ta nên đè nén mọi nhu cầu tình cảm của mình hoặc trở nên lạnh lùng và không phụ thuộc ai cả, vì làm như vậy không giải quyết được vấn đề. Ta phải nhận ra được những nhu cầu không thực tế của mình và dần dần trừ bỏ chúng. Một số nhu cầu tình cảm có thể quá mạnh đến nỗi không thể nào trừ bỏ tức thì. Nếu ta cố đè nén chúng hay giả vờ xem như chúng không tồn tại, ta có thể trở nên hết sức căng thẳng và bất an. Trong trường hợp đó, ta có thể thỏa mãn các nhu cầu này nhưng đồng thời cũng nỗ lực dần dần chế ngự chúng.

Cốt lõi của vấn đề là ta luôn muốn được thương yêu hơn là yêu thương [người khác]. Ta mong muốn người khác hiểu mình hơn là tự mình hiểu được họ. Cảm giác bất an về tình cảm của ta xuất phát từ sự si mê và ích kỷ che lấp tâm trí ta. Ta có thể nuôi dưỡng sự tự tin thông qua việc nhận biết được khả năng của tự thân mình trong việc trở nên một con người toàn hảo, sống mãn nguyện và giàu lòng yêu thương. Khi tiếp xúc được với khả năng của tự thân có thể trở thành một bậc giác ngộ với nhiều phẩm tính ưu việt, ta sẽ phát triển được một cảm xúc tự tin chân thực và đúng đắn. Khi ấy, ta sẽ nỗ lực nuôi dưỡng tình yêu thương, lòng bi mẫn, sự khoan dung rộng lượng, đức nhẫn nhục, tâm định tĩnh và trí tuệ sáng suốt, rồi chia sẻ những phẩm tính này với mọi người.

Sự bất an về tình cảm khiến ta luôn tìm kiếm một điều gì đó nơi người khác. Sự tử tế của ta đối với họ bị nhiễm bẩn bởi động cơ che giấu là muốn được đền đáp bằng một điều gì đó. Tuy nhiên, khi ta nhận biết rằng mình đã nhận được quá nhiều từ người khác, ta sẽ mong muốn đền đáp sự tử tế của họ và trong lòng ta sẽ tràn ngập yêu thương. Tình thương nhấn mạnh vào sự cho đi hơn là nhận lại. Khi không còn bị trói buộc bởi sự tham lam và kỳ vọng ở người khác, ta sẽ trở nên cởi mở, tử tế và rộng lòng chia sẻ, nhưng vẫn luôn duy trì được cảm giác giữ mình nguyên vẹn và tự chủ.

Sự tham luyến mong muốn cho người khác được hạnh phúc một cách thái quá đến độ khiến ta ép buộc người ấy phải làm những gì mà ta cho là sẽ giúp họ được hạnh phúc. Ta không để cho người ấy được quyền lựa chọn, vì ta cảm thấy như mình biết rõ điều gì là tốt nhất cho họ. Ta không cho phép người ấy làm những việc mà họ cảm thấy hạnh phúc, ta cũng không chấp nhận việc có đôi khi họ không hạnh phúc. Những khó khăn như vậy thường phát sinh trong các mối quan hệ gia đình.

Tình thương cũng ước muốn mạnh mẽ cho người khác được

hạnh phúc. Nhưng nó được đi kèm với trí tuệ, nhận biết rằng người khác có hạnh phúc hay không cũng còn tùy thuộc chính họ. Ta có thể hướng dẫn họ, nhưng trong khi làm điều đó ta sẽ không để cái tôi của mình xen vào. Với sự tôn trọng, ta sẽ để cho họ được quyền chọn lựa chấp nhận hay không chấp nhận sự chỉ dẫn và giúp đỡ của ta. Điều thú vị là, khi ta không ép buộc người khác phải nghe theo sự khuyên bảo của ta thì họ lại cởi mở hơn để lắng nghe ta.

Do ảnh hưởng của sự tham luyến, ta bị trói buộc bởi những phản ứng tình cảm với người khác. Khi họ tốt với ta, ta hạnh phúc; khi họ lạnh nhạt hay nặng lời với ta, ta xem đó là sự xúc phạm và ta khổ đau. Nhưng từ bỏ tham luyến không có nghĩa là ta trở nên khô khan, mất hết tình cảm. Đúng hơn, khi không còn tham luyến, tâm ta sẽ tràn ngập tình yêu thương chân thật và bình đẳng với tất cả mọi người. Ta sẽ luôn quan tâm tích cực đến mọi người.

Khi chế ngự được sự tham luyến, ta vẫn có thể có nhiều bạn hữu. Những mối quan hệ đó sẽ phong phú hơn vì được đặt trên tinh thần tự do và tôn trọng lẫn nhau. Ta sẽ quan tâm bình đẳng đến hạnh phúc và khổ đau của mọi chúng sinh, đơn giản chỉ vì mọi người đều có cùng ước muốn hạnh phúc và né tránh khổ đau. Tuy nhiên, lối sống và những điều quan tâm của ta có thể sẽ thích hợp hơn đối với một số người nào đó. Do những mối quan hệ gần gũi mà ta đã có với một số người nào đó trong những kiếp quá khứ, nên kiếp này ta dễ dàng giao tiếp với họ. Bất luận là trong trường hợp nào, tình thân hữu của ta sẽ luôn đặt trên sự quan tâm lẫn nhau và ước nguyện giúp đỡ nhau trên con đường đi đến giác ngộ.

Khi các mối quan hệ chấm dứt

Sự tham luyến luôn đi kèm với định kiến cho rằng các mối quan hệ sẽ tồn tại mãi mãi. Cho dù về mặt lí trí ta có thể biết rằng điều đó không đúng, nhưng sâu thẳm trong lòng ta vẫn luôn khát khao được sống mãi với những người thân yêu của mình. Chính bám víu đó làm cho sự biệt ly càng khó chịu đựng hơn, vì khi một người thân yêu chết đi hay phải rời xa, ta cảm thấy như mất đi một phần của chính ta.

Điều này không có nghĩa rằng sự buồn đau, thương tiếc là điều xấu. Tuy nhiên, việc nhận biết rằng tham luyến thường là nguồn gốc của đau thương khổ lụy sẽ rất hữu ích. Khi phần cá tính đặc thù của riêng ta bị trộn lẫn quá nhiều với của một người khác thì khi người ấy rời xa, ta trở nên suy sụp. Nếu trong thâm tâm ta không chấp nhận rằng cuộc đời này là tạm bợ, ngắn ngủi, thì ta đã tự mình tạo tiền đề cho sự trải nghiệm khổ đau khi những người thân yêu của mình mất đi.

Vào thời Đức Phật, có một phụ nữ bị quẫn trí vì mất đứa con nhỏ. Quá đau thương kích động, bà bồng xác đứa con thân yêu đến chỗ Đức Phật khẩn cầu ngài cứu nó. Đức Phật bảo bà trước hết phải lấy cho được những hạt mù tạc ở nhà nào chưa từng có người chết.

Hạt mù tạc ở Ấn Độ nhà nào cũng có, nhưng bà không tìm đâu ra một gia đình chưa từng có người chết! Sau một thời gian, bà tỉnh tâm nhận ra rằng mọi người ai cũng phải chết cả, nhờ vậy nỗi đau thương quá lớn về đứa con thân yêu của bà cũng lắng dịu xuống.

Khi sự hiểu biết về vô thường của lý trí được chuyển thành sự trực nhận của tâm thức, ta sẽ biết trân trọng những khoảng thời gian được sống bên cạnh những người khác. Thay vì tham cầu nhiều hơn, khi không thể có được nhiều hơn thì ta sẽ tận hưởng những gì ta đang chia sẻ người khác trong hiện tại. Vì vậy, khi đoạn trừ được tâm tham luyến thì các mối quan hệ của chúng ta sẽ tốt đẹp hơn.

4. CHẾ NGỰ SÂN HẬN

Chuyển hóa sợ hãi và căm ghét

Bạn đang thực hiện một công việc, rất chăm chú, rồi một cô bạn đồng nghiệp đi ngang qua và bảo bạn là đồ kém cỏi. Cô ấy nói đã từng giao cho bạn một công việc quan trọng và bạn đã thực hiện rất tồi. Nghe qua những lời trái tai đó, cơn giận dữ từ từ bốc lên trong thân tâm bạn, thật dữ dội. Bạn không kiềm chế được nữa và đáp trả rằng cô ta không có quyền nói với bạn những lời như vậy. Bị khống chế hoàn toàn bởi cơn giận, bạn tuôn ra bất kỳ điều gì chợt nghĩ ra được trong đầu, ngay cả khi bạn biết là không đúng thật. Cô ấy quát trả lại ầm ĩ, và không bao lâu sau thì mọi người quanh đó đều biết chuyện.

Nói chung, khi ta tức giận hay bị tổn thương, ta cảm thấy như mình là nạn nhân của những hành động ác hại từ người khác. Ta thấy mình là người vô tội, đang phải hứng chịu một cách bất công những hành vi của người khác. Chúng ta nổi giận hay cảm thấy bị tổn thương vì ta nghĩ rằng những người kia là sai trái hay xấu ác,. Cả cơn giận và sự tổn thương đó đều [khiến cho ta] không chịu thừa nhận những gì đã xảy ra.

Nhiều người sống trong tâm trạng của những *"nạn nhân"*, thường xuyên cảm thấy vô vọng, thấy mình bị ngược đãi và luôn lo lắng sợ sệt. Tuy nhiên, càng thấu hiểu được hoạt động của tâm thức và sự vận hành của nhân quả trong dòng tâm thức tương tục của mình, ta sẽ càng nhận biết rõ hơn rằng cách nhận hiểu vấn đề của ta trong hiện tại, cũng như những hành động trong quá khứ, đóng vai trò quyết định trong sự tiến triển của những gì ta đang trải nghiệm. Bằng cách nào đó, chúng ta là người chịu trách nhiệm về những gì đang xảy ra với ta. Hiểu được điều này, chúng ta phải có trách nhiệm bắt tay vào việc cải thiện tình trạng của bản thân mình.

Để hiểu rõ được những trường hợp bất như ý và làm dịu đi lòng sân hận đối với những trường hợp đó, chúng ta có thể tự đặt ra một số câu hỏi mấu chốt. Để suy xét lại cách nhận hiểu của mình, ta có thể tự hỏi: "Liệu tôi nhận hiểu về tình trạng đó có chính xác không? Liệu sự nổi giận có phải là một phản ứng thích hợp?" Bằng cách suy xét sự vận hành của nhân quả, ta có thể đặt câu hỏi: "Tại sao điều này xảy đến với tôi? Liệu tôi có từng gặp phải những tình trạng tương tự như thế này nhiều lần trước đây? Và nếu như vậy thì tại sao?" Chúng ta hãy tìm hiểu sâu hơn về cả hai khía cạnh này.

Suy xét sự nhận hiểu vấn đề

Liệu ta có nhận hiểu được sự việc một cách chính xác? Cơn giận đã khởi sinh trong ta như thế nào? Khi có ai đó chỉ ra lỗi lầm của mình, ta liền cảm thấy như thể là sự tổn thương ta đang chịu đựng đó đã được chuyển từ người kia sang cho ta. Dường như trong lời lẽ của người kia tự nó đã hàm chứa tính chất gây thương tổn, và về phía mình thì ta chỉ đơn thuần tiếp nhận sự tổn thương sẵn có trong những lời lẽ đó mà thôi.

Nếu điều đó là đúng thì hẳn là chúng ta có thể xác định được sự thương tổn nằm ở đâu trong những lời lẽ đó. Cô ấy nói: "Bạn là đồ kém cỏi!" Vậy thì cảm giác khó chịu nằm ở đâu? Sự thương tổn nằm ở đâu? Có phải nó ở trong từ *"bạn"*, trong từ *"là"* hay trong cụm từ *"đồ kém cỏi"*? Câu nói *"Bạn là đồ kém cỏi"* mà cô ấy phát ra chỉ là những sóng âm. Cảm giác khó chịu nằm ở đâu trong những sóng âm rung động truyền qua không khí? Giả sử bạn đang ngủ say [không nghe thấy gì] khi cô ấy lên tiếng xúc phạm bạn, liệu bạn có thấy tức tối không? Hoặc giả cô ấy nói ra bằng tiếng Mông Cổ (và bạn không hiểu được thứ tiếng đó!), liệu bạn có cảm thấy bị tổn thương không?

Sự tổn thương đã khởi lên như thế nào từ những lời lẽ nặng

nề kia? Đó không phải do tai ta nhận được những sóng âm của lời lẽ đó. Chúng ta cũng hiểu được ý nghĩa của những lời ấy, nhưng ý nghĩa đó tự nó không hàm chứa sự tổn thương, vì nếu nó nhằm vào một người nào đó mà mà ta không thích, thì những từ ngữ "bạn là đồ kém cỏi" hẳn không có gì là khó chịu khi lọt vào tai ta.

Sự tổn thương kia xuất phát từ chính suy nghĩ của chúng ta: *"Cô ấy đang nói về tôi! Chính tôi! Sao cô ấy dám nói về tôi như thế?"* Chúng ta càng nghĩ đến những gì đã xảy ra thì ý niệm về cái *"tôi"* càng trở nên lớn mạnh hơn. Chúng ta nhìn nhận sự việc chỉ từ một phía - phía của riêng ta - và rồi nghĩ rằng sự việc đã diễn ra đúng thực như thế. Chúng ta tin vào quan điểm phiến diện của mình và cho đó là hoàn toàn khách quan.

Bất kỳ tình huống nào cũng có nhiều khía cạnh khác nhau để xem xét. Khi ta nhìn một cái tách từ bên trên thì hình dạng của nó có vẻ như khác với khi ta nhìn theo chiều ngang. Thật khó để chứng minh rằng những quan điểm xuất phát từ tâm chấp ngã lại là những quan điểm duy nhất đúng đắn! Suy xét như thế sẽ làm lắng dịu cơn giận của ta.

Một cách khác để chế ngự cơn giận là hãy nhớ rằng, có thể có một chuyện gì khác đã xảy ra khiến cho người kia nặng lời. Có thể anh ta đang gặp khó khăn trong một phương diện khác của đời sống, và ta chỉ tình cờ trở thành đối tượng để anh ta trút giận. [Trong trường hợp đó,] chẳng có gì [thực sự] nhắm vào ta cả, nên chẳng có lý do gì để ta xem đó là xúc phạm rồi nổi giận.

Liệu việc nổi giận có phải là một phản ứng thích đáng? Người đã xúc phạm chúng ta cũng là một chúng sinh luôn mong cầu hạnh phúc và né tránh khổ đau, cũng giống như chúng ta. Phương thức mà anh ta đang sử dụng có thể là sai lầm, nhưng mong muốn của anh ta cũng giống như ta: muốn được hạnh phúc. Bằng việc mở rộng nhiều khía cạnh nhận thức và quên đi chính mình trong chốc lát, ta sẽ nhìn thấy được một con người đang đau khổ, giận dữ và mất bình tĩnh. Chúng ta biết rõ cảm giác khổ đau là như thế nào. Chúng ta biết rõ là ngay lúc này người ấy đang cảm thấy khổ sở như thế nào. Sao lại nổi giận với một người đang đau khổ? Người đó lẽ ra phải được ta khởi lòng bi mẫn, thương xót.

Còn nếu chúng ta quả thật đã mắc sai lầm và có ai đó chỉ ra điều ấy thì sao lại nổi giận? Nếu có người bảo ta rằng trên khuôn mặt ta có cái mũi, ta sẽ không bực tức, vì đó là sự thật hiển nhiên. Cũng vậy, nếu ai đó nhận ra lỗi lầm của ta, những gì người ấy nói là sự thật. Ta thực sự có lỗi, ta nợ người ấy một lời cảm ơn. Người ấy đã chỉ cho ta phương cách để hoàn thiện bản thân mình. Trái lại, nếu người ấy đổ lỗi cho ta một cách không đúng, ta cũng không cần nổi giận. Nếu có người nói rằng trên đầu ta có sừng, ta không nổi giận vì biết rõ đó là chuyện không đúng thật.

Chúng ta thường giận dữ khi xảy ra một điều gì đó mà ta cho là không đúng như ý ta. Nhưng sự giận dữ đó liệu có ích gì? Nếu chúng ta có thể làm thay đổi tình thế thì hãy tiến hành ngay việc đó. Không cần gì phải giận dữ. Cách suy nghĩ như vậy rất hữu ích đối với các vấn đề xã hội và bất công. Đó là những vấn đề có thể làm thay đổi, nên thay vì nổi giận thì việc giữ bình tĩnh và nỗ lực cải thiện xã hội sẽ là khôn ngoan hơn.

Trái lại, nếu tình trạng đó là không thể thay đổi, thì sự giận giữ cũng là vô ích. Một khi chân ta bị gãy, ta không thể thay đổi điều đó! Tất cả những suy đồi trên toàn thế giới không thể giải quyết chỉ trong một năm. Việc giận dữ với những điều ta không thể thay đổi được sẽ khiến ta đau khổ. Lo lắng hay sợ sệt về những điều chưa xảy ra sẽ khiến ta trì trệ. Trong tác phẩm *Nhập Bồ Tát Hạnh*, ngài Tịch Thiên (Shantideva) đã dạy:

> *Việc có thể cứu vãn,*
> *Thì giận dữ làm gì?*
> *Bằng như không giải pháp,*
> *Buồn giận cũng vô ích!*

Suy xét về nhân quả

Sự vận hành của nhân quả là tư tưởng trọng tâm trong Phật giáo. Điều này sẽ được giải thích đầy đủ hơn ở một chương sau nữa; tuy nhiên, ý nghĩa cơ bản là hành động của ta sẽ mang lại nghiệp quả. Ta không thể biết ngay tất cả nghiệp quả của một hành động, vì cũng giống như việc phải mất một thời gian để hạt mầm đâm chồi rồi phát triển thành cây, những hành động của chúng ta cũng cần có thời gian để tạo thành nghiệp quả.

Khi hiểu được sự vận hành của nhân quả, chúng ta sẽ hiểu được rằng những hoàn cảnh mà ta gặp phải trong cuộc sống không phải là do sự ngẫu nhiên. Chúng là kết quả của những hành động ta đã làm trong quá khứ. Giống như những cái vòng bu-mơ-rang [của thổ dân Úc], khi ném ra bay theo vòng tròn rồi sẽ trở về đúng chỗ người ném. Cũng vậy, ta đối xử với người khác như thế nào thì ta sẽ nhận lãnh như thế ấy. Sự giải thích của đạo Phật về nhân quả cũng tương tự như ý tưởng của đạo Thiên Chúa: *"Vì ai gieo giống chi, lại gặt giống ấy."*

Nếu xem xét lối hành xử của mình với người khác, ta sẽ thấy được rằng thái độ và cách ứng xử của ta không phải lúc nào cũng mẫu mực. Chúng ta đã từng cắt đứt tình thân hữu, xúc phạm, lạm dụng hoặc nói xấu người khác hay trộm cắp tài sản của họ. Vậy thì có gì lạ khi chúng ta phải tự mình nhận lấy những điều tổn hại? Có thể gần đây ta không hề xử tệ với người hiện đang gây tổn hại cho ta, nhưng trong quá khứ chúng ta đã từng làm tổn hại những người khác. Khi nghiệp quả từ những hành động của chính ta đã chín muồi, chẳng có ích gì trong việc than trách hay oán giận, vì suy cho cùng thì chính bản thân ta đã hành động để đặt ta vào tình trạng đó. Như bậc thánh vĩ đại của Ấn Độ, ngài Tịch Thiên (Shantideva) đã nói:

Xưa kia ta tạo nghiệp,
Nay phải chịu quả báo.

> *Mọi sự do ta cả,*
> *Sao lại oán hận người?*

Điều này không có nghĩa là ta nên vui vẻ trong sự đau khổ hoặc quy lỗi cho bản thân mình. Đúng hơn, ta nhận biết vai trò [trách nhiệm] của mình và học được bài học từ đó. Nếu ta muốn tránh quả báo khổ đau mà hiện giờ mình đang thọ nhận, ta sẽ phát khởi tâm nguyện mạnh mẽ là chấm dứt mọi hành động có thể đưa đến quả báo tương tự trong tương lai. Điều này sẽ khiến ta luôn ghi nhớ không gây hại cho người khác. Từ nay, bất kỳ lúc nào sắp mất đi sự bình tĩnh, ta sẽ biết dừng lại để suy xét kỹ. Rút ra bài học từ những tình cảnh bất như ý, ta sẽ phát tâm dõng mãnh tu tập để hoàn thiện bản thân mình. Bằng cách đó, ta sẽ chuyển hóa nghịch cảnh khó khăn thành một tình huống có lợi.

Chúng ta có thường nhận ra chính mình trong những tình huống tương tự, liên tục phản ứng theo cách tương tự? Nếu có, thì tại sao? Chúng ta có thể xét mình để thấy, liệu ta có thói quen bất cẩn, buộc người khác phải sửa lỗi cho ta hay không. Nếu là như vậy, thì người ấy trong thực tế đã thật tốt bụng khi chỉ ra lỗi lầm cho ta, vì điều này giúp ta có cơ hội để hoàn thiện. Việc người ấy có thể đã to tiếng khi chỉ lỗi cho ta lại là một việc hoàn toàn khác. Điểm chính ở đây là, chúng ta cần tỉnh giác hơn về việc những hành vi của ta ảnh hưởng đến người khác như thế nào. Và người này đang giúp ta phát triển một sự tỉnh giác như thế.

Chúng ta cũng có thể theo dõi xem liệu ta có thói quen cảm thấy bị tổn thương hoặc giận dữ khi bị chỉ trích hay không. Đôi khi chúng ta quá nhạy cảm và dễ dàng cảm thấy bị xúc phạm. Nếu ai đó hành động theo cách mà chúng ta đặc biệt không thích, ta cường điệu hóa tầm quan trọng của việc ấy, làm cho nó trở thành cụ thể và không sao quên được. Rồi chúng ta ôm giữ mối hiềm hận đó qua nhiều năm. Đây là nguồn gốc của rất nhiều sự oán hận trong gia đình.

Việc ta ôm giữ mối hiểm hận đó trong lòng không gây tổn thương gì đến người kia, vì họ có thể đã quên đi sự việc từ rất lâu. Nhưng mối hiểm hận ấy làm chúng ta đau khổ trong nhiều năm. Người kia chỉ nói ra những lời ấy có một lần, nhưng ta thì cứ nhắc lại chúng nhiều lần trong nhiều năm, và mỗi lần đều làm cho chính ta đau khổ. Vì sự lợi lạc của chính mình cũng như sự hòa hợp với người khác, tốt hơn là chúng ta bớt đi sự nhạy cảm và buông bỏ mọi việc.

Cứng rắn hay thụ động?

Phải chăng điều đó có nghĩa là ta để mặc cho người khác áp chế? Hoặc ta sẽ để cho ai đó làm hại chính bản thân họ hoặc người khác, chỉ vì việc ngăn cản người ấy cần phải to tiếng hay dùng đến vũ lực? Hoàn toàn không. Nhẫn nhục không có nghĩa là cầu an. Người nhẫn nhục luôn giữ tâm an định, nhưng hành vi phát khởi từ tâm nhẫn nhục có thể là mạnh mẽ hoặc ôn hòa.

Trước hết, chúng ta phải từ bỏ tâm sân hận. Khi biết mình đang nhận thức tình huống thông qua cái nhìn hẹp hòi của sự chấp ngã, chúng ta sẽ dừng lại và dành đôi chút thời gian để nhìn nhận vấn đề một cách cởi mở hơn. Chúng ta sẽ suy xét xem vấn đề được nhìn nhận như thế nào từ phía người kia, và điều gì là quan trọng đối với người ấy. Chúng ta sẽ tự xét lại xem những hành vi đã qua cũng như hiện nay đã lôi kéo ta vào tình huống này như thế nào.

Khi cơn giận đã lắng dịu, sẽ nhường chỗ cho từ bi và nhẫn nhục. Một tâm thức sáng suốt, không còn sự nóng giận hung hăng và thiển cận, sẽ có khả năng xem xét một cách thực tiễn những giải pháp khác nhau và chọn ra được giải pháp nào là tối ưu cho mọi người trong cuộc.

Đôi khi chúng ta cần phải nói năng mạnh mẽ để đạt hiệu quả trong giao tiếp. Nói năng cứng rắn với một thái độ bi mẫn khi tình huống đòi hỏi là một kỹ năng quan trọng. Điều này hoàn toàn khác biệt với sự quát tháo trong cơn giận không kiềm chế, khi mà việc giữ im lặng hay nhận lỗi, hoặc giải thích tình huống của mình với sự tôn trọng, sẽ là khôn ngoan hơn. Động cơ [của hành vi], vốn là trạng thái bên trong tâm thức chúng ta, không nên nhầm lẫn với những hành động và lời nói mà ta sử dụng để ứng xử với người khác.

Bất kỳ khi nào có thể được, ta nên tránh những hành vi bạo lực. Nếu như sử dụng vũ lực là cách duy nhất để ngăn cản không cho một người nào đó làm hại bản thân hoặc người khác, thì với lòng bi mẫn đối với cả người bị hại lẫn người gây hại, chúng ta sẽ thực hiện đúng mức những gì cần thiết để ngăn cản. Vì thế, điều quan trọng là phải giữ tâm an hòa trước khi hành động. Nếu ta hành động dưới ảnh hưởng của sân hận, ta rất có thể sẽ dùng đến những lời nói hay việc làm cứng rắn khi không cần thiết, hoặc khi cần thiết thì lại sử dụng quá đáng.

Vì mục đích giao tiếp, đôi khi chúng ta buộc phải nói năng cứng rắn - để nói lên hiểu biết của ta về những gì là đúng hoặc không đúng, có lợi hoặc không có lợi. Điều này có thể được làm với tâm không sân hận. Nếu người kia đã nói năng sai trái hay giận dữ, và chúng ta cũng làm như vậy thì ai đúng, ai sai? Sự giận dữ phá hỏng đi những gì ta nói và làm. Một tâm thức an định có thể giải quyết tình huống theo cách lợi lạc nhất.

5. SỰ BẢO THỦ

Giải quyết những khác biệt

Bảo thủ là khuynh hướng không muốn xem xét đến một ý tưởng hay sự kiện mới. Khuynh hướng khiến ta trở nên cứng nhắc, định kiến và luôn giữ thế phòng vệ. Chẳng hạn, khuynh hướng bảo thủ được khơi dậy khi những chủ đề tranh luận nào đó được nêu lên trong bàn ăn, và chúng ta sẽ phản ứng như một con đà điểu, ta muốn "vùi đầu vào trong cát" và không xem xét bất kỳ ý tưởng mới nào có thể làm lung lay những quan niệm cứng nhắc của ta.

Một khuynh hướng như thế sẽ mang đến nhiều bất ổn cho cuộc sống chúng ta. Xem xét trong lịch sử, ta có thể thấy là sự bảo thủ đã gây hại như thế nào đối với sự phát triển của nhân loại. Sự bảo thủ đã khiến người ta chống lại khảo sát khoa học vào thời Trung cổ; sự sợ sệt bảo thủ đã khiến người dân châu Âu làm ngơ trước sự giết hại hàng triệu người vô tội dưới chế độ Quốc xã. Sự bảo thủ cũng bỏ qua cho những định kiến phân biệt chủng tộc, tôn giáo và giới tính.

Nấp sau khuynh hướng bảo thủ là một định kiến rằng chúng ta đã nắm rõ được hết thảy mọi việc và không muốn bị lay chuyển bởi những ý tưởng mới. Ta có một nỗi sợ tinh tế rằng, nếu tòa lâu đài thế giới quan mong manh của ta sẽ bị xô đổ bởi một ý tưởng mới, ta sẽ đánh mất chính mình. Vì thế, chúng ta thà là cố chấp và không chịu lắng nghe, hoặc quên đi sự việc và lao vào xem ti vi, đánh bạc hoặc say xỉn. Rõ ràng là sự bảo thủ làm ta trở nên cứng nhắc và khó chịu biết bao.

Khi thấy được những nguy hại của sự bảo thủ, chúng ta sẽ

nỗ lực xây dựng một phương thức tiếp cận có lý trí với các ý tưởng và sự kiện mới. Chúng ta sẽ lắng nghe những ý tưởng mới và xem xét chúng theo cách hợp lý, sáng suốt và không thiên lệch. Với ý nguyện hoàn thiện sự hiểu biết và đóng góp cho nền hòa bình thế giới cũng như sự phát triển của nhân loại, chúng ta sẽ lắng nghe các ý kiến và đề xuất mới. Cho dù sau đó ta có chấp nhận một ý kiến nào đó hay không, ta vẫn học hỏi được đôi điều qua việc xem xét ý kiến ấy một cách có lý trí, và qua đó ta càng hiểu biết vấn đề rõ ràng hơn.

Tuy nhiên, khuynh hướng rộng mở lại không có nghĩa là ta chấp nhận mọi ý tưởng mới đến với ta. Điều này đặc biệt đúng trong thực trạng "siêu thị tâm linh" hiện đang tồn tại ở phương Tây. Sự rộng mở cũng không có nghĩa là chúng ta quá sức mong muốn hiện đại hóa, đến nỗi vất bỏ di sản văn hóa phong phú của mình và mù quáng chạy theo mọi ý tưởng, đề xuất mới.

Với tâm rộng mở, ta sẽ luôn khoan dung. Sau khi đã xem xét tính hợp lý của một ý tưởng mới và kiểm chứng, đánh giá nó, nếu quyết định không tán thành, chúng ta vẫn có thể giữ sự điềm tĩnh và thân thiện với người nào chấp nhận ý kiến đó. Không tán thành một ý kiến, không có nghĩa là ta ghét bỏ người nào chấp nhận nó. Ý kiến đó không hề đồng nhất với người chấp nhận nó. Hơn nữa, con người thường thay đổi ý kiến. Chúng ta có thể trân trọng những gì người khác nói ra, cho dù là những điều đúng đắn hay vô nghĩa, vì điều ấy luôn buộc ta phải suy xét và nhờ đó giúp ta khôn ngoan hơn.

Khi đối diện với người đang nói về một chủ đề hoặc ý tưởng mới, chúng ta có thể tiếp nhận với niềm vui được học hỏi, thay vì với khuynh hướng phán xét vốn luôn giữ định kiến rằng người kia không đúng. Chúng ta sẽ mở lòng lắng nghe, thẩm xét, phát triển và chia sẻ, trong khi xem xét lại những ý kiến trước đây của mình.

Cách tiếp cận như vậy sẽ lợi lạc trong rất nhiều trường hợp. Chẳng hạn, chúng ta sẽ khuyến khích các đồng nghiệp, cấp trên cũng như cấp dưới của mình cho ý kiến phản hồi về những dự án đã qua và đề xuất những hoàn thiện trong tương lai. Sự cởi mở như vậy giúp cải thiện môi trường làm việc. Với tâm rộng mở, ta có thể thẩm định chính xác ý kiến của mọi người và có thể cùng hợp tác vì lợi ích chung. Cho dù một người đứng đầu vẫn nắm giữ quyền hạn, nhưng với cách tiếp cận này thì người ấy không còn độc đoán nữa.

Chúng ta không cần phải bảo vệ ý kiến hoặc niềm tin của mình. Trong một ý kiến, không có yếu tố nào để biến nó thành cố hữu của ta. Nếu ai đó phê phán những ý kiến của ta, điều đó không có nghĩa là ta ngu ngốc. Hơn nữa, cũng không cần phải sợ mất mặt khi ta xem xét lại một ý kiến và thay đổi quan điểm. Khi ta lo sợ bị xem là ngu ngốc nếu ý kiến của mình bị chứng minh là sai lầm, thì điều đó xuất phát từ sự tham danh hơn là nhận hiểu sự thật. Với tâm rộng mở, chúng ta sẽ đến với mọi ý kiến và tình huống như một cơ hội để học hỏi và chia sẻ cùng người khác.

6. NHẬN THỨC ĐÚNG ĐẮN VỀ BẢN THÂN

Những phương pháp đối trị kiêu mạn

Kiêu mạn là một khái niệm, một cách nhìn nhận sự việc với sự thổi phồng những phẩm chất của chính mình - như vẻ đẹp hay sức khỏe, học vấn, địa vị xã hội hoặc tài năng - và tự cho rằng mình vượt xa những người khác.

Một khuynh hướng như vậy có rất nhiều bất lợi. Do ảnh hưởng của sự kiêu mạn, ta luôn tìm cách để chắc chắn rằng mọi người đều biết được ta tốt đẹp như thế nào. Chúng ta luôn nói về những thành tích của mình, tìm cách gây ấn tượng với người khác để được ngợi khen, danh vọng và tiền bạc. Tâm kiêu mạn khiến ta luôn xem thường người khác, vì nghĩ rằng họ không có những phẩm chất tốt đẹp như ta.

Khi rơi vào khuynh hướng tự cho mình là quan trọng, chúng ta thực sự rất đáng thương. Nếu có sự trung thực với chính mình, hẳn ta phải thấy được rằng, phía sau vẻ ngoài ngụy tạo, ta không hề thực sự tin chắc rằng bản thân mình tốt đẹp. Nhằm tự thuyết phục chính mình nghĩ khác đi, ta cố hết sức làm cho người khác tin rằng ta có phẩm chất tuyệt vời nào đó. Ta nghĩ rằng, nếu người khác đã rằng ta tuyệt hảo, thì nhất định ta đúng là như vậy. Nhìn sâu vào nội tâm, tất cả những con người bình thường như chúng ta đều có những hình tượng tồi tệ về chính mình. Ngay cả một người mang dáng vẻ cao quý và dường như là biểu tượng của sự thành công theo những tiêu chuẩn thế tục, vẫn không tự cảm thấy thỏa mãn. Vì khó lòng chấp nhận sự bất toàn của chính mình, ta che giấu điều đó bằng cách tỏ ra cao ngạo.

Vì sao những người có vẻ như thành đạt lại có thể không thấy hài lòng với chính mình? Họ cũng như chúng ta, luôn hướng ra bên ngoài để tìm kiếm sự thẩm định giá trị tự thân, sự ngợi khen và chấp nhận. Vì thế, ta không nhận biết được về tiềm năng phát triển toàn diện trí tuệ và từ bi của chính mình. Trong khi ta hướng ra bên ngoài để tìm kiếm hạnh phúc, lòng tự trọng, thì những phẩm tính này lại chỉ thực sự có được thông qua sự phát triển nội tâm.

Sự kiêu mạn luôn khiến ta hành động một cách lố bịch: chúng ta phô trương ngoại hình của mình, thường là rất ngớ ngẩn trong mắt người khác. Chúng ta tự do phê phán người khác, và rồi bối rối khi mọi người không muốn làm bạn với ta. Chúng ta cư xử bất công với người khác, và rồi than phiền khi không có sự hòa hợp trong tập thể. Sự bất hòa luôn xảy ra trong bất kỳ tập thể nào khi người ta cao ngạo và xem thường cảm nhận của người khác.

Cho dù những kẻ kiêu mạn luôn đòi hỏi người khác tôn trọng họ, nhưng sự tôn trọng lại không thể ép buộc. Trong thực tế, cộng đồng xã hội chỉ tôn trọng những người khiêm tốn. Trong số những người nhận giải Nobel Hòa bình, không có ai huênh hoang ngạo mạn cả. Khi đức Đạt-lai Lạt-ma XIV nhận giải thưởng cao quý này vào năm 1989, ngài không xem đó như là phần thưởng cho riêng mình, mà là cho thái độ vị tha chân thành và những hành vi khởi sinh từ tâm bi mẫn.

Chúng ta có thể tôn trọng hết thảy mọi người. Những người thua kém ta về tài sản, học vấn hoặc tài năng, có thể sẽ có nhiều phẩm tính và năng lực mà ta không có. Mọi người đều xứng đáng được tôn trọng, đơn giản chỉ vì họ có những cảm nhận riêng. Ít nhất thì mọi người cũng đều xứng đáng được lắng nghe. Những kẻ cao ngạo không tôn trọng điều đó nên thường khinh người và không khoan thứ. Những người thực sự tự tin luôn tốt bụng, khiêm tốn và biết học hỏi nơi hết thảy mọi người. Nhờ đó, họ tạo ra sự hòa hợp và tôn trọng lẫn nhau.

Kiêu mạn là một trong những trở lực chính yếu ngăn cản sự phát triển trí tuệ và tiềm năng nội tại. Vì tự cho mình là uyên bác, tài năng và tuyệt hảo, nên những người kiêu mạn luôn lấy làm tự mãn. Họ không muốn và cũng không thể học hỏi từ người khác. Chính sự kiêu mạn đã giam hãm họ trong ngục tù mê muội.

Sự tự tin

Sự kiêu mạn thường dễ nhầm lẫn với sự tự tin, và sự khiêm tốn lại thường dễ nhầm lẫn với tính tự ti. Tuy nhiên, hành động một cách cao ngạo không có nghĩa là ta đang tự tin, và bày tỏ sự khiêm tốn không có nghĩa là ta đánh giá thấp bản thân mình. Những người tự tin cũng đều khiêm tốn, vì họ chẳng có gì để phải bảo vệ hay chứng tỏ với người khác.

Việc đánh giá chính mình một cách khách quan là rất khó. Chúng ta thường có khuynh hướng quá hạ thấp hoặc quá đề cao chính mình, vì thế nên dao động giữa hai cực đoan của việc tự cho mình là vô dụng, khó ưa hoặc tự cho mình là tuyệt hảo. Cả hai cách nhìn nhận đó đều không phải là sự đánh giá chính xác về bản thân, vì tất cả chúng ta đều có một số những phẩm chất tốt đẹp song song với những khuyết điểm cần hoàn thiện.

Chúng ta không thể loại bỏ những khuyết điểm của mình bằng cách che giấu chúng, hoặc bằng cách huyênh hoang so đọ với người khác để chứng tỏ rằng mình giỏi nhất. Nhưng chúng ta có thể trung thực thừa nhận những điểm yếu của mình và nỗ lực khắc phục chúng. Tương tự, lòng tự tin không có được từ sự tự phụ công bố những tính chất tốt đẹp của mình, mà là từ sự thẩm xét những tài năng, khả năng của mình để phát huy chúng.

Ở đây, sẽ rất hữu ích nếu nhớ lại rằng chúng ta luôn sẵn có tiềm năng để trở thành một vị Phật, xóa bỏ hoàn toàn mọi che chướng và phát triển hoàn toàn mọi phẩm tính lợi lạc. Điều này mới nghe qua có vẻ như một sự khẳng định phi lý, nhưng khi chúng ta bắt đầu hiểu về tánh Phật và con đường tu tập hướng đến giác ngộ, thì niềm tin vào tính xác thực của điều này sẽ gia tăng. Chương "Tánh Phật" và phần "Con đường hướng đến giác ngộ" sẽ làm rõ điều này hơn nữa. Tánh Phật quý báu là điều ta sẵn có từ lúc sinh ra. Tánh Phật không bao giờ mất đi hay rời khỏi chúng ta. Hiểu được điều này, ta sẽ có được một nền tảng vững vàng và thực tiễn cho sự tự tin.

Chúng ta có thể chấp nhận chính mình với những gì hiện có và tin tưởng vào khả năng phát triển từ bi, trí tuệ. Cách nhìn nhận quân bình về chính mình như vậy sẽ giúp ta rộng mở tâm hồn để nhận hiểu và tôn trọng người khác, vì mọi chúng sinh đều có những phẩm tính đáng tôn trọng. Người tự tin có khả năng thừa nhận những gì mình không biết, và nhờ đó sẽ hoan hỷ sẵn lòng học hỏi từ người khác. Như vậy, những phẩm chất tốt đẹp và trí tuệ của họ được phát triển.

Khi chúng ta có những phẩm chất tốt đẹp thì tự nhiên mọi người sẽ biết đến. Chúng ta không cần phải quảng bá chúng. Thánh Mahatma Gandhi là một ví dụ điển hình cho điều này. Ngài sống đơn giản, trang phục giản dị, không bao giờ tự đề cao mình, và luôn tôn trọng người khác. Cho dù ngài không hề quảng bá phẩm hạnh của mình, nhưng sự nghiệp cao cả và vĩ đại của ngài hiển nhiên được mọi người biết đến.

Đối trị kiêu mạn

Những phương thức nào có thể dùng để đối trị với sự kiêu mạn? Vì kiêu mạn là một thái độ sai trái và hẹp hòi, nên việc phát triển một nhận thức toàn diện hơn sẽ giúp ta nhìn sự việc một cách thực tiễn hơn. Bằng cách đó, ta có thể làm giảm đi tính kiêu mạn.

Lấy ví dụ, khi ta thấy kiêu ngạo về học vấn của mình, ta chỉ cần nhận biết rằng toàn bộ kiến thức của ta đều là nhờ vào do công lao dạy dỗ nhiệt thành của các thầy cô giáo. Khi mới sinh ra, ta hoàn toàn không hiểu biết gì và không có khả năng làm gì cả: thậm chí không thể tự ăn uống hoặc nói ra những gì mình cần. Tất cả những gì chúng ta biết được - ngay cả việc nói năng hay cách buộc dây giày - đều có được từ lòng tốt của những người đã dạy dỗ chúng ta. Vậy thì có gì để ta kiêu ngạo? Không có sự quan tâm chăm sóc của người khác, hẳn là ta sẽ có rất ít kiến thức, rất ít kỹ năng. Suy nghĩ theo cách này thì ta sẽ không còn kiêu mạn nữa.

Tương tự, nếu ta thấy kiêu ngạo vì có nhiều tiền bạc, ta có thể nhớ lại rằng những đồng tiền đó từ trước đây vốn không phải của ta. Nếu ta nhận được tiền bạc từ gia đình hoặc được thừa kế, thì sự biết ơn đối với gia đình hoặc người đã để lại di sản, sẽ thích hợp hơn là tự mình kiêu ngạo. Ngay cả khi ta tự kiếm tiền, thì đồng tiền đó vẫn có được từ nhiều người khác - từ ông chủ trả lương cho ta, hay những người được ta thuê mướn, hoặc khách hàng của ta. Nhờ việc ông chủ đã cho ta công việc, hay nhờ những nhân công đã giúp cho việc kinh doanh của ta phát triển, nên giờ đây ta mới có được nhiều tiền. Trong ý nghĩa đó thì những người nói trên đều rất tốt với ta.

Có thể trước đây ta không thường nghĩ đến lòng tốt của người khác theo cách như vậy, nhưng nếu ta suy nghĩ, ta sẽ thấy điều đó hết sức hợp lý. Cho dù ta có cảm giác như mình đạt được thành công bất chấp sự thiếu thiện cảm từ người khác, nhưng trên thực tế, chỉ riêng những nỗ lực của ta không đủ để mang đến thành công. Chúng ta phụ thuộc vào người khác. Hiểu được điều này, những người khôn ngoan luôn cảm thấy biết ơn chứ không phải là kiêu ngạo với người khác.

Chúng ta cũng có thể kiêu ngạo về tuổi trẻ, sắc đẹp, sức mạnh hoặc tài năng của mình, nhưng những phẩm tính đó luôn biến đổi. Ta có thể cảm thấy mình trẻ, đẹp, khỏe mạnh và năng động trong một thời gian dài, nhưng những phẩm tính này trôi qua rất nhanh. Từng giây phút trôi qua, chúng ta đang già đi. Những nếp nhăn không đột nhiên xuất hiện, những cái răng không rơi rụng tức thì; nhưng dần dần, thân thể ta mất đi thời tươi đẹp của nó.

Con người luôn cố sức ngăn chặn hoặc che giấu sự già đi, nhưng trong thực tế, một cầu thủ bóng đá cơ bắp cuồn cuộn chính là đang trong quá trình trở thành ông lão chống gậy, ngồi xem bên ngoài sân cỏ. Một hoa hậu xinh đẹp nhất cũng không tránh khỏi sẽ trở thành một bà già lọm khọm. Khi thấy được rằng thân thể mình đang liên tục già yếu đi, thì có gì đâu để ta kiêu ngạo?

Nếu ta có được một thân thể khỏe mạnh và hấp dẫn, ta có thể trân trọng những phẩm chất tốt đẹp đó mà không kiêu căng tự phụ. Tương tự, ta có thể hoan hỷ với bất kỳ những tài năng, sản nghiệp hay kiến thức nào ta có được, nhưng không kiêu căng tự mãn. Ngược lại, ta sử dụng bất kỳ phẩm chất nào mình có được để làm lợi ích cho người khác.

Để đối trị sự kiêu ngạo về trí thông minh của mình, ta có thể suy ngẫm về một chủ đề thật khó. Điều này giúp ta nhận ra những hạn chế của mình và tự nhiên từ bỏ sự kiêu ngạo. Với một nhận thức quân bình hơn về chính mình, ta sẽ biết sử dụng năng lực của mình để tự hoàn thiện và làm lợi ích cho người khác.

7. TỪ GHEN TỴ ĐẾN HOAN HỶ

Buông bỏ khổ đau

Khi ghen tỵ, ta không chịu được khi thấy người khác hạnh phúc, giàu có, nổi danh, có nhiều tài năng và những phẩm chất tốt đẹp. Ta muốn hủy hoại hạnh phúc và những phẩm chất tốt đẹp của người khác, ta cho rằng những thứ đó phải đúng ra phải thuộc về mình. Chúng ta có thể ngụy trang cho sự ghen tỵ của mình, hoặc tìm những lý do biện minh cho nó, nhưng khi gạt bỏ hết những lớp vỏ che đậy đó, ta sẽ hoàn toàn thấy rõ được là sự ghen tỵ thật xấu xa biết bao.

Sự ghen tỵ có thể hủy hoại các mối quan hệ từ bên trong. Ta ghen tỵ với người khác bởi vì họ có quan hệ với người ta yêu thương. Ta ghen tỵ trong môi trường làm việc khi có người khác nhận được công việc ta mong muốn. Khi một người khác chơi bóng đá giỏi hơn ta, chơi đàn guitar giỏi hơn ta, có nhiều y phục hợp thời trang hơn ta, hoặc được nhận vào một trường học tốt hơn... ta đều ghen tỵ. Sự ghen tỵ còn liên quan đến cả những cuộc tranh chấp biên giới giữa các quốc gia và trong sự bất hòa giữa các đảng chính trị trong cùng một nước.

Đôi khi, ta quá ghen tỵ đến nỗi mất ngủ hay không thể tập trung vào công việc. Tâm ghen tỵ thúc đẩy ta có những lời nói hay việc làm hủy hoại sự an vui và hạnh phúc của người khác. Nó biến ta thành kẻ gian giảo, không trung thực.

Sự ghen tỵ xuất phát từ nhận thức sai lầm của chúng ta về một tình huống. Với tâm chấp ngã cao độ, sự ghen tỵ đưa đến ý tưởng: "Hạnh phúc của tôi quan trọng hơn của bất kỳ ai khác. Tôi không thể chịu được khi người khác có được hạnh phúc mà tôi mong muốn."

Phương thức đối trị là hãy nhận thức tình huống với một tâm hồn rộng mở hơn, không chỉ xem xét đến những hạnh phúc, lợi ích hay tổn hại của riêng ta, mà còn của những người khác nữa. Hãy nhớ rằng, những người khác cũng đều mong muốn hạnh phúc, cũng vui mừng khi nhận được những lợi ích vật chất và cơ hội tốt đẹp, cũng thích thú khi được giao hảo với những người tốt bụng, và cũng trân trọng những lời khen ngợi. Khi suy nghĩ như vậy, điều đó sẽ tác động sâu xa đến tâm thức ta.

Khi một người khác có được điều gì đó tốt đẹp, tại sao ta không thấy vui theo? Chúng ta thường nói, thật tuyệt vời khi người khác có được hạnh phúc. Giờ đây, có người được hạnh phúc và ta thậm chí đã không phải làm bất cứ điều gì để giúp mang lại niềm hạnh phúc ấy! Việc tự làm khổ mình với lòng ghen tỵ thật không có ý nghĩa gì cả.

Chúng ta không phải bao giờ cũng là người tốt nhất hay có được những thứ tốt nhất. Một đứa trẻ khóc lóc, tranh cãi và cố phá hỏng niềm vui của bạn, khi bạn nó có được cái mà nó không có. Chúng ta là những người lớn có trách nhiệm làm gương cho trẻ con, là những công dân có trách nhiệm tạo sự hòa hợp trong xã hội, nên sẽ rất hữu ích nếu ta để lòng mình hạnh phúc và vui theo với những điều tốt đẹp của người khác. Như thế, cả ta và người khác đều có được hạnh phúc.

Chẳng hạn, khi một đồng nghiệp được thăng tiến và ta nghĩ rằng mình xứng đáng hơn. Nếu ta chỉ nhìn sự việc với quan điểm của riêng mình, ta sẽ đau khổ và ghen tỵ. Sự ghen tỵ không làm cho ta hay người kia được hạnh phúc. Nó cũng không giúp ta đạt được điều gì cả, vì sự ghen tỵ không thể cướp lấy sự thăng tiến của người kia để mang về cho ta. Nếu ta nhớ rằng, người kia đang hạnh phúc với sự thăng tiến và mong muốn mọi người cùng chia vui, ta sẽ vui theo với vận may của người ấy. Và như vậy, cả ta với người ấy đều được vui vẻ.

Việc điều chỉnh thái độ ghen ty không đúng thực của ta sẽ dễ dàng hơn khi chỉ liên quan đến một sự việc nhỏ nhặt, chẳng hạn như có người được nhận quà nhưng ta lại không có. Nhưng việc vui theo với niềm vui của người khác sẽ khó khăn hơn nhiều khi nó đồng nghĩa với sự mất mát của chính ta.

Lấy một ví dụ, người bạn tình của ta đã không chung thủy trong quan hệ lứa đôi. Nếu ta phản ứng với sự ghen tuông rồi quát tháo, nguyền rủa, thậm chí là đánh đập người ấy, ta cũng không làm giảm nhẹ được nỗi đau khổ vì ghen tuông, càng không thuyết phục được người kia rằng việc duy trì quan hệ với ta là điều tốt đẹp. Khi để cho ngọn lửa ghen tuông tiếp tục thiêu đốt, ta sẽ luôn bất an, khổ đau và thù hận. Thêm vào đó, ta rất có thể sẽ nói năng hoặc hành xử theo cách khiến cho người kia căm ghét ta, và như vậy sẽ ngăn cản sự tái lập quan hệ.

Cho dù ta không tha thứ cho cách hành xử sai trái của người kia, nhưng nếu giữ được sự bình tĩnh, ta sẽ không phải chịu quá nhiều đau khổ. Thêm nữa, ta sẽ có thể duy trì được mối quan hệ cởi mở giữa đôi bên. Và như vậy, cả ta và người ấy đều sẽ được thoải mái khi về sau khi gặp gỡ hay chuyện trò. Điều này cũng sẽ mở ra khả năng nhận lỗi cho người kia, nếu họ muốn.

Tóm lại, dứt bỏ lòng ghen ty sẽ giúp ta tránh được sự giằn vặt nội tâm. Trong khi đó, việc vui theo với những điều tốt đẹp và thành công của người khác sẽ mang lại hạnh phúc cho cả đôi bên.

8. VẠCH MẶT KẺ TRỘM

Nhận biết những tâm hành phiền não

Để nhận biết những khuynh hướng gây bất an khi chúng lén lút khởi lên trong tâm thức, chúng ta cần phải có chánh niệm và sự tỉnh giác nội tại. Một khi ta đã quyết định sẽ hành động, nói năng và suy nghĩ theo những phương cách mang đến lợi lạc, chánh niệm sẽ giúp ta không xao lãng điều đó. Sự tỉnh giác nội tại sẽ giúp ta luôn nhận biết những gì ta đang nói, đang làm hay đang suy nghĩ, và nếu nhận biết có một khuynh hướng gây bất an, nó cảnh báo ta về sự nguy hại. Truyền thống Kadampa thuộc Phật giáo Tây Tạng có lời dạy rằng:

Hãy thận trọng với tâm ý khi ở một mình.
Hãy thận trọng với lời nói khi ở chỗ đông người.

Vì cuộc sống bận rộn, ta thường không nhận biết được những gì đang diễn ra trong tâm mình. Chúng ta luôn bận bịu với những việc đi đây đi đó, làm việc này, chuẩn bị việc kia... Sau một thời gian như thế, ta cảm thấy mình không hiểu được nhiều về chính mình, vì sự chú ý của ta luôn hướng ra bên ngoài. Để điều chỉnh việc này, điều quan trọng là mỗi ngày ta phải có được một ít "thời gian tĩnh lặng" để thư giãn và sống với chính mình. Chúng ta có thể đọc văn chương bổ ích, hoặc chỉ cần ngồi yên và suy ngẫm. Xem xét lại những gì đã xảy ra mỗi ngày là điều rất tốt: ta đã làm những gì và tại sao; người khác đã nói, đã làm những gì và ta phản ứng ra sao; những suy nghĩ và cảm nhận nào của ta đã bộc lộ và không bộc lộ.

Chính thời gian tĩnh lặng này là cơ hội để chúng ta "thấu hiểu" những gì mình đã trải qua, để nhận biết về những gì ta đã suy nghĩ và cảm nhận. Ta có thể tự thấy mình đã có sự cảm thông với nỗi khó khăn của một ai đó; ta có thể nhận ra mình đã không bối rối trong một tình huống mà thông thường dễ gây bối rối. Ta sẽ thấy được sự tiến triển trong việc nuôi dưỡng những trạng thái tích cực của tâm hồn, rồi sẽ hoan hỷ, tự chúc mừng mình - tất nhiên là không hề trở nên kiêu ngạo.

Mặt khác, ta có thể nhận biết một cảm xúc khó chịu và tự hỏi: "Phải chăng lúc đó mình đã tức giận? Mình đã ganh tị? Tham luyến? Kiêu ngạo? Bảo thủ?" Trung thực với chính mình, ta sẽ sẵn sàng thừa nhận khi có những thái độ không đúng thực hoặc tai hại. Không cần thiết phải tự phê phán mình vì đã có những thái độ đó. Chỉ đơn giản là nhận biết chúng đang hiện hữu ở đó. Chúng ta là những người bình thường, nên những cảm xúc tai hại đôi khi sinh khởi là điều tự nhiên. Không lý do gì ta phải mang mặc cảm tội lỗi vì chúng, nhưng cũng không nên phớt lờ chúng đi.

Để hóa giải những cảm xúc khó chịu này, ta có thể thực hành những phương pháp đã được trình bày trong các chương trước. Chẳng hạn, ta có thể thấy được cách nhận thức của mình về một tình huống là hẹp hòi, khiến ta khởi lên sự giận dữ. Nếu xem xét thật kỹ, ta có thể vạch rõ sai lầm trong sự phóng chiếu [tư tưởng] đó. Và rồi ta sẽ cố gắng để nhìn nhận vấn đề từ một quan điểm đúng thực và nhân ái hơn. Bằng cách này, ta buông bỏ được cảm xúc không tốt vừa nói trên. Sau đó, ta có thể quyết tâm duy trì sự tỉnh giác nhiều hơn trong tương lai, để không còn hành xử và nói năng dựa trên những khuynh hướng gây bất an như thế nữa.

Trải qua một thời gian, ta sẽ nhận ra rằng trong số những khuynh hướng gây bất an luôn có một khuynh hướng xuất hiện thường xuyên nhất. Đây chính là khuynh hướng mà ta phải đặc biệt cảnh giác trong cuộc sống hằng ngày. Trong thời gian tĩnh tâm mỗi ngày, ta có thể dần dần rèn luyện bản thân theo một khuynh hướng nhận thức cởi mở và giàu tình thương hơn.

Nhờ đó, những quan điểm lợi lạc sẽ khởi lên thường xuyên hơn trong ta, và ta sẽ bắt đầu nhìn nhận khác hơn về các tình huống. Và rồi, khi có những sự kiện tương tự xảy ra trong ngày, ta có nhiều khả năng hơn trong việc nhận diện được ngay những phóng chiếu tư tưởng sai lầm và những khuynh hướng cảm xúc gây bất an, trước khi chúng kịp khống chế, sai xử ta.

Bằng sự từ bỏ dần dần những khái niệm sai lầm và chuyển hóa thái độ tinh thần, ta sẽ tận hưởng nhiều hơn trong cuộc sống và làm lợi ích nhiều hơn cho người khác. Bằng cách này, cuộc sống của chúng ta trở nên rất có ý nghĩa.

9. THỦ PHẠM CHÍNH: TÂM VỊ KỶ

Nhân cách của chúng ta được tạo thành từ nhiều yếu tố khác biệt, một số trong đó là đối nghịch với nhau. Đôi khi ta yêu thương, đôi khi ta lại hằn học; có lúc ta kiêu ngạo, không nghe lời khuyên dạy, nhưng có lúc ta lại tò mò, ham học hỏi... Nhân cách của ta không cố định, vì những tính cách của ta có thể thay đổi. Bằng cách bắt đầu tu tập để ngày càng quen thuộc hơn với các khuynh hướng tâm lý xây dựng và xa lánh dần các khuynh hướng tâm lý gây tổn hại, ta có thể làm cho nhân cách của mình được hoàn thiện.

Những khuynh hướng tâm lý gây bất an không phải là một phần bản chất của ta. Chúng như những đám mây che khuất bầu trời bao la trong sáng, và vì thế chúng có thể thay đổi, biến mất. Vì dựa trên những diễn dịch sai lầm và sự phóng chiếu tư tưởng, nên chúng không thể tồn tại một khi ta nhận ra được tính chất sai lệch của chúng. Vì thế, khi ta phát triển trí tuệ và tâm từ bi, các khuynh hướng tâm lý gây bất an sẽ mất dần.

Sự chuyển biến tốt đẹp này không xảy ra nhờ sự mong ước hay khẩn cầu của chúng ta, mà chỉ có được khi ta đã tạo ra các nguyên nhân chuyển biến. Khi ta chế ngự dần các khuynh hướng tâm lý gây bất an, thì kết quả là một trạng thái an bình của tâm thức sẽ tự nhiên sinh khởi. Chính ta đã tạo ra trạng thái đó và ta có khả năng kiểm soát nó. Tâm trong sáng thanh tịnh của ta vẫn luôn hiện hữu, nhưng phải đợi khi các khuynh hướng tâm lý gây bất an được xua tan đi thì mới hiển lộ, như khi mây đen tan biến thì bầu trời xanh mới hiện ra. Đây chính là cái đẹp của con người chúng ta; là tiềm năng sẵn có trong mỗi chúng ta.

Đức Phật dạy rằng, những khuynh hướng tâm lý gây bất an của chúng ta đều mang hai tính chất chung: vô minh và vị kỷ. Ta không hiểu được bản thân mình là ai, hoặc ta và những hiện tượng khác tồn tại như thế nào. Như vậy là vô minh. Do vô minh, ta chú trọng thái quá vào bản thân ta và những gì thuộc sở hữu của ta. Khuynh hướng ích kỷ này lại tiếp tục phát triển và mang đến cho ta những bất ổn, cho dù chúng có vẻ như bảo vệ sự an vui cho ta.

Triết lý của tâm vị kỷ là: "Tôi là quan trọng nhất. Hạnh phúc của tôi là tối yếu, và đau khổ của tôi phải được trừ bỏ trước nhất." Điều này nghe có vẻ thật trẻ con, nhưng khi tự xét lại những tư tưởng của mình, ta có thể thấy rằng, rất nhiều hành vi của ta bị thúc đẩy bởi khuynh hướng cho rằng "hạnh phúc của tôi lúc này là quan trọng nhất".

Đây là một khuynh hướng quen thuộc mà ta đã có từ lúc sinh ra (thậm chí có thể là trước đó nữa). Những đứa bé chưa biết tư duy bằng ngôn ngữ nhưng vẫn la khóc đòi ăn, không chỉ vì chúng cảm thấy đói, mà còn là vì tâm thức chúng đang khát khao cái "hạnh phúc của tôi lúc này". Xã hội chúng ta nuôi dưỡng tâm vị kỷ, dạy chúng ta tìm kiếm hạnh phúc cho riêng mình hầu như bằng mọi giá. Cho dù sự cạnh tranh không nhất thiết phải là vị kỷ, nhưng trong hầu hết trường hợp thì vẫn thường là như vậy, bởi ta đâu có thường vui theo với người khác hoặc đội khác khi họ vượt hơn ta?

Cuộc đời dạy ta phải dùng mánh khóe, gian dối để đạt được những gì mình muốn, và miễn là sự không trung thực của ta không bị phát hiện thì nó sẽ được cho qua một cách kín đáo. Con số rất nhiều các quan chức nhà nước và lãnh đạo các công ty phải đối mặt với nhiều cáo buộc phạm tội đã minh họa cho điều này. Thế nhưng, thay vì hả hê chỉ trỏ vào họ, chúng ta phải nhìn lại xem mình có hành động giống họ hay không.

Là người lớn, chúng ta xảo quyệt hơn trẻ con, vì ta che đậy khuynh hướng ích kỷ của mình bằng những cung cách lịch sự và tỏ ra quan tâm đến người khác. Nhưng trong thâm tâm, ta luôn xem chính mình là quan trọng nhất, người khác chỉ là thứ yếu.

Một số người cho rằng ích kỷ là bản chất tự nhiên của con người, rằng ta và sự ích kỷ của ta vốn không thể chia tách, cũng như nước hoa và hương thơm của nó. Ta có cảm giác như thế là vì quan niệm ích kỷ của ta đã tồn tại từ quá lâu rồi. Trong ý nghĩa đó, ta có thể nói rằng ích kỷ là một bản chất tự nhiên, vì từ thuở sơ sinh ta đã sẵn mang tính ích kỷ, và tiếp tục như thế cho đến khi tự ta có sự nỗ lực thay đổi.

Thế nhưng, điều này không có nghĩa rằng sự ích kỷ là một phần không thể tách rời với chúng ta. Vì nếu đúng như thế, thì những bậc lãnh đạo tôn giáo lớn làm sao có thể thương yêu mọi người hơn cả chính bản thân họ? Làm sao một người mẹ có thể yêu thương con cái hơn chính bản thân mình? Làm sao người ta có thể liều mình để cứu sống người khác?

Nếu ích kỷ là bản chất cố hữu của chúng ta, hẳn phải không có phương cách nào để ta tự tu tập, nuôi dưỡng tình thương yêu bình đẳng và lòng bi mẫn đối với tất cả chúng sinh. Tuy nhiên, một phương cách như thế là có thật. Từ xưa nay, có rất nhiều người đã thành công trong việc chuyển hóa khuynh hướng ích kỷ của họ và thực sự yêu thương người khác hơn cả chính bản thân mình.

Nếu ích kỷ là một phần bản chất của chúng ta, thì lẽ ra quan niệm ích kỷ phải là một phương cách đúng đắn và lợi lạc để tiếp xúc với cuộc đời. Nhưng như chúng ta đều thấy, sự thật không phải như thế.

Chúng ta có thể giảm dần tính ích kỷ và cuối cùng dứt bỏ hẳn khỏi tâm mình. Trước tiên, chúng ta phải nhận ra được những tai hại của quan niệm ích kỷ. Khi biết rằng nó chính là nguyên nhân của tất cả những bất ổn không mong muốn, ta sẽ quán xét về cách vận hành của nó và rồi trừ bỏ được nó.

Tư tưởng ích kỷ có vẻ như là người bạn của ta, giữ gìn sự lợi ích cho ta, bảo vệ ta khỏi mọi sự tổn hại và bảo đảm hạnh phúc cho ta. Nhưng có đúng vậy không? Mỗi khi có sự xung đột giữa hai người, hai nhóm người hoặc hai quốc gia, sự ích kỷ liền xuất hiện. Một bên bảo vệ quyền lợi của mình, xem đó là những gì thiết yếu nhất. Và bên kia cũng hành động như vậy. Sự thỏa thuận và hợp tác trở nên khó khăn, mà sự khoan dung, tha thứ cũng không dễ dàng gì.

Chẳng hạn, khi có một xung đột trong gia đình, nếu ta không chiếm được ưu thế, ta sẽ không vui. Nếu giành được phần thắng, có lẽ ta cảm thấy "vui" được trong nhất thời, nhưng sâu thẳm trong lòng, ta không sao hài lòng với những gì mình đã nói hay đã làm chỉ nhằm giành cho được ưu thế. Việc buông thả theo sự ích kỷ không giúp ta trở thành người tốt hơn và đáng kính trọng hơn, cho dù nó có mang lại cho ta quyền lực nhất thời. Khi chúng ta luôn chăm lo cho bản thân mình trước hết, thì làm sao người khác có thể hoàn toàn tin cậy vào ta?

Một tai hại khác của tâm ích kỷ là nó làm cho các bất ổn của ta có vẻ như lớn hơn nhiều so với thực tế. Khi ta gặp một khó khăn nhỏ nhặt, nhưng sự suy nghĩ nhiều lần về nó sẽ khiến cho bất ổn ngày càng lớn lên, cho đến khi ta không thể suy nghĩ đến điều gì khác hơn nó. "Kỳ thi của tôi quan trọng quá!", "Sếp tôi yêu cầu nhiều quá!"... Sự lưu tâm quá nhiều đến những vấn đề nhỏ nhặt khiến cho chúng trở nên có tầm vóc cực kỳ lớn lao với những hệ quả rung trời chuyển đất. Ta than phiền, ta mất ngủ, rồi bắt đầu sa vào rượu bia, nghiện ngập, thậm chí rơi vào suy nhược thần kinh. Tóm lại, khuynh hướng ích kỷ là một thỏi nam châm thu hút mọi vấn đề bất ổn đến với chính ta.

Sự "hợp lý" của khuynh hướng ích kỷ

Lập luận chủ yếu của tâm ích kỷ là cho rằng ta là trung tâm vũ trụ, là người quan trọng nhất, hạnh phúc và khổ đau của ta là những điều thiết yếu nhất. Tại sao tôi cảm thấy tôi là quan trọng nhất? Khuynh hướng ích kỷ sẽ giải thích rằng: "Vì tôi là tôi, tôi không phải là bạn."

Tôi cảm thấy tôi là trung tâm vũ trụ (dù tôi luôn giữ kín điều này không cho ai biết). Nhưng bạn cũng cảm thấy như vậy, và nhiều người khác cũng đều cảm thấy như vậy. Chỉ riêng việc cảm thấy hạnh phúc của mình là quan trọng nhất không thể biến điều đó thành sự thật.

Dựa vào đâu mà ta cho rằng hạnh phúc của mình là quan trọng nhất? Cơn đau răng của tôi có nhức nhối hơn của bạn chăng? Sự thích thú khi ăn của tôi có lớn hơn so với một người hành khất? Khi khảo sát vấn đề một cách hợp lý, liệu có bất kỳ ai trong chúng ta có thể nói rằng hạnh phúc hay khổ đau của mình là lớn hơn hoặc quan trọng hơn so với của người khác?

Ta có thể nghĩ rằng, vì ta là chủ gia đình, là giám đốc công ty hoặc là người có kỹ năng, tài giỏi nên ta quan trọng hơn người khác. Đúng là như vậy, nhưng đó chỉ là vì ta có nhiều trách nhiệm hơn trong việc phục vụ và giúp đỡ người khác trong cương vị của mình. Tuy nhiên, điều đó không có nghĩa rằng hạnh phúc của ta là tốt đẹp hơn và khổ đau của ta là tồi tệ hơn so với của người khác. Như ngài Tịch Thiên (Shantideva) có dạy trong *Nhập Bồ Tát Hạnh*:

Ta và người giống nhau,
Đều mưu cầu hạnh phúc.
Ta có gì hơn người?
Sao tìm hạnh phúc riêng?

Tất cả chúng ta, người giàu hay người nghèo, người thông minh hay kẻ tầm thường, người xinh đẹp hay kẻ thô xấu, cũng đều mong muốn được hạnh phúc và né tránh khổ đau. Chúng ta có thể khác nhau về phương cách mưu cầu hạnh phúc, nhưng sự mong cầu hạnh phúc là giống nhau ở tất cả chúng ta. Trong ý nghĩa này, tất cả chúng sinh đều bình đẳng, như ngài Tịch Thiên có dạy:

Nên trừ khổ cho người,
Vì họ khổ giống ta.
Nên làm lợi cho người,
Vì chúng sinh bình đẳng.

Điều quan trọng phải nhận ra là, dù tất cả chúng ta đều mong cầu hạnh phúc, nhưng mỗi chúng ta có những cách khác nhau để đạt được. Chúng ta ưa thích những điều khác nhau, có những giá trị văn hóa khác nhau và những mục tiêu cá nhân khác nhau. Khi ta trân quý một điều gì rồi nghĩ rằng mọi người khác cũng phải giống như ta, đó là vị kỷ. Có nhiều sự hiểu lầm nảy sinh trong giao lưu văn hóa và giữa các thế hệ khác nhau, chỉ vì ta luôn cho rằng người khác phải trân quý những thứ giống như ta. Việc nhận biết và tôn trọng sở thích của người khác, cũng như những điều họ không thích, là cực kỳ quan trọng, cho dù những điều đó có phù hợp với ta hay không.

Điều này đòi hỏi chúng ta phải vượt qua những điểm tương

đồng về vẻ ngoài giữa mọi người và chú tâm đến một mức độ sâu xa hơn. Với vẻ bề ngoài, chúng ta có thể nghĩ rằng: "Bạn thích môn hóa. Tôi thì thấy môn đó chán lắm, nhưng môn lịch sử cổ đại thật thú vị.", hoặc là: "Bạn muốn đất nước mình phát triển hiện đại hơn, nhưng tôi muốn đất nước mình phát triển chậm lại và gần gũi với thiên nhiên nhiều hơn."

Nếu ta chú tâm vào những sự khác biệt như thế, ta sẽ thấy mình cách biệt với người khác. Nhưng nếu ta nhìn sâu hơn và nhận biết rằng, về căn bản chúng ta đều giống nhau ở sự mong cầu hạnh phúc và né tránh khổ đau, ta sẽ cảm thấy rất gần gũi với người khác. Khi cảm nhận được sự tương đồng giữa ta với tất cả mọi người, ta sẽ có khả năng giao tiếp tốt hơn với người khác. Ngài Tịch Thiên đã kêu gọi:

Tay, chân, các bộ phận,
Là một phần thân thể.
Cũng vậy, mỗi chúng sinh,
Là một phần đời sống.

Khi chân ta đạp gai, tay ta liền đưa xuống nhổ gai ra khỏi chân. Tay ta không hề do dự. Nó không suy nghĩ: "Tại sao chân không biết tự chăm sóc? Thật là phiền phức khi phải giúp nó." Tại sao tay dễ dàng giúp đỡ chân như vậy? Vì chúng được xem như là những bộ phận trong cùng một tổng thể, cơ thể của chúng ta.

Tương tự, nếu chúng ta xem mọi chúng sinh đều là một phần trong tổng thể đời sống, thì ta không thấy phiền toái khi giúp đỡ người khác. Đó là ta đang giúp đỡ cho một phần khác trong một tổng thể lớn hơn mà chính ta cũng là một phần trong đó. Thay vì tự nhận thức về mình như những con người độc lập, chúng ta sẽ hiểu ra được rằng, trong thực tế chúng ta luôn phụ thuộc lẫn nhau. Vì vậy, ta sẽ giúp đỡ người khác như cứu giúp chính bản thân mình.

Bằng cách này, chúng ta sẽ giúp đỡ mà không sinh tâm kiêu

mạn. Khi tay giúp đỡ chân, nó không suy nghĩ: "Tôi thật vĩ đại! Xem tôi này! Tôi đã hi sinh quá nhiều cho cái chân. Tôi mong cái chân phải biết ơn về những gì tôi đã làm cho nó." Tay chỉ giúp đỡ chân thôi. Không hề có sự cao ngạo hay kiêu mạn.

Cũng vậy, chẳng có lý do gì để ta kiêu hãnh về việc đã làm nhiều việc giúp người khác. Khi ta đã quen thuộc với ý tưởng rằng tất cả chúng ta đều là một phần trong tổng thể đời sống, thì khi ấy việc giúp đỡ người khác cũng sẽ đơn giản như hiện nay ta giúp đỡ chính bản thân mình.

Nhờ liên tục quán chiếu về tính bình đẳng giữa bản thân ta và người khác, ta có thể trừ bỏ sự ích kỷ ra khỏi tâm thức mình. Khi ngọn đèn được thắp lên trong phòng, bóng tối sẽ tự nhiên biến mất. Cũng vậy, khi những nhận thức sai lầm và định kiến của khuynh hướng vị kỷ bị phơi bày bởi sự nhận hiểu sâu sắc, khuynh hướng ích kỷ sẽ tự nhiên biến mất. Bằng cách thường xuyên nuôi dưỡng tinh thần vị tha, ta sẽ khiến cho nó trở nên một khuynh hướng tự nhiên giống như khuynh hướng ích kỷ hiện nay vậy.

Tâm vị kỷ được bộc lộ qua mọi hành động của chúng ta. Tuy nhiên, ta không thể đánh giá mức độ ích kỷ và vị tha của người khác chỉ hoàn toàn dựa vào hành động của họ. Chẳng hạn, một người khoa trương tặng một ngàn đô-la cho hội từ thiện với động cơ thúc đẩy là để bạn bè thấy mình là người hào phóng. Một người khác chỉ khiêm tốn đóng góp năm đô-la, nhưng với ước nguyện chân thành cho người khác được lợi lạc. Trong thực tế, chính người thứ hai mới là người rộng lượng, còn người thứ nhất vốn thật keo kiệt, chỉ cầu lấy tiếng tốt cho mình mà thôi.

Xóa bỏ sự nghi ngờ

Một số người có thể mang mặc cảm tội lỗi về sự ích kỷ của mình. Điều này hoàn toàn vô ích. Tự trách mình là một mánh khóe của tâm ích kỷ, vì điều này vẫn là nhấn mạnh vào "cái tôi" cũng như ý tưởng "tôi tồi tệ biết bao".

Điều chúng ta cần là hành động chứ không phải mặc cảm tội lỗi. Khi biết mình đang ích kỷ, ta có thể nhớ lại rằng người khác cũng mong cầu hạnh phúc không kém bản thân ta. Ta có thể thử hình dung việc người khác sẽ vui mừng biết bao nếu được ta giúp đỡ. Khi nhớ đến lòng tốt mà tất cả chúng sinh đã dành cho ta trong những kiếp sống quá khứ cũng như trong hiện tại, ta sẽ muốn đền đáp sự chăm nom của họ. Bằng cách này, khuynh hướng ích kỷ sẽ tự nhiên giảm dần và tâm nguyện giúp đỡ người khác sẽ tăng thêm.

Dứt bỏ sự ích kỷ không có nghĩa là ta sẽ trao cho mọi người tất cả những gì họ muốn. Lòng vị tha phải đi kèm với trí tuệ. Với một người nghiện ngập, cho họ uống rượu không phải là từ bi. Buông lỏng trẻ em lớn lên ngoài khuôn phép không phải là điều có lợi cho trẻ.

Trừ bỏ lòng vị kỷ cũng không có nghĩa là ta phải luôn nhượng bộ người khác và không bao giờ bảo vệ quan điểm riêng của mình. Khi có sự bất đồng quan điểm giữa ta và người khác, điều khôn ngoan là không để tâm mình giận dữ và bám chấp. Nếu ta ngoan cố bám chặt một quan điểm chỉ đơn giản vì đó là quan điểm của ta, thì đó là ta đã tự giới hạn chính mình. Nếu cố chấp không thử qua ý tưởng của người khác, ta sẽ không thể học hỏi gì thêm. Nhưng khi trong lòng ta đã trừ sạch những khuynh hướng gây tổn hại, ta có thể nhìn sự việc với một quan điểm thông thoáng và tìm ra giải pháp có lợi cho nhiều người nhất. Có thể là ta vẫn tiếp tục nghiêng về quan điểm trước đây của mình, nhưng là với một tâm trạng điềm tĩnh. Cũng có thể ta sẽ thay đổi quan điểm.

Một số người lập luận rằng: "Nếu ta không ích kỷ, ta sẽ không có khát vọng nào trong cuộc đời cả và sẽ trở nên thụ động, không có mục đích sống." Cho dù động cơ ích kỷ có thể thôi thúc ta nỗ lực để đạt những kết quả tốt trong kỳ thi, giành được một địa vị cao trong công ty, hay phát minh những thiết bị mới, nhưng điều đó không có nghĩa rằng ta nhất thiết phải từ bỏ những việc làm đó nếu ta thoát khỏi sự trói buộc của tâm ích kỷ.

Tất nhiên, ta sẽ từ bỏ một số hành vi khi ta không còn mưu cầu lợi ích cho riêng mình. Chẳng hạn, ta sẽ từ bỏ việc nhục mạ và phê phán người khác. Nhưng những hành vi khác có thể vẫn được ta theo đuổi với một động lực thôi thúc giàu lòng bi mẫn hơn. Ta có thể nỗ lực học tập tốt ở trường để gặt hái nhiều kiến thức nhằm sử dụng vào việc làm lợi ích cho người khác. Ta có thể phát minh nhiều thứ hoặc kinh doanh với tâm nguyện dùng khả năng của mình để phụng sự người khác. Ta có thể từ bỏ sự cạnh tranh mang tính ích kỷ và thay vào đó là nỗ lực hết mình để làm lợi ích cho người khác.

Cho dù những người khác trên thương trường vẫn tiếp tục kinh doanh với động cơ ích kỷ, nhưng điều đó không ngăn ta thay đổi động cơ của chính mình. Một nữ doanh nhân Hong Kong nói với tôi, theo kinh nghiệm của cô thì khi ta kinh doanh có đạo đức và thật lòng quan tâm đến khách hàng hay các nhà cung cấp của mình, họ sẽ tin tưởng ta. Nhờ có mối quan hệ tốt đó, họ mới tiếp tục hợp tác với ta và giới thiệu thêm nhiều người khác đến với ta. Nếu chúng ta ích kỷ chỉ quan tâm đến việc thu về thật nhiều tiền và mua bán theo cách có lợi cho mình nhất, điều đó xét về lâu dài sẽ không hề có lợi. Cô kết luận rằng, chính việc giữ đạo đức tốt và quan tâm đến người khác đã giúp cho kinh doanh phát triển tốt!

Dứt bỏ sự ích kỷ không có nghĩa là ta không còn mong muốn được sống hoặc không tự bảo vệ mình khi gặp nguy hiểm. Thế nhưng, sát hại người khác không phải là giải pháp duy nhất khi ta gặp nguy hiểm. Là con người, ta có thể sử dụng trí thông minh và sự sáng tạo để giải quyết những bất ổn mà không cần phải dựa vào bạo lực.

Với lòng bi mẫn thương xót người đang gây tổn hại cho ta, ta có thể ngăn chặn người ấy, vì không muốn họ phải nhận lấy quả báo xấu ác do hành vi đó, và cũng vì ta mong muốn kéo dài đời sống của mình để phụng sự nhiều hơn cho chúng sinh. Mặc dù trước đây có thể ta chưa từng suy nghĩ theo cách này, nhưng đó không phải là một cách nghĩ không thực tế hay không khả thi. Bằng cách tu tập tâm từ, cách suy nghĩ như thế sẽ phát triển trong ta.

Sự cần thiết của tâm từ ái

Tâm từ ái là nguyên nhân thiết yếu để có được hạnh phúc. Đối xử tốt với người khác là điều tử tế nhất ta có thể làm cho chính mình. Khi ta tôn trọng người khác, biết quan tâm đến những nhu cầu, quan điểm và mong ước của họ, sự thù nghịch sẽ không còn nữa. Một cuộc đối đầu cần phải có hai bên, và nếu ta từ chối không trở thành một bên trong đó thì sẽ không có tranh chấp.

Tâm từ có thể biểu hiện ngay trong những việc tốt nhỏ nhặt. Chẳng hạn, với sự quan tâm đến môi trường chung, chúng ta sẽ tái chế giấy báo, chai thủy tinh, lon kim loại. Khi gặp người có việc gấp đang cùng xếp hàng chờ đợi, ta sẽ nhường người ấy được phục vụ trước mình. Chúng ta sẽ không phàn nàn khi tiền thuế của mình được sử dụng vào mục đích giáo dục và tạo công ăn việc làm cho những người nghèo khó.

Xét về lâu dài, ta càng giúp ích cho nhiều người thì ta lại càng được hạnh phúc nhiều hơn. Chúng ta sống trong một thế giới mà tất cả mọi người đều phụ thuộc lẫn nhau. Vì thế, khi những người khác được hạnh phúc nhiều hơn thì môi trường sống của ta cũng sẽ an vui hơn. Như đức Đạt-lai Lạt-ma có nói: *"Nếu bạn muốn ích kỷ thì hãy ích kỷ một cách khôn ngoan. Và cách tốt nhất để ích kỷ một cách khôn ngoan là giúp đỡ người khác."*

Khi người khác đang bị khích động, tốt nhất là đừng phản ứng tức thì với họ, mà hãy đợi cho họ bình tĩnh lại rồi mới đưa vấn đề ra thảo luận. Bằng cách đó, chúng ta sẽ tránh được nguy cơ tự mình cũng nổi giận khi đối đầu với cơn giận của họ. Hơn thế nữa, khi người ta đang mất bình tĩnh, họ thường không có khả năng lắng nghe và thảo luận. Ngược lại, nếu ta đợi cho họ bình tâm và tiếp xúc với họ sau đó, sự việc sẽ thường mang lại nhiều kết quả tốt hơn.

Tuy nhiên, mỗi một trường hợp đều khác nhau. Nếu có người muốn nói chuyện với ta về một vấn đề và ta cao ngạo đáp lại: "Ồ, lúc này ông không biết lý lẽ gì đâu, tôi sẽ không nói chuyện với ông." Như vậy sẽ chẳng giúp ích được gì. Tâm từ không hề cao ngạo mà luôn khéo léo và quan tâm giúp đỡ.

Trong một lần hội thảo, tôi đề nghị những người tham dự diễn lại một tình huống tranh cãi trong cuộc sống của họ. Lần đầu tiên, họ diễn lại trường hợp tranh cãi giữa hai người đều nóng giận, cố chấp, mỗi người nhận thức sự việc theo quan điểm vị kỷ của riêng mình. Lần thứ hai, họ diễn lại cũng tình huống đó, nhưng với một người đưa ra lập luận và người kia thì lắng nghe, nhận hiểu được tình thế của anh ta. Chúng tôi vô cùng kinh ngạc trước sự khác biệt quá lớn giữa hai khả năng diễn ra của cùng một tình huống!

Với tâm từ, chúng ta sẽ sống hòa hợp với những người không cùng tín ngưỡng, vì sự tranh cãi với những người khác tín ngưỡng sẽ không giúp ta đạt được điều gì cả. Dù là ở nơi làm việc hoặc trong gia đình, ta luôn sẵn có khả năng giải quyết những khác biệt về quan điểm. Những người làm việc trong các lãnh vực hòa giải tranh chấp đều nhận ra giá trị của tâm từ trong việc đạt đến sự đồng thuận. Những chuyên gia trị liệu và các nhà tư vấn gia đình đều nhấn mạnh sự cần thiết của tâm từ trong việc làm dịu đi những xung đột nội tâm và ngoại cảnh của một con người.

Tâm từ là cội nguồn của sự hòa hợp và tôn trọng lẫn nhau. Tâm từ giúp ta không cảm thấy xa lạ hay sợ sệt người khác. Tâm từ cũng bảo vệ ta không rơi vào sân hận, tham luyến, bảo thủ, kiêu mạn hay đố kỵ. Khi có cơ hội giúp đỡ người khác, chúng ta sẽ không thiếu đi quyết tâm và lòng bi mẫn. Nếu các nhà lãnh đạo chính trị có tâm công bằng và từ ái, hẳn thế giới này sẽ khác đi biết bao!

Vì mọi bất ổn đều khởi sinh từ khuynh hướng vị kỷ, nên điều khôn ngoan đối với mỗi chúng ta là phải nỗ lực trừ bỏ khuynh hướng ấy. Nền hòa bình thế giới không đến từ sự chiến thắng trong chiến tranh, cũng không thể quy định bởi luật pháp. Hòa bình có được nhờ vào việc trừ bỏ sự ích kỷ và phát triển tâm từ của mỗi một cá nhân. Tất nhiên là điều này không thể thực hiện ngay, nhưng mỗi chúng ta có thể bắt đầu phần đóng góp của mình kể từ hôm nay. Kết quả lợi lạc trong đời sống của ta sẽ tức thì được nhận biết rõ ràng.

PHẦN III:

HIỆN TRẠNG CỦA CHÚNG TA

1. TÁI SINH

Nối liền những kiếp sống

Ở nhiều quốc gia và trong nhiều nền văn hóa, người ta tin vào sự tái sinh: rằng đời sống hiện tại của ta là một trong những kiếp sống nối tiếp nhau. Mặc dù sự tồn tại hiện nay của ta có vẻ như rất chắc thật, nhưng nó không kéo dài mãi mãi. Đời sống của ta rồi sẽ chấm dứt. Tuy nhiên, cái chết không có nghĩa là chấm dứt sự tồn tại của ta. Nó chỉ đánh dấu một giai đoạn chuyển tiếp mà tâm thức ta rời bỏ thân xác hiện tại và tái sinh trong một thân thể khác.

Một số sự vật như hoa lá, núi non... có thể được ta nhận biết trực tiếp qua các giác quan: ta có thể thấy, nghe, ngửi, nếm và sờ mó. Để biết về một số sự vật khác, ta dùng sự suy luận. Chẳng hạn, ta không thể nhìn thấy lửa khi ở quá xa, nhưng vì nhìn thấy khói bốc lên, ta suy luận và biết ở đó có lửa. Để biết được nhiều sự việc hơn nữa, chúng ta dựa vào sự chứng thực của những người đáng tin cậy. Chẳng hạn, bản thân ta chưa từng thực hiện các thí nghiệm khoa học, nhưng ta chấp nhận kết luận của các nhà khoa học đáng tin cậy là những người đã thực hiện các thí nghiệm.

Các chủ đề tiếp theo đây - như tái sinh, nghiệp và luân hồi - không thể được nhận biết qua các giác quan. Ta không thể nhìn thấy tâm thức của một ai đó rời khỏi thân xác này rồi đi vào một thân xác khác. Ta cũng không thể thấy được sự phát triển những hệ quả lâu dài của một hành vi cụ thể. Với mắt thường, ta không thể nhận biết được hết mọi hình thức đa dạng của sự sống trong vũ trụ. Những chủ đề này phải được khảo sát bằng lý luận và lắng nghe kinh nghiệm từ những người đáng tin cậy.

Sau đó, ta sẽ tự mình quyết định về việc chúng có tồn tại hay không.

Việc suy ngẫm, quán chiếu về vấn đề tái sinh, nhân quả và luân hồi phải mất nhiều thời gian. Khi tiếp cận với những chủ đề này, chúng ta nên tạm thời gạt bỏ bất kỳ định kiến sẵn có nào về nguyên nhân cũng như cách thức mà chúng ta hiện hữu trong cuộc đời này. Hãy lắng nghe, đọc sách và suy ngẫm với một tâm hồn rộng mở. Hãy thảo luận với người khác về những chủ đề này trong tinh thần tự do chất vấn để tìm hiểu chân lý. Hãy trải nghiệm các giáo lý về tái sinh về nghiệp bằng cách tạm thời chấp nhận chúng, và thử xem liệu chúng có thể giải thích được những sự việc mà trước đây bạn chưa có lời giải đáp hay không.

Những người nhớ lại tiền kiếp

Mặc dù hầu hết chúng ta không thể nhớ lại những kiếp sống trước đây của mình, nhưng một số người có được khả năng đó. Nghe biết về kinh nghiệm của họ có thể giúp ta hiểu được về sự tái sinh.

Người Tây Tạng có một hệ thống phương pháp để tìm kiếm, kiểm nghiệm và xác nhận hóa thân tái sinh của các bậc thầy tâm linh. Tôi muốn chia sẻ với các bạn về việc [hóa thân tái sinh] của hai bậc thầy tâm linh Tây Tạng mà chính bản thân tôi được biết đã được nhận ra như thế nào.

Ngay sau khi Đức Đạt-lai Lạt-ma thứ mười ba, nhà lãnh đạo tôn giáo và chính trị Tây Tạng, viên tịch vào năm 1933, có những dấu hiệu cho thấy ngài sẽ tái sinh ở đâu: khi đã qua đời, đầu ngài quay về hướng đông bắc; một loại nấm hiếm thấy bỗng mọc lên trên cây cột phía đông bắc trong phòng đặt lăng mộ ngài; và những đám mây lành cùng với cầu vồng bảy sắc xuất hiện trên bầu trời phía đông bắc thủ đô Lhasa của Tây Tạng.

Vị thầy nhiếp chính của Tây Tạng vào lúc ấy đã đi đến Lhamo Latso, một cái hồ nằm cao trên những ngọn núi, nơi người ta thường thấy được các linh ảnh. Trên mặt hồ, vị này nhìn thấy xuất hiện ba chữ cái Tây Tạng là A, KA, MA và một quang cảnh. Trong quang cảnh ấy có một tu viện ba tầng nằm trên ngọn đồi với mái lợp bằng vàng và ngọc, cùng với con đường dẫn đến một ngôi nhà có những miếng ngói màu ngọc lam viền quanh mái. Trong sân nhà có một con chó với màu lông nâu và trắng đang đứng.

Sau đó, một đoàn tìm kiếm được phái đến Amdo, thuộc miền đông bắc Tây Tạng. Họ cải trang như những thương gia trên đường buôn bán. Ở Tây Tạng, những người đi đường thường ghé vào nhà các nông dân địa phương để ăn uống và ngủ trọ. Khi đoàn tìm kiếm này ghé vào nhà của một nông dân thì có một con chó màu nâu đứng trước sân sủa vào họ. Họ nhận ra ngôi nhà này phù hợp với những điểm mô tả ngôi nhà mà vị nhiếp chính đã nhìn thấy trên mặt hồ và vị trí ngôi làng thì phù hợp với những chữ cái đã xuất hiện trên mặt hồ: ngôi làng thuộc Amdo, gần Kumbum, và tu viện ở địa phương này có tên là Karma (KA và MA) Shartsong Hermitage.

Khi vị trưởng đoàn, đã cải trang như một người hầu, bước vào gian nhà bếp, một cậu bé chạy đến leo lên người ông. Cậu bé dùng tay lần tràng hạt đeo trên cổ vị trưởng đoàn và bảo ông là một vị thầy đến từ tu viện Sera. Cậu bé cũng nhận ra một quan chức chính phủ khi ấy đang cải trang làm người trưởng đoàn thương gia, và nói chuyện với mọi người bằng phương ngữ Lhasa, là một khả năng mà chỉ Đức Đạt-lai Lạt-ma trước đây mới có, chứ một cậu bé trong gia đình này hay những người dân Amdo không thể biết được.

Sau đó, cậu bé tiếp tục nhận ra một cách chính xác những di vật của đức Đạt-lai Lạt-ma trước đây để lại như cây gậy, các pháp khí, kính đeo mắt, được đặt lẫn lộn trong những đồ vật tương tự khác. Và như vậy, cậu bé đã được thừa nhận là vị Đạt-lai Lạt-ma thứ mười bốn, nhà lãnh đạo tôn giáo và chính trị của Tây Tạng hiện nay.

Câu chuyện về ngài Zopa Rinpoche cũng hết sức khác thường. Ngài Lạt-ma Kunzang Yeshe ở Lawudo đã ẩn tu trong một hang động xa xôi hẻo lánh thuộc vùng Solokumbu, Nepal, tinh tấn theo đuổi con đường tâm linh trong suốt hơn hai mươi năm. Dân chúng các làng lân cận đã nhờ ngài dạy dỗ con em của họ, và ngài hứa trong tương lai sẽ xây dựng một ngôi trường cho các tăng sĩ trẻ trong vùng. Nhưng rồi ngài vẫn tiếp tục ẩn tu và đã viên tịch trong thiền định vào khoảng năm 1945.

Năm 1946, một đứa bé ra đời ở Thami, một ngôi làng nằm bên kia triền sông nhìn từ Lawudo. Lúc vừa mới biết đi chập chững, cậu bé thường đi về hướng Lawudo. Người chị của cậu bé thường phải chạy đuổi theo để đưa cậu bé về trước khi cậu đi quá xa hoặc té ngã đau trên những con đường đồi núi. Khi vừa biết nói, cậu bé nói với mọi người: "Tôi là Lạt-ma ở Lawudo, tôi muốn đi về hang động của tôi."

Sau đó, cậu bé được thừa nhận là hóa thân tái sinh của vị Lama ở Lawudo và được đặt tên là Zopa Rinpoche. Một trong những việc làm đầu tiên của ngài khi trưởng thành là xây dựng một trường học ở thung lũng Kathmandu, chủ yếu dành cho các tăng sĩ trẻ ở vùng Solokumbu. Mặc dù rất bận rộn với việc dạy dỗ nhiều đồ chúng và những chuyến lưu giảng thường xuyên đến các quốc gia phương Tây, nhưng ngài Zopa Rinpoche vẫn luôn mang dáng dấp của một vị thiền tăng ẩn cư nơi rừng núi. Chúng tôi thường nói đùa: "Ngài đi đâu cũng mang theo cả hang động của mình." Bởi vì, mỗi đêm ngài chỉ ngủ chừng một giờ rồi ngồi dậy, và ngài dễ dàng nhập định hay xuất định ngay khi đang trò chuyện với chúng tôi.

Việc nhớ lại tiền kiếp không chỉ giới hạn nơi các bậc thầy tâm linh đã chứng ngộ. Nhiều đứa trẻ bình thường cũng có khả năng đó. Francis Story đã nghiên cứu sâu về những trường hợp như vậy và ghi lại trong cuốn sách của ông có tựa là *Rebirth as Doctrine and Experience (Tái sinh - lý thuyết và thực nghiệm)*.

Lấy ví dụ, vào năm 1964, cậu bé Sunil Dutt ở Bareilly, Ấn Độ, vừa được 4 tuổi đã nói với cha mẹ rằng cậu chính là Seth Krishna, là chủ nhân một ngôi trường ở Budaun. Cha mẹ cậu liền đưa cậu đến nơi đó, và ngay lập tức cậu nhận ra ngôi trường và biết tường tận về nơi đó. Cậu bước vào văn phòng hiệu trưởng và hốt hoảng khi thấy một người xa lạ ngồi ở đó. Thực tế là vị hiệu trưởng mà Seth Krishna chỉ định trước đây đã bị thay thế. Cậu bé cũng nhận ra tấm bảng mang tên cậu ở mặt trước ngôi trường đã không còn nữa và cậu chỉ rõ vị trí trước đây đã gắn tấm bảng.

Khi đến nhà ông bà Shri Krishna Oil Mill, Sunil gọi đúng tên một người giúp việc lớn tuổi và nhận ra vợ chồng người chị của Seth Krishna. Cậu cũng nhận ra được Seth Krishna trong một tấm hình chụp chung với nhiều người. Cảnh gặp gỡ giữa cậu và bà quả phụ Seth Krishna thật cảm động. Cậu hỏi bà về một vật sở hữu đặc biệt của gia đình thuộc tín ngưỡng và nhận ra tủ đựng áo quần của cậu trước đây.

Nhiều trường hợp nhớ lại tiền kiếp như vậy đã được khảo sát và các thông tin đó đều được Francis Story thẩm định. Tiến sĩ Ian Stevenson cũng làm công việc tương tự và ghi lại các trường hợp vào tập sách của ông có tên là *Twenty Cases Suggestive of Reincarnation (Hai mươi trường hợp tái sinh đáng suy ngẫm)*.

Một ví dụ khác được ghi lại trong chương trình mang tên "Tái sinh" của đài truyền hình quốc gia Úc. Với tác dụng của sự thôi miên, cô Helen Pickering, một người chưa từng đi ra khỏi nước Úc, đã nhớ lại trước đây cô từng là Bác sĩ James Burns ở Scotland vào những năm đầu thế kỷ 19, và cô vẽ ra được hình ảnh ngôi trường đại học y khoa mà cô đã từng theo học.

Sau đó, cô cùng đi với nhóm nghiên cứu và hai nhân chứng độc lập, đến thành phố mà cô nhớ là cô đã sống trước đây. Người ta tìm thấy trong hồ sơ lưu trữ của thành phố có tên Bác sĩ James Burnes sống vào đúng thời điểm như cô nói. Helen cũng nhận ra nơi trước đây từng có một quán rượu, nhưng nói rằng nó thay đổi nhiều quá vì đã được kiến trúc lại.

Nhóm nghiên cứu đã bịt mắt cô và đưa cô đến thành phố Aberdeen, nơi trước đây có ngôi trường đại học y khoa. Khi được tháo băng bịt mắt ra, cô Helen nhận biết ngay nơi này. Không chút ngần ngại, cô dẫn mọi người đi thẳng ngay đến trường đại học. Trên đường đi, cô cũng chỉ cho họ nơi trước đây có tòa nhà của hội truyền giáo Seamen. Khi kiểm tra lại trong hồ sơ của thành phố thì quả đúng như vậy.

Khi bước vào trường đại học y khoa, cô có một cảm xúc rất kỳ lạ - một cảm xúc bộc lộ thật rõ ràng. Cô biết chính xác mọi nơi và dẫn mọi người đi viếng quanh ngôi trường. Thỉnh thoảng, cô Helen lại nhận xét rằng kiến trúc của ngôi trường đã khác đi so với thời của Bác sĩ Burns. Một sử gia địa phương khi được hỏi đã xác nhận điều này. Sử gia này cũng hỏi cô về ngôi trường và cách bố trí các phòng ốc của nó hồi cách đây gần một thế kỷ rưỡi, và những câu trả lời của cô đều phù hợp, chính xác. Các nhân chứng và người sử gia này vốn không tin vào thuyết tái sinh, nhưng bọn họ đều kinh ngạc trước sự thật và thừa nhận là chỉ có thể giải thích những hiểu biết của cô Helen bằng vào thuyết tái sinh mà thôi.

Tái sinh diễn ra như thế nào?

Tái sinh diễn ra như thế nào? Cái gì đi tái sinh? Để hiểu được điều này, trước hết ta phải hiểu được bản chất của thân và tâm ta, cũng như ý nghĩa tâm linh của "sự sống", thay vì là ý nghĩa sinh học.

Từ ngữ "tâm thức chúng ta" chỉ đến mỗi một tâm thức cá biệt của từng người trong chúng ta. Cách viết "tâm thức chúng ta" thay vì là "những tâm thức" chỉ nhằm mục đích diễn đạt đơn giản, không có ý chỉ đến một tâm duy nhất. Đừng nhầm lẫn điều này, vì chúng ta không phải là những phần nhỏ của một tâm chung lớn hơn. Mỗi chúng ta đều có một dòng tâm thức, hay dòng tâm thức tương tục, của riêng mình. Mặc dù các thuật ngữ như "tâm thức", "dòng tâm thức" và "dòng tâm thức tương tục" thường được sử dụng với nghĩa như nhau, nhưng hai thuật ngữ kể sau nhấn mạnh đến tính chất tương tục của tâm thức trải qua thời gian.

Mỗi chúng ta có một thân thể và một tâm thức. Khi hai yếu tố này vẫn còn kết hợp, ta nói "Tôi đang sống". Khi chúng tách rời nhau, ta gọi là "chết".

Thân thể và tâm thức của chúng ta là hai thực thể khác nhau, mỗi cái có dòng tương tục riêng của nó. Thân thể chúng ta là một thực thể vật chất, được tạo thành bởi các nguyên tử và phân tử. Chúng ta có thể thấy, nghe, ngửi, nếm và xúc chạm nó. Ta cũng có thể quan sát các thành phần của nó dưới kính hiển vi và phân tích các chức năng về mặt hóa học hay điện học.

Nhưng tâm thức chúng ta là hoàn toàn khác. Nó không phải là phần vật chất của não bộ, mà là thành phần có công năng trải nghiệm, tri giác, nhận biết và xúc cảm với môi trường quanh ta. Vì thế, "tâm thức" không chỉ riêng đến phần lý trí, mà là toàn bộ khía cạnh tri giác và trải nghiệm của chúng ta, sự nhận thức của ta. Vì tâm thức không do vật chất tạo thành, nên không thể đo lường được bằng các thiết bị khoa học. Ta không thể thấy, nghe, ngửi, nếm và xúc chạm vào tâm ta. Trong khi thân thể ta có bản chất vật lý và do các phân tử cấu thành, thì tâm thức ta lại là không hình thể và có năng lực nhận thức.

Trong Phật giáo, tâm thức được định nghĩa là "sự sáng suốt và tỉnh giác đơn thuần". Tâm sáng suốt trong ý nghĩa là nó có thể phản chiếu hay soi sáng các đối tượng. Những đối tượng như hoa hồng, hương thơm ngọt ngào, âm thanh, ý tưởng, đều có thể sinh khởi trong tâm. Tâm tỉnh giác trong ý nghĩa là nó nhận biết hay có tương quan, duyên theo các đối tượng này. Tâm rõ biết hay nhận biết được toàn bộ về thế giới quanh ta và bên trong ta. Tâm thức chính là công năng thuần túy sáng suốt và tỉnh giác này. Nhờ đó mà các đối tượng có thể sinh khởi và được tâm duyên theo.

Vì cả tâm lý học cũng như khoa học đều không có một định nghĩa chính xác về tâm thức hay thức, và vì chúng ta đã quen cho rằng mọi sự vật đều cấu thành trên cơ sở phân tử, nên việc nghĩ về tâm thức ta như một thực thể vô hình thoạt tiên có vẻ như rất kỳ lạ. Nhưng nếu chúng ta ngồi tĩnh lặng để tự mình nhận ra những phẩm tính trong sáng và tỉnh giác, ta sẽ có một hiểu biết mới về tâm thức của mình.

Khi ta đang sống, thân và tâm ta kết hợp và có sự tương tác lẫn nhau. Tuy nhiên, chúng là hai thực thể khác nhau. Khi ta nhìn thấy một bông hoa cúc, các nơ-ron thuộc hệ thần kinh của ta phản ứng theo những mô thức nhất định về mặt hóa học và xung điện. Tuy nhiên, cả những phần vật thể liên quan cũng như các phản ứng hóa học và xung điện đó đều không nhận biết bông hoa. Nhãn căn, hệ thống thần kinh và não bộ là những cơ sở vật lý để tâm thức có thể nhận biết và trải nghiệm về bông hoa.

Tình thương ta dành cho một người thân yêu là một kinh nghiệm có ý thức. Mặc dù có những phản ứng hóa học và xung điện xảy ra trong hệ thần kinh vào thời điểm ta khởi lòng thương yêu, nhưng những nguyên tử [tham gia các phản ứng đó] tự chúng không trải nghiệm được cảm xúc thương yêu. Nếu thương yêu chỉ là những chức năng hóa học, thì chúng ta hẳn đã có thể tạo ra tình thương yêu từ một cái đĩa nuôi cấy [trong phòng thí nghiệm]! Vì thế, các phản ứng hóa học và xung điện không phải là tình thương yêu, cho dù chúng có thể xảy ra đồng thời khi tâm thức đang trải nghiệm cảm xúc thương yêu.

Vì thân và tâm là hai thực thể tách biệt, nên mỗi cái có dòng tiếp diễn riêng của nó. Vì thân thuộc vật chất, vật lý, nên căn nguyên tương tục của nó - những chất liệu thực sự chuyển hóa thành thân thể ta - cũng là chất liệu vật chất. Thân thể chúng ta hình thành từ sự kết hợp giữa tinh cha noãn mẹ. Cũng thế, cái còn lại sau khi thân thể hiện tại của chúng ta chết đi cũng mang tính chất vật thể: một xác chết phân hủy.

Thân thể chúng ta vận hành trong hệ thống nhân quả. Cái thân hôm nay tùy thuộc vào cái thân đã có từ hôm qua. Mặc dù không được tạo thành chính xác từ những nguyên tử giống như hôm qua - thân thể nhận thức ăn vào và bài tiết chất thải - nhưng vẫn là một sự tiếp nối của cái thân hôm qua. Chúng ta có thể truy nguyên thân thể hiện tại của mình đến giai đoạn thai bào nằm trong bụng mẹ và cuối cùng là tinh trùng và trứng của cha mẹ. Tinh trùng và trứng, mỗi cái lại có dòng tương tục của riêng nó, vì được tạo thành từ các nhân duyên. Khoa học chưa từng xác định được thời điểm khởi nguyên của vật chất, và thật ra thì một thời điểm khởi nguyên như vậy có hiện hữu hay không vẫn còn là một nghi vấn. Vật chất và năng lượng có sự chuyển đổi dạng thức qua lại, nhưng tổng thể của chúng thì không hề tăng lên hay giảm đi.

Vì tâm thức là chỉ là sự trong sáng và nhận biết đơn thuần, không tạo thành từ các nguyên tử, nên căn nguyên tương tục của nó cũng là bản chất trong sáng, nhận biết và không tạo thành từ nguyên tử. Tâm thức hiện tại của chúng ta tùy thuộc vào tâm thức từ hôm qua. Tâm thức hôm qua lại tùy thuộc vào tâm thức của ngày trước đó nữa, và cứ như vậy tiếp nối… ta có thể truy nguyên dòng tâm thức tương tục của mình. Vì tâm thức là một dòng tương tục liên tục chuyển biến, nên mỗi sát-na ta đều có thể trải nghiệm những điều mới mẻ, và ta có thể ghi nhớ những gì đã xảy ra với ta trong quá khứ.

Ta không thể nhớ về quá khứ lâu xa hơn một thời điểm nhất định nào đó. Dù vậy, ta vẫn biết rằng lúc còn bé mình có tâm thức, vì ta có thể quan sát những đứa bé hiện nay đều có tâm thức. Tâm thức ta lúc còn bé là sự tiếp nối của tâm thức khi chúng ta đang còn trong thai bào và cứ vậy đi ngược lại đến thời điểm thụ thai, mỗi sát-na tâm đều là kết quả của sát-na tâm trước đó.

Vào thời điểm thụ thai, khi tinh cha huyết mẹ hòa hợp thì tâm thức từ đâu đi vào thai bào? Như chúng ta đã thấy, mỗi sát-na tâm đều là sự tiếp nối của sát-na tâm trước đó. Theo đó, cái tâm thức đi vào trứng đã thụ tinh cũng là một sự tiếp nối của thời điểm trước đó. Tâm thức ấy không phải do tinh cha huyết mẹ tạo thành, vì tâm thức là một thực thể khác biệt với những chất liệu vật chất tạo thành thân thể.

Người Phật tử tin rằng, tâm thức chúng ta không do Thượng đế hay một ai khác tạo thành, vì nó không thể được tạo thành từ chỗ không có gì. Hơn nữa, người Phật tử còn đặt nghi vấn về lý do Thượng đế tạo ra con người chúng ta. Chắc chắn là không có lý do gì để tạo ra khổ đau hoặc thậm chí là tạo ra những sinh thể có nguy cơ suy thoái từ trạng thái hoàn hảo đọa lạc vào khổ đau. Phật tử tin rằng, nếu nhân là tốt đẹp thì quả cũng phải tốt đẹp; vì vậy, những gì được tạo ra từ Thượng đế toàn hảo cũng phải là toàn hảo. Nếu những chúng sinh được tạo ra sẵn có nguy cơ sa đọa thì đó không phải là toàn hảo.

Vì mỗi sát-na tâm là kết quả của sát-na tâm trước đó, nên nguyên nhân hợp lý duy nhất tạo thành tâm thức vào thời điểm thụ thai phải là sát-na tâm trước đó trong cùng một dòng tương tục. Như vậy, tâm thức chúng ta đã hiện hữu từ trước khi đi vào thân thể này. Chúng ta đã có các đời sống quá khứ, khi tâm thức ta kết hợp với những thân thể khác.

Sau khi chết, mặc dù thân thể vật chất bị phân hủy, nhưng tâm thức thì không. Dòng tương tục của tâm thức ta sẽ tái sinh trong một thân thể khác. Mỗi sát-na tâm đều là nguyên nhân tạo thành sát-na tâm tiếp theo sau đó. Do vậy, vì nguyên nhân (sát-na tâm vào lúc chết) hiện hữu nên kết quả (sát-na tâm tiếp theo) cũng sẽ hiện hữu. Dòng tâm thức ta vẫn tiếp diễn khi thân thể này đã ngừng mọi chức năng hoạt động.

Vào thời điểm chết, các thức giác quan thô [như *nhãn thức, nhĩ thức, tị thức, thiệt thức, thân thức*], vốn là nền tảng giúp ta có thể thấy, nghe, ngửi, nếm, xúc chạm, và ý thức dạng thô, vốn giữ chức năng suy nghĩ và nhận hiểu, đều sẽ tan hòa vào một dạng thức cực kỳ vi tế. Thức cực kỳ vi tế này sẽ rời bỏ thân thể hiện tại của chúng ta và đi vào một trạng thái trung gian.

Đức Phật dạy rằng, trong trạng thái trung gian này, chúng ta sẽ có một thân vi tế tương tự như thân vật chất thô nặng mà ta sẽ có trong đời sống tiếp theo. Trong khoảng thời gian 7 tuần lễ, tất cả các nhân duyên dẫn đến tái sinh sẽ hòa hợp và chúng ta tái sinh trong một thân thể khác. Trong thân thể mới này, các thức thô nặng sẽ xuất hiện trở lại để chúng ta có thể thấy, nghe, ngửi, nếm, xúc chạm và suy nghĩ, nhận biết về môi trường sống mới.

Khi tái sinh, dòng tâm thức của ta kết hợp với một thân thể mới, nghĩa là không nhập vào một sinh thể sẵn có sự sống, vì mọi sinh linh đang sống đều sẵn có một dòng tâm thức riêng. Lúc khởi đầu đời sống này, tâm thức ta đi vào một trứng đã thụ tinh trong lòng mẹ. Tâm thức ta không đi vào em bé một tháng tuổi, vì em bé đã sẵn có một dòng tâm thức.

Mỗi người đều có một dòng tâm thức riêng biệt. Chúng ta không phải là những phần nhỏ trong một "tâm thức phổ quát", vì mỗi chúng ta đều có những trải nghiệm riêng. Nhưng điều đó không có nghĩa chúng ta hoàn toàn tách biệt và không liên hệ với nhau, vì khi đã tiến bộ trên con đường tu tập, ta sẽ nhận ra sự hợp nhất và tương thuộc giữa mọi chúng sinh. Dù vậy, mỗi chúng ta vẫn có một dòng tâm thức riêng mà ta có thể truy nguyên đến vô cùng.

Tâm thức cực kỳ vi tế đã đi từ thân này đến thân kế tiếp, từ đời sống này sang đời sống khác, không phải là một linh hồn. Vì "linh hồn" hàm nghĩa một tự thể độc lập, thực hữu và bất biến, tạo thành con người đó. Nhưng tâm thức là phụ thuộc và liên tục biến chuyển, và vì thế được nói đến như một dòng tương tục.

Một dòng sông hay dòng suối luôn biến chuyển không ngừng - có lúc hẹp lại, có lúc mở rộng ra; có lúc lững lờ trôi êm ả qua thung lũng rộng, có lúc khác lại chảy xiết, dữ dội qua bao ghềnh đá, hẻm núi. Hình thể của con sông ở hạ lưu tùy thuộc vào vùng thượng lưu nó đã chảy qua như thế nào, và vào những điều kiện vùng hạ lưu mà nó đang chảy. Nhưng cho dù đã trải qua tất cả những thay đổi, nhưng một con sông, chẳng hạn như sông Mississippi, vẫn là một dòng tương tục, mang cùng một tên gọi trong suốt chiều dài của nó.

Cũng vậy, tâm thức luôn biến đổi không ngừng. Có những lúc an tịnh, có lúc lại vọng động. Có lúc tái sinh làm người, lại có lúc mang những hình dạng khác. Những gì xảy đến với tâm thức chúng ta trong một kiếp sống cụ thể là tùy thuộc vào những hành vi mà nó đã thực hiện và động cơ thúc đẩy từ những kiếp sống quá khứ. Mặc dù tâm thức không ngừng biến chuyển, nhưng cũng như dòng sông, nó được xem như một dòng tương tục.

Tâm thức khởi đầu từ bao giờ? Theo quan điểm Phật giáo thì tâm thức không có khởi điểm. Mỗi sát-na tâm sinh khởi đều có nguyên nhân của nó là sát-na tâm trước đó. Không có sát-na tâm đầu tiên. Chưa ai nói rằng phải có một thời điểm khởi đầu, trước đó chưa hề có tâm thức. Trong thực tế, điều đó là hoàn toàn không thể, vì làm sao có thể tạo ra sát-na tâm đầu tiên nếu từ trước không tồn tại nguyên nhân của nó, một sát-na tâm trước đó?

Ý niệm lùi lại bất tận của tâm thức mới đầu có thể rất khó nắm bắt, nhưng nếu ta nhớ lại về dãy số đã học trong môn toán, điều này sẽ dễ hiểu hơn. Có con số nào là lớn nhất không? Có con số nào là tận cùng không, dù là số âm hay số dương? Với bất kỳ con số nào ta xem như là số đầu tiên hay số cuối cùng, luôn có thể thêm vào một số nữa. Không có số khởi đầu hay số kết thúc. Dòng tâm thức của chúng ta cũng tương tự như vậy.

Thật ra, đức Phật đã dạy rằng việc nỗ lực truy tìm khởi điểm của tâm thức hay nguồn gốc của vô minh là hoàn toàn vô ích. Chúng ta sẽ hoang phí đời sống quý giá của mình trong những suy diễn vô ích về điều vốn không tồn tại. Việc đối mặt giải quyết thực trạng hiện nay của ta và nỗ lực để hoàn thiện sẽ lợi ích hơn nhiều.

Tại sao hầu hết chúng ta không thể nhớ lại những kiếp trước của mình? Đó là vì tâm thức ta bị che chướng bởi vô minh và những chủng tử bất thiện mà ta đã tạo tác trong quá khứ. Nhưng cũng không đáng ngạc nhiên khi ta không thể nhớ lại kiếp trước của mình: đôi khi ta thậm chí còn không nhớ được mình đã để xâu chìa khóa ở đâu, hoặc ta đã ăn gì vào bữa tối ngày 5 tháng 2 năm 1970... Việc ta không thể nhớ lại một điều gì không có nghĩa là điều đó không tồn tại. Điều đó chỉ có nghĩa là trí nhớ của ta bị ngăn che.

Người ta thường thắc mắc khi dân số thế giới tăng lên thì những dòng "tâm thức mới" từ đâu đến? Chư Phật cũng như các bậc thiền giả đạt đến tâm thanh tịnh và an định từng nói về nhiều cảnh giới sống khác nữa trong vũ trụ.

Khi chúng sinh ở các cảnh giới khác chết đi, họ có thể tái sinh vào trái đất này. Sau khi chết, ta cũng có thể tái sinh vào những cảnh giới của họ. Tương tự, loài thú sống quanh ta cũng có thể tái sinh thành người. Và như vậy, dân số trên trái đất này có thể tăng lên.

Theo quan điểm Phật giáo, cây cỏ nói chung không có tâm

thức. Mặc dù chúng có sự sống về mặt sinh học, theo đó chúng phát triển và sinh sản, nhưng nói chung chúng không có sự sống theo nghĩa là có tâm thức. Cho dù các loài thực vật có thể phản ứng với môi trường sống của chúng, nhưng điều đó không nhất thiết có nghĩa là chúng có tâm thức, vì ngay cả những mạt sắt vụn cũng có phản ứng khi ta đưa một cục nam châm đến gần chúng. Khi tâm thức ta dứt trừ được hết vô minh và phiền não che chướng, ta sẽ có khả năng phân biệt trực tiếp những hình thức sống nào là - hay không phải là - chúng sinh hữu tình.

Thử một lần xem

Mặc dù chúng ta có thể chưa tin được hoàn toàn là có những kiếp sống quá khứ và tương lai, nhưng ta có thể thử nghiệm trong ý nghĩa khảo sát xem liệu thuyết tái sinh có thể nào lý giải được những sự việc mà trước đây ta không hiểu được.

Các bậc cha mẹ thường nhận thấy con cái họ khi vừa sinh ra đã có những cá tính khác biệt nhau. Một đứa con trong gia đình có thể rất trầm tĩnh và dễ thỏa mãn, trong khi một đứa khác lại hiếu động; có đứa có thói quen rất dễ mất bình tĩnh, trong khi cùng một hoàn cảnh đó thì một đứa con khác lại không hề bực dọc.

Vì sao những nét cá tính như vậy biểu hiện ngay từ khi còn rất nhỏ? Và tại sao có một số nét cá tính của chúng ta lại rất mạnh mẽ và ăn sâu khó thay đổi. Chắc chắn là có những ảnh hưởng từ môi trường và yếu tố di truyền. Nhưng theo quan điểm Phật giáo, còn có những ảnh hưởng khác nữa, vì dường như chúng ta đã không đến với đời sống này như những tờ giấy trắng. Chúng ta đã mang theo với mình những cá tính và tập khí ứng xử từ kiếp sống trước đây.

Thuyết tái sinh cũng có thể giải thích trường hợp một đứa trẻ đặc biệt bộc lộ năng khiếu từ rất sớm, chẳng hạn như về âm nhạc hoặc toán học. Nếu chúng ta đã quen thuộc với một lãnh vực nào đó, hoặc đã phát triển tốt một tài năng đặc biệt trong tiền kiếp, thì một khuynh hướng nghiêng về lãnh vực đó có thể dễ dàng xuất hiện trong kiếp này. Có một chị nói với tôi rằng, đứa con trai chị từ khi còn rất bé đã rất thích âm nhạc và biết tên các nhà soạn nhạc đã soạn một số tác phẩm nào đó. Trong gia đình chị, không một ai khác có kiến thức hay ưa thích âm nhạc như thế, và sự đam mê âm nhạc của đứa con làm chị khó hiểu. Có lẽ cháu bé trong kiếp trước đã từng là một nhạc sĩ.

Rất nhiều người trong chúng ta đã từng trải qua sự quen thuộc không giải thích được khi lần đầu tiên đến một nơi nào đó nhưng lại có cảm giác mạnh mẽ là mình đã từng ở đó trước đây rồi. Đây có thể là một nhận biết trong tiềm thức về một nơi mà ta đã từng sống trong kiếp quá khứ.

Tương tự, ta cũng rất có thể đã từng gặp gỡ những người nào đó và lập tức cảm thấy rất thân thiết mà không có lý do gì rõ rệt. Chúng ta luôn cảm thấy thoải mái và tự nhiên trao đổi ngay những vấn đề riêng tư với họ. Điều này có thể cho thấy rằng ta và họ đã từng là bạn thân trong tiền kiếp.

Hầu hết mọi người đều cần có thời gian để suy xét kỹ về các chứng cứ đa dạng cho thấy có sự tồn tại của các đời sống quá khứ và tương lai. Chúng ta không thể ngay lập tức hiểu rõ được vấn đề này và rất có thể nảy sinh nhiều nghi vấn. Chúng ta cần học hỏi, quán chiếu và thảo luận về các chứng cứ tán thành hay bác bỏ thuyết tái sinh. Đối với một số người, điều này đòi hỏi sự dũng cảm để buông bỏ các định kiến đã có từ thuở nhỏ và để nghiên cứu về thuyết tái sinh. Nhưng đây là điều rất đáng làm: thông qua việc khảo sát các vấn đề với một tâm trí rộng mở đón nhận các lý lẽ và chứng cứ, trí thông minh và sự hiểu biết của chúng ta sẽ phát triển.

2. NGHIỆP

Nhân quả

Là người nghiên cứu tôn giáo tỉ giảo, tôi cho rằng Phật giáo là tôn giáo hoàn hảo nhất mà nhân loại đã từng biết đến. Triết thuyết tái sinh và luật nhân quả nghiệp báo là vượt trội hơn bất kỳ tín ngưỡng nào khác.

Dr. C. G. Jung, Nhà tâm lý học Thụy Sĩ

Hoàn cảnh tái sinh của chúng ta sau khi rời bỏ thân xác này tùy thuộc vào những hành vi trước đây của ta. Điều này là do chức năng vận hành của nhân quả: nghiệp và kết quả của nghiệp. Nghĩa là, những gì chúng ta làm sẽ là nhân của những gì ta nhận được (quả) trong tương lai , và những gì mà ta nhận được hôm nay chính là kết quả của nhân mà ta đã tạo trước đây.

Từ *"karma"* trong Phạn ngữ có nghĩa là *hành vi,* chỉ đến những hành vi có tác ý của thân, khẩu và ý, tức là chỉ chung những gì chúng ta làm, nói ra và suy nghĩ. Những *hành vi* này để lại những dấu ấn (hay chủng tử) và khuynh hướng trong dòng tâm thức của ta. Khi những chủng tử và khuynh hướng này gặp các nhân duyên thích hợp, chúng sẽ tác động đến những gì ta trải nghiệm.

Lập luận về *nghiệp* - những hành vi và kết quả của chúng - rất phù hợp với khoa học và tâm lý học. Các nhà vật lý, hóa học và sinh vật học nghiên cứu chức năng vận hành của nhân quả trên bình diện vật lý. Họ khảo sát các nguyên nhân tạo ra một hiện tượng và những kết quả xảy ra khi những sự vật nhất định tương tác theo một cách đặc biệt nào đó. Các nhà tâm lý học tìm hiểu những nguyên nhân gây rối loạn tâm lý và những kết quả đạt được từ những phương pháp trị liệu nào đó. Phật giáo cũng khảo sát về chức năng nhân quả, nhưng theo cách tinh tế hơn. Phật giáo xem xét sự vận hành của nhân quả như thế nào trên một tâm thức vi tế, không phải trên bình diện vật lý. Hơn thế nữa, Phật giáo xem xét nhân quả trải dài qua nhiều kiếp sống.

Những gì ta trải nghiệm là kết quả từ những hành vi của chính ta; đó không phải là một quy chế trừng phạt và tưởng thưởng. Khi cây hoa mọc lên từ một hạt mầm, đó không phải là một phần thưởng, cũng không phải sự trừng phạt của hạt mầm. Đó chỉ đơn thuần là một kết quả. Tương tự, khi những hành vi của ta mang lại những trải nghiệm trong tương lai, đó là kết quả của những hành vi ấy, không phải sự tưởng thưởng hay trừng phạt.

Đức Phật không hề đặt ra những lệnh cấm để ai vi phạm sẽ bị trừng phạt. Vì ngài không muốn chúng ta khổ đau, nên ngài sẽ không bao giờ phán xét hay trừng phạt chúng ta. Những khổ đau của ta khởi sinh từ chính những hành vi của ta.

Newton không sáng tạo ra định luật hấp dẫn; ông hoàn toàn chỉ mô tả cách vận hành của nó như thế nào thôi. Cũng vậy, đức Phật không sáng tạo ra định luật nhân quả nghiệp báo. Ngài chỉ mô tả những gì ngài thấy biết sau khi đã đoạn trừ mọi sự che chướng trong tâm thức của ngài mà thôi.

Có thể chúng ta cho rằng, kiếp này phải nhận lãnh kết quả của những hành động mình đã tạo tác trong các kiếp quá khứ thì thật là bất công. Tuy nhiên, đây thực sự không phải là vấn đề bất công hay không. Chúng ta không cho rằng một vật rơi xuống mà không bay lên là bất công, vì chúng ta biết rằng không ai sáng tạo ra lực hấp dẫn cả. Lực hấp dẫn không thiên vị ai hết. Đó hoàn toàn chỉ là cách vận hành tự nhiên của vạn vật. Cũng thế, không ai đưa ra quy luật là nếu chúng ta làm khổ người khác thì sẽ phải chịu khổ đau trong tương lai. Đó hoàn toàn chỉ là kết quả tự nhiên khởi sinh từ cái nhân đã tạo.

Vì chúng ta đã tạo nhân nên phải nhận lấy quả. Đức Phật không thể đi vào trong tâm ta để khiến cho ta phải suy nghĩ hay hành động khác đi. Vì đức Phật có lòng từ bi vô lượng, nên nếu ngài có thể cứu vớt được chúng ta thì hẳn ngài đã làm điều đó rồi. Thầy giáo có thể dạy ta chữ viết, nhưng tự chúng ta phải học. Thầy giáo không thể học thay cho ta. Cũng vậy, đức Phật chỉ giảng giải những gì cần tu tập và những gì phải từ bỏ, nhưng chúng ta phải tự mình thực hành. Đức Phật không thể thực hành thay cho chúng ta.

Điều tốt đẹp trong tiềm năng con người chính là ở chỗ chính ta chịu trách nhiệm về những gì ta lãnh chịu. Sống trong hiện tại, ta tạo dựng tương lai cho chính mình. Chúng ta có khả năng quyết định mình sẽ là người như thế nào và những gì sẽ xảy đến với ta trong tương lai, cũng như khả năng bảo đảm hạnh phúc cho bản thân ta và người khác. Để làm được như vậy, ta nhất thiết phải nhận lấy trách nhiệm và vận dụng khả năng như thế.

Nhân quả vận hành như thế nào?

Luật nhân quả có bốn đặc điểm mang tính nguyên tắc: (1) nghiệp có tính xác định, nghĩa là, những hành vi hiền thiện chắc chắn mang lại kết quả an vui, hạnh phúc và những hành động xấu ác chắn chắn mang lại kết quả khổ đau, bất hạnh; (2) nghiệp có tính mở rộng, một nhân nhỏ nhặt cũng có thể tạo kết quả lớn lao; (3) nếu nguyên nhân của một sự kiện nào đó không được tạo ra thì sự kiện đó sẽ không được trải nghiệm; và (4) những chủng tử của mọi hành vi để lại trong dòng tâm thức của chúng ta sẽ không bao giờ mất đi.

Đặc điểm đầu tiên của nghiệp là mọi hành vi hiền thiện sẽ mang lại kết quả an vui, hạnh phúc và mọi hành vi xấu ác sẽ đưa đến kết quả bất hạnh, khổ đau. Tự thân mọi hành vi vốn không sẵn mang tính chất thiện hay ác, nhưng được xem là thiện hay ác tùy theo việc chúng mang lại kết quả hạnh phúc hay khổ đau. Nếu hạt táo được ươm xuống đất, cây táo sẽ mọc lên, chứ không phải cây ớt. Cũng vậy, nếu hành động hiền thiện được thực hiện, chắc chắn sẽ gặt hái hạnh phúc chứ không bao giờ là khổ đau. Khi thọ nhận khổ đau, đó là do những hành vi bất thiện đã làm, chứ không thể là do những hành vi hiền thiện. Đức Phật dạy:

Tùy theo nhân được gieo,
Mà gặt quả tương ứng.
Người gieo nhân hiền thiện,
Sẽ gặt quả hạnh phúc.
Kẻ gieo nhân xấu ác,
Sẽ chuốc lấy khổ đau.

Việc ghi nhớ lời dạy này trong đời sống hằng ngày sẽ rất hữu ích. Chẳng hạn, nếu một người có khuynh hướng nói dối để tăng lợi nhuận trong kinh doanh. Và rồi người ấy nhớ lại rằng điều này sẽ mang đến những kết quả đau khổ về sau. Khi nhận ra được rằng việc nói dối cho dù có thể đem lại nguồn lợi trước mắt, nhưng về lâu dài sẽ mang đến nhiều bất ổn hơn, người ấy sẽ quyết định không nói dối. Nhờ tránh được việc nói dối, người ấy sẽ gặt hái được lợi ích lâu dài của hành vi hiền thiện, cũng như ngay trước mắt có được niềm tin và sự kính trọng của mọi người.

Khi có điều không may xảy đến, một số người phản ứng bằng sự giận dữ, trong khi có những người khác đâm ra muộn phiền, chán nản. Tâm lý học Phật giáo chú trọng đến các phương pháp thực hành để tự mình thoát ra khỏi những khổ đau và rối rắm như thế. Vì vậy, khi gặp phải những điều không may, tốt nhất là ta nên nhớ đến tính xác định của nghiệp. Thay vì giận dữ, phiền muộn, vốn chỉ làm tăng thêm khổ đau, chúng ta có thể nhớ lại rằng tình trạng này phát sinh là do những nghiệp đã tạo của ta trong quá khứ.

Chẳng hạn như khi bị mất trộm, ta buồn khổ vì sự mất mát tài sản. Nếu thêm vào đó ta lại nổi giận lên, thì ta càng khổ sở nhiều hơn nữa. Ngược lại, nếu ta xem việc tài sản của mình bị mất trộm là kết quả của một hành vi xấu nào đó của ta trong quá khứ - có lẽ ta đã trộm cắp hay lường gạt người khác - thì chúng ta sẽ chấp nhận sự việc dễ dàng hơn mà không tức giận. Nhờ nhận biết được rằng những kết quả khổ đau là phát sinh từ những hành vi ích kỷ, chúng ta sẽ quyết tâm mạnh mẽ hơn là từ nay về sau sẽ không trộm cắp hoặc lường gạt người khác.

Một số người phản ứng với khổ đau bằng việc đắm mình trong mặc cảm: "Tôi là người không ra gì. Tôi đáng phải chịu khổ đau." Sẽ khôn ngoan khéo léo hơn nếu ta nhận biết được rằng khổ đau này chính là kết quả của những hành vi ta đã làm trong quá khứ. Nhưng điều đó không có nghĩa rằng ta là người "xấu xa, vô giá trị", mà chỉ cho thấy rằng ta đã có những hành vi xấu ác trong quá khứ và giờ đây đang nhận lãnh kết quả của chúng. Thừa nhận mình đã có những hành vi xấu ác và biết rằng khổ đau là kết quả tất yếu phải gánh chịu, chúng ta có thể phát khởi một tâm nguyện mạnh mẽ tránh xa mọi hành vi gây ra khổ đau trong tương lai.

Việc thừa nhận rằng những bất ổn của chúng ta là do những hành vi bất thiện trước kia, không có nghĩa là chúng ta thụ động khi đối diện với những hoàn cảnh có thể gây nguy hại. Nếu có thể làm được một điều gì đó để ngăn ngừa hoặc cải thiện một tình trạng tồi tệ, chúng ta nên làm ngay. Tuy nhiên, trong khi ta nỗ lực khắc phục vấn đề thì việc ghi nhớ rằng điều không may đó là do chính những hành vi bất thiện [trước kia của mình] sẽ giúp ta không tức giận hay oán hờn người khác.

Đặc điểm thứ hai của nghiệp là một hành vi nhỏ nhặt cũng có thể mang lại một kết quả lớn lao. Cũng giống như một vụ thu hoạch rất nhiều đã có được nhờ vào một số ít hạt giống, một kết quả lớn lao cũng có thể có được nhờ vào một hành vi nhỏ nhặt.

Việc giúp đỡ một ai đó bằng hành vi nhỏ nhặt thôi nhưng có thể mang lại hạnh phúc rất lớn lao, trong khi việc gây tổn thương nhẹ cho ai đó cũng có thể gây ra khổ đau kéo dài nhiều năm.

Việc cân nhắc rằng những hành vi nhỏ nhặt có thể đưa đến những kết quả lớn lao sẽ giúp chúng ta từ bỏ việc biện hộ cho những cách ứng xử không tốt của mình. Người ta có thể viện lý rằng: "Tôi chỉ thu tiền khách hàng nhiều hơn một chút thôi", hoặc " Tôi chỉ to tiếng trong gia đình một lát thôi". Tất nhiên, việc gây hại cho người khác chút ít vẫn tốt hơn là làm tổn thương họ quá nhiều. Nhưng chúng ta vẫn không thể bỏ qua, vì hành vi nhỏ nhặt đó rồi cũng sẽ mang lại kết quả của nó. Chủng tử của một hành vi sẽ phát triển và gây ra một kết quả lớn lao hơn.

Tương tự, cho dù chúng ta không có khả năng làm được những việc thiện lớn lao, nhưng việc thực hiện những điều lành nhỏ nhặt là rất quan trọng, vì ngay cả một việc thiện nhỏ cũng có thể mang lại kết quả lợi lạc rất lớn. Những điều có vẻ như nhỏ nhặt trong đời sống lại là rất quan trọng. Đức Phật đã dạy trong kinh Pháp Cú:

Việc ác dù nhỏ nhoi,

Có thể gây họa lớn,

Trong kiếp sống sau này -

Như thuốc độc vào thân.

Việc lành dù nhỏ nhặt,

Mang hạnh phúc đời sau,

Giúp thành tựu việc lớn,

Như gieo hạt bội thu.

Đặc điểm thứ ba của nghiệp là nếu không tạo nhân thì sẽ không nhận quả. Điều này hoàn toàn hợp lý: nếu không gieo hạt, sẽ không có cây trái mọc. Trong một tai nạn giao thông, tại sao một người chết trong khi một người khác lại bình an? Tại sao một người chết vì ung thư khi còn rất trẻ, nhưng người khác thì không? Những điều này xảy ra là vì trong kiếp trước có một người đã tạo nhân, còn người kia thì không.

Cũng vậy, nếu chúng ta mong muốn hạnh phúc, chúng ta nhất thiết phải tạo nhân hạnh phúc. Chỉ cầu nguyện cho mình được hạnh phúc mà không tích cực tạo nhân lành thì cũng giống như cầu nguyện cho mình hiểu môn toán mà không chịu học tập. Nếu chúng ta không tạo nhân thì sẽ không có quả. Nhận thức rõ điều này sẽ giúp ta tích cực hơn trong việc tránh ác làm thiện.

Cuối cùng, những chủng tử do hành vi của ta tạo ra trong tâm thức sẽ không bao giờ tự nhiên mất đi. Nghĩa là, trừ phi một chủng tử bất thiện đã được thanh tịnh hóa, hoặc trừ phi một chủng tử hiền thiện bị hủy hoại bởi sân hận hay tà kiến, bằng không thì cuối cùng rồi mỗi chủng tử đều sẽ chín muồi khi hội đủ các nhân duyên. Đôi khi chúng ta nói dối rồi nghĩ rằng: "Chẳng có gì quan trọng. Không ai biết mình nói dối cả. Sẽ không có gì xảy ra đâu." Thật ra, điều đó không đúng, vì những chủng tử [của việc nói dối] có thể tồn tại một thời gian dài trong dòng tâm thức trước khi hội đủ những điều kiện nhân duyên để tạo thành kết quả. Như Đức Phật dạy trong kinh Pháp Cú:

Dù hiền thiện, xấu ác,
Nghiệp của mọi hành vi,
Đều không bao giờ mất,
Sẽ có quả tương ứng.

Có một số hành vi vốn mang bản chất hủy hoại và khổ đau. Đó là các hành vi giết hại, trộm cắp, tà dâm, nói dối, nói lời chia rẽ, nói lời thô ác, nói lời vô nghĩa, tham muốn của người khác, ác tâm và tà kiến. Mười hành vi mang tính hủy hoại này (thập bất thiện nghiệp) sẽ được trình bày sâu rộng hơn ở chương nói về đạo đức. Việc từ bỏ mười hành vi bất thiện này tự nó đã là hiền thiện. Các việc thiện khác bao gồm sự rộng lượng bố thí, chăm sóc người bệnh, giúp đỡ người nghèo, hiếu thuận cha mẹ, giúp đỡ thầy cô, an ủi người đau khổ và sẵn lòng phụng sự người khác.

Tiêu chí chung cho những hành vi nên làm và không nên làm có thể được thiết lập dựa trên động cơ thúc đẩy của hành vi. Những hành vi nào do sự thúc đẩy của tham lam, sân hận, ích kỷ, ganh tị, kiêu mạn... đều là những hành vi xấu ác. Những hành vi nào được thúc đẩy bởi tâm ly tham, nhẫn nhục, từ bi và trí tuệ là những hành vi hiền thiện. Chúng ta phải quán chiếu động cơ thúc đẩy của một hành vi để xác định xem tự thân hành vi đó là thiện hay bất thiện, vì nếu không có một tác ý cụ thể, chúng ta sẽ không nói ra hay hành động.

Việc nhận thức rõ về vai trò của động cơ thúc đẩy trong việc quyết định kết quả lâu dài về sau của những hành vi sẽ vô cùng hữu ích để giúp ta từ bỏ những hành vi đạo đức giả và tự dối mình. Đôi khi chúng ta khéo léo dựng lên một tình huống để có vẻ như ta là người tốt, cho dù động cơ của ta là vị kỷ. Chẳng hạn, ta có thể hăng hái giúp việc này việc nọ cho một người bạn, không phải vì ta chân thành quan tâm đến hạnh phúc của người ấy, mà vì muốn người ấy phải cảm thấy mang ơn ta. Thật ra, việc tự dối mình như thế chẳng có ý nghĩa gì, vì chủng tử chủ yếu được tạo ra trong tâm thức ta là một chủng tử ích kỷ. Việc nhận thức rõ được kết quả của những hành vi dối trá như thế sẽ giúp chúng ta xem xét những động cơ thôi thúc của mình một cách trung thực và cải thiện những động cơ nào không chính đáng.

Nghiệp quả

Chúng ta không nhất thiết phải nhận lãnh kết quả của hành vi ngay lập tức. Khi Susan nổi trận lôi đình với cậu Bill đồng nghiệp, hậu quả tức thời mà cô ta đón nhận là Bill sẽ từ chối hợp tác với cô trong công việc mà hai người cùng làm trong ngày đó. Tuy nhiên, nghiệp quả hành vi của cô không dừng lại ở đó, mà còn tiếp tục ảnh hưởng đến mối quan hệ về sau của họ. Cho dù cô ta có làm hài lòng cậu trong tương lai, nhưng cậu cũng không còn tin tưởng cô như trước nữa.

Hơn nữa, chủng tử những lời lẽ thô ác của cô vẫn tồn tại trong dòng tâm thức của cô và sẽ tác động đến những kinh nghiệm của cô trong tương lai. Với thói quen nói lời thô ác, cô ta sẽ dễ dàng lặp lại hành vi tương tự khi dịp thuận tiện.

Thật sai lầm nếu cho rằng nghiệp quả hành vi của ta luôn đến nhanh và sau đó dứt mất. Cũng giống như một hạt mầm cần có thời gian để phát triển thành cây, những chủng tử của nghiệp cũng cần thời gian để tạo thành kết quả. Như đức Phật dạy trong kinh Pháp Cú:

Việc ác không nhất thiết,
Tức thời gây thương tổn,
Nhưng thường làm việc ác,
Ác báo ắt sẽ đến.

Tất nhiên, các hành vi hiền thiện cũng tương tự như vậy. Chúng ta có thể không tức thời nhận được kết quả tốt đẹp, nhưng khi những nhân duyên thích hợp được hội đủ, chắc chắn các chủng tử hiền thiện đó sẽ kết quả. Chúng ta nên hoan hỉ khi tạo được các nhân lành và biết rằng chúng sẽ kết quả trong tương lai. Sự nôn nóng mong đợi kết quả cũng không làm cho kết quả ấy đến sớm hơn.

Điều này đặc biệt quan trọng cần ghi nhớ khi ta dấn thân vào tu tập tâm linh. Việc đạt đến chứng ngộ không giống như gọi một món ăn nhanh! Chúng ta có khuynh hướng nôn nóng và muốn được chứng ngộ ngay lập tức. Nhưng nếu ta nghĩ rằng mình sẽ được chứng ngộ sau khi tu tập đôi chút trong một thời gian ngắn, ta sẽ thất vọng. Những chủng tử hiền thiện cần có thời gian để thuần thục. Sự tu tập chuyên sâu là cần thiết để chuyển hóa tâm thức của ta.

Một hành vi tạo nghiệp được hoàn tất sau khi trải qua đủ ba giai đoạn: động cơ thôi thúc hành vi (hay giai đoạn tác ý), tự thân hành vi đó (hay giai đoạn thực hiện), và sự hoàn tất hành vi (hay giai đoạn hoàn tất). Hành vi đã hoàn tất như thế sẽ tác động đến bốn phương diện trải nghiệm của chúng ta: (1) thân thể mà ta tái sinh trong những kiếp sau này; (2) những gì xảy đến với ta khi còn đang sống; (3) cá tính của chúng ta; (4) môi trường sống của ta.

Trước hết, những hành vi của ta sẽ có ảnh hưởng đến dạng thân thể nào mà ta nhận lấy khi tái sinh. Những hành vi hiền thiện sẽ đưa ta đến những hoàn cảnh tái sinh thoải mái, sung sướng, trong khi những hành vi xấu ác sẽ đưa ta đến những tái sinh đầy khổ đau. Lấy ví dụ về một tái sinh tốt đẹp, như hiện nay ta đang có được, là kết quả của những hành vi hiền thiện mà ta đã làm trong những kiếp quá khứ. Các chủng tử của hành vi hiền thiện trước đây đã đưa dòng tâm thức ta tái sinh làm người trong những hoàn cảnh may mắn [thuận lợi cho việc tu tập].

Tương tự, khi một người có hành vi bất thiện - chẳng hạn như quan hệ tình dục bừa bãi và thiếu trách nhiệm - thì một chủng tử bất thiện [tương ứng] sẽ lưu lại trong dòng tâm thức người đó. Vào lúc chết, nếu người này khởi lên nhiều tham muốn, thì điều đó sẽ là một điều kiện phối hợp để chủng tử của hành vi bất thiện kia tạo thành kết quả. Tâm thức của người đó bị cuốn hút vào một thân thể tái sinh trong hoàn cảnh sống khổ đau, bất hạnh. Vì hành vi gây nhân là bất thiện, nên kết quả sẽ là một tái sanh đau khổ.

Những hành vi trước đây của chúng ta ảnh hưởng đến những gì xảy đến với ta trong đời này. Chẳng hạn, nếu chúng ta rộng rãi bố thí trong một kiếp sống, chúng ta sẽ được giàu sang trong những kiếp sống về sau. Trái lại, nếu ta trộm cắp thì những kiếp sau ta sẽ phải chịu cảnh khó khăn túng quẩn. Việc lưu tâm đến vấn đề này sẽ rất hữu ích, vì nó giúp ta có một nhận thức mở rộng hơn trong việc lý giải vì sao mọi sự việc lại xảy ra theo cách mà ta đang nhận biết.

Những hành vi trước đây cũng ảnh hưởng đến cá tính của chúng ta hiện nay. Một người có thói quen chỉ trích và nhục mạ người khác sẽ dễ dàng lặp lại những điều đó trong những kiếp sống tương lai. Một người có tu tập lòng từ bi thì kiếp sau sẽ có khuynh hướng thiên về tính cách đó.

Có một số khuynh hướng ứng xử tự động khởi sinh trong ta. Chẳng hạn, một số người rất dễ cảm thấy bị xúc phạm. Một số người khác có khuynh hướng nhục mạ người khác. Một số người sẵn có khuynh hướng quan tâm, giúp đỡ người khác. Những cung cách ứng xử theo thói quen như vậy có được là do chúng ta đã quen thuộc với những suy nghĩ và hành vi như vậy trong quá khứ.

Mặc dù chúng ta chịu ảnh hưởng bởi những khuynh hướng của tập khí xấu ác từ quá khứ, nhưng những tập khí này có thể được chuyển hóa và những tập khí mới hiền thiện, tích cực hơn có thể được phát triển để thay thế. Thêm nữa, việc nuôi dưỡng những khuynh hướng hiền thiện để chúng phát triển là điều rất lợi lạc. Bằng cách này, chúng ta sẽ uốn nắn được những cá tính của mình và hoàn thiện nhân cách.

Cuối cùng, những hành vi của chúng ta sẽ ảnh hưởng đến môi trường sống mà chúng ta tái sinh vào. Những năm gần đây, con người bắt đầu ý thức sâu sắc hơn về tác động của những hành vi con người đối với môi trường sống. Khi chúng ta lạm dụng môi trường vì những mục đích ích kỷ, chúng ta tự làm hại chính mình. Lòng tham muốn lợi nhuận nhiều hơn đã khiến con người hành động theo cách trực tiếp hủy hoại môi trường sống.

Sự quý trọng đời sống sẽ giúp ta biết kiềm chế và nhờ đó có được một môi trường sống tốt đẹp hơn.

Kinh điển Phật giáo còn nói đến tác động của những hành vi của chúng ta đối với môi trường sống theo một ý nghĩa khác nữa. Chẳng hạn, trong Kinh dạy rằng, những hành vi phá hoại sẽ dẫn đến sự tái sinh vào một môi trường sống khó khăn, không tốt đẹp; trong khi những hành vi mang tính xây dựng sẽ đưa đến sự tái sinh vào những môi trường sống tốt đẹp, khí hậu ôn hòa.

Thuyết tiền định?

Sự vận hành của nhân quả không phải là tiền định. Và cũng không phải là số mệnh. Chúng ta có quyền lựa chọn, nếu ta biết lưu tâm và tỉnh giác với mọi hành vi của mình. Nếu ta sống buông thả, hành động, nói năng và suy nghĩ chạy theo bất kỳ điều gì khởi sinh trong tâm thức, ta sẽ không sử dụng được quyền lựa chọn đó, không tận dụng được lợi thế tiềm năng sẵn có của con người.

Khi một hành vi đã được thực hiện, kết quả không phải là cố định. Nguyên lý nhân quả hàm nghĩa là mọi sự việc đều phụ thuộc lẫn nhau. Có sự linh hoạt thay đổi và trong chừng mực nhất định chúng ta có thể tác động đến việc các chủng tử hình thành kết quả như thế nào. Chẳng hạn, nếu ta thanh tịnh hóa được một nghiệp bất thiện, ta có thể làm cho nghiệp ấy không tạo thành kết quả xấu. Ngược lại, sự sân hận của ta có thể hủy hoại một nghiệp hiền thiện, khiến cho nó không mang lại kết quả tốt đẹp.

Chỉ có trí tuệ toàn giác toàn tri của một vị Phật mới có khả năng thấy biết hoàn toàn về cách thức chính xác mà một nghiệp cụ thể tạo thành kết quả, và hành vi nào của ta trong quá khứ đã mang đến một kết quả cụ thể trong đời hiện tại. Kinh điển

Phật giáo chỉ đưa ra những tiêu chí chung về nghiệp quả của những hành vi nhất định. Tuy nhiên, trong những trường hợp cụ thể, nghiệp quả chính xác có thể khác biệt tùy thuộc vào các điều kiện nhân duyên khác nữa.

Một hành vi mang lại kết quả lớn hay nhỏ tùy thuộc vào chính bản chất của hành vi ấy, vào cách nó được thực hiện như thế nào, vào đối tượng nó tác động đến, vào sức mạnh của động cơ thúc đẩy, vào tính thường xuyên của hành vi, cũng như vào việc người thực hiện sau đó có ăn năn hối cải và thanh tịnh hóa hành vi ấy hay không. Tất cả những yếu tố này sẽ tác động đến nghiệp quả. Thêm vào đó, việc người tạo nghiệp chết [trong tâm trạng] như thế nào cũng tác động đến việc chủng tử nào sẽ chín muồi và tạo thành kết quả như thế nào. Do đó, nghiệp không phải là những nguyên tắc cứng nhắc, cố định.

Giả sử ông Harry đi săn và giết một con nai. Hành vi này chắc chắn sẽ mang lại khổ đau cho ông trong tương lai. Tuy nhiên, rất nhiều yếu tố khác sẽ tác động đến kết quả xảy ra. Ông ta có chủ tâm cố ý theo dõi và sát hại con thú không, hay chỉ đi săn với đôi chút hứng thú? Sau khi giết chết con nai, ông ta có vui sướng không, hay khởi tâm thương xót nó? Ông ta có thanh tịnh hóa chủng tử nghiệp bất thiện đó trong dòng tâm thức của mình không? Ông ta có thường xuyên sát hại loài thú không? Đến lúc lâm chung, ông khởi tâm sân hận hay chỉ nghĩ đến các đấng thiêng liêng với phẩm tính tốt đẹp của các ngài? Sau khi ông ta chết, bạn bè và thân quyến có tạo phước lành và cầu nguyện hồi hướng công đức cho ông không? Những yếu tố như vậy sẽ ảnh hưởng đến kết quả cụ thể được tạo thành từ hành vi [giết hại] của ông ta.

Mỗi một hành vi tạo nghiệp đều có rất nhiều khía cạnh tinh tế. Chỉ một vị Phật mới có được năng lực toàn tri để biết chính xác về một hành vi cụ thể nào hay sự kết hợp của những hành vi nào trong quá khứ đã mang lại kết quả nào đó trong đời sống hiện tại của một cá nhân.

Định luật tự nhiên về nghiệp quả không phải là sự biện minh để né tránh không giúp đỡ người khác. Khi chứng kiến người khác đang chịu khổ đau, một số người có thể tùy tiện nói rằng: "Ồ, đó là nghiệp của họ. Nếu tôi giúp đỡ tức là cản trở nghiệp quả của họ." Đây là một nhận thức sai lầm và là một biện minh rất tồi cho sự lười nhác. Nếu ta bị tai nạn giao thông nằm chảy máu trên đường và một người đi đường trông thấy nói rằng: "Ái chà! Đó là nghiệp của ông đấy! Tôi sẽ không giúp ông đâu. Ông phải chịu đựng dần cho hết nghiệp xấu ác của ông đi." Liệu ta sẽ cảm thấy thế nào?

Khi người khác gặp khổ đau, chúng ta nhất thiết phải giúp đỡ, vì họ cũng là con người giống như ta. Thật ra, nếu ta không giúp đỡ, đó là ta đã tạo nghiệp nhân xấu và về sau khi cần sự giúp đỡ ta sẽ không được ai giúp cả. Theo tư tưởng Phật giáo, chúng ta có trách nhiệm về mặt đạo đức và xã hội phải giúp đỡ người khác. Chúng ta không phải là những cá thể tồn tại độc lập. Trái lại, chúng ta có sự tương quan lẫn nhau, và bất chấp những khác biệt bề ngoài, tất cả chúng ta đều rất giống nhau.

Định luật nhân quả cũng không phải lý do để ta xem thường người khác. Thật sai lầm khi nghĩ rằng: "Những người đói khổ trên đời này nhất định là đã đã làm hại người khác trong quá khứ. Đó là lý do giờ đây họ phải chịu khổ đau. Họ là những người xấu và khổ sở như vậy là đáng đời."

Một khuynh hướng phán xét như vậy cho thấy sự thiếu tự trọng và hàm ý rằng chúng ta cũng là người xấu khi ta gặp khổ đau. Điều này không đúng. Nếu chúng ta xem xét kỹ đời sống của chính mình, ta sẽ thấy có đôi khi ta hoàn toàn bị khống chế bởi những khuynh hướng xấu. Mặc dù ta không muốn quát tháo trong gia đình, nhưng cơn giận bốc lên không kiểm soát được và ta đã làm như thế. Cũng có lúc ta cố tình vu cáo người khác để rồi sau đó mới nhận ra và hối tiếc về việc đã làm. Trong cả hai trường hợp, hẳn ta cũng không muốn bị phán xét là "độc ác" hay "xấu xa". Đúng là ta đã có sai lầm và sẽ phải nhận chịu quả báo khổ đau, nhưng điều đó không có nghĩa rằng chúng ta là những người xấu ác. Chỉ vì lúc đó những khuynh hướng xấu đã hoàn toàn khống chế ta mà thôi.

Chúng ta yêu thương chính bản thân mình và mong muốn người khác tha thứ cho ta khi lỡ làm điều sai trái, thì chúng ta cũng nên có thái độ tha thứ đối với người khác. Căm ghét và thù hận cũng không xóa được những tổn thương mà ta đã gánh chịu. Chúng chỉ gây thêm khổ đau cho chính bản thân ta và người khác. Cũng vậy, thái độ cao ngạo và xem thường những người bất hạnh là không đúng đắn. Khi gặp khó khăn, ta rất biết ơn sự giúp đỡ của người khác. Tương tự, là con người thì khi đồng loại gặp khổ đau, ta phải có trách nhiệm hết sức giúp đỡ.

Khi thấy những kẻ dối trá mà vẫn được giàu có hoặc những người hiền lương lại chết yểu, chúng ta có thể hoài nghi luật nhân quả. Tuy nhiên, nhân quả hoạt động từ đời này sang đời khác. Rất nhiều nghiệp quả nhận lãnh trong đời này là do nghiệp nhân được tạo từ những kiếp trước, và nhiều hành vi tạo tác hiện nay sẽ tạo thành nghiệp quả trong những kiếp tương lai.

Theo quan điểm Phật giáo, sự giàu có của những kẻ bất lương là kết quả sự rộng lượng bố thí của họ từ những kiếp trước. Sự dối trá hiện nay của họ tạo nghiệp nhân khiến cho họ sẽ bị gạt gẫm và cùng khổ trong tương lai. Những người hiền lương, tử tế mà chết trẻ là do nghiệp xấu từ những hành vi bất thiện từ kiếp trước, chẳng hạn như giết hại. Tuy nhiên, sự hiền lương hiện nay sẽ tạo các chủng tử tương ứng trong dòng tâm thức, giúp họ được hưởng hạnh phúc trong tương lai.

Tịnh hóa và chuyển hóa

Tất nhiên, tất cả chúng ta đều đã từng có những lỗi lầm mà giờ đây phải hối tiếc. Thế nhưng, chúng ta không hề bị kết án một cách chắc chắn là phải nhận lãnh hậu quả của những hành vi đó. Nếu một hạt giống được gieo xuống đất, cuối cùng nó sẽ mọc lên, trừ phi nó bị khô cháy hay bị nhổ lên. Trong khi nó chưa mọc, ta có thể kìm hãm sự mọc lên của nó bằng cách không tưới nước, không bón phân và không cho nó tiếp xúc với ánh nắng mặt trời. Tương tự, chúng ta có thể tịnh hóa những hành vi bất thiện của mình để chúng sẽ không mang lại nghiệp quả khổ đau. Nếu không thể làm được như vậy, ta cũng có thể làm trì hoãn hay suy yếu đi ảnh hưởng của chúng. Điều này được thực hiện thông qua tiến trình tịnh hóa, bao gồm bốn giai đoạn.

Việc tịnh hóa nhờ vào bốn năng lực đối trị là rất quan trọng. Nó ngăn ngừa khổ đau trong tương lai và làm giảm nhẹ mặc cảm tội lỗi hay cảm giác nặng nề của ta trong hiện tại. Nhờ làm trong sạch tâm ý, ta có khả năng nhận hiểu Giáo pháp tốt hơn, được an bình hơn và có thể tập trung tâm ý tốt hơn.

Bốn năng lực đối trị được vận dụng để thanh tịnh hóa các chủng tử nghiệp bất thiện là: (1) hối tiếc; (2) quy y Tam Bảo và phát khởi tâm nguyện vị tha, vì mọi người; (3) hành trì một phương pháp đối trị thực sự; (4) quyết tâm mạnh mẽ sẽ không tái phạm.

Trước tiên, chúng ta phải thừa nhận và khởi tâm hối tiếc về hành vi bất thiện đã làm. Việc tự trách mình và mặc cảm tội lỗi chẳng ích lợi gì, chỉ là một cách tự hành hạ mình về mặt cảm xúc mà thôi. Trái lại, với tâm hối hận chân thành, chúng ta thừa nhận mình đã có lỗi lầm và hối tiếc vì đã làm điều bất thiện.

Năng lực đối trị thứ hai là năng lực của đức tin. Những hành vi xấu ác của chúng ta, nói chung liên quan đến một trong hai đối tượng: các bậc tôn quý như Phật, Pháp, Tăng; hoặc là các chúng sinh khác. Để tái lập mối quan hệ tốt đẹp với các bậc tôn quý, ta quay về nương tựa bằng cách quy y hay nhận sự chỉ dạy từ Tam bảo. Để có quan hệ tốt đẹp với các chúng sinh khác, ta phát khởi tâm nguyện vị tha và hướng trọn lòng mình vào việc đạt đến Phật quả, để có thể làm lợi lạc tất cả chúng sinh theo cách tốt nhất.

Yếu tố thứ ba là phải thực sự bắt tay thực hiện một hành vi đối trị nào đó. Đó có thể là bất kỳ hành vi tích cực nào mang lại lợi ích cho những người khác. Kinh điển Phật giáo có chỉ ra một số việc làm cụ thể để giúp ta gột sạch các chủng tử bất thiện, như nghe thuyết pháp, đọc tụng kinh sách, lễ bái chư Phật, bố thí, cúng dường, niệm danh hiệu Phật, trì chú, tạo tác tranh tượng chư Phật, Bồ Tát, ấn tống kinh sách, thiền định v.v... Hành vi đối trị mạnh mẽ nhất là thiền quán về tánh Không. Phương thức quán tánh Không sẽ được trình bày trong chương nói về Trí tuệ.

Thứ tư, ta phải quyết tâm không tái phạm. Chúng ta thường xuyên thực hiện một số hành vi theo thói quen, chẳng hạn như chê bai người khác hay tán gẫu những chuyện vô bổ. Sẽ không thực tiễn chút nào nếu nói rằng từ nay đến cuối đời ta sẽ không bao giờ tái phạm những hành vi đó. Vì thế, phương thức khôn ngoan hơn là ta nên chọn ra một khoảng thời gian thực tiễn và quyết tâm nỗ lực không tái phạm những hành vi ấy, đồng thời cũng đặc biệt tỉnh giác và có sự nỗ lực kết hợp trong suốt thời gian đó.

Bốn năng lực đối trị này nhất thiết phải được áp dụng lặp lại nhiều lần. Chúng ta đã có hành vi bất thiện rất nhiều lần, nên lẽ đương nhiên ta không thể mong đợi việc tức thời hóa giải tất cả những hành vi đó. Bốn năng lực đối trị này càng mạnh mẽ thì năng lực tịnh hóa sẽ càng mạnh mẽ hơn. Việc thực hành pháp tịnh hóa với bốn năng lực đối trị này mỗi buổi tối trước khi đi ngủ là rất tốt. Thực hành này sẽ hóa giải bất kỳ hành vi bất thiện nào ta đã phạm vào trong ngày đó và giúp chúng ta đi vào giấc ngủ an lành.

Hiện tại, tâm thức chúng ta như một cánh đồng bỏ hoang

không gieo cấy. Sự tịnh hóa cũng giống như công việc khai hoang, dọn dẹp những gai góc, sỏi đá, rác rưởi ngổn ngang trên đó. Tích lũy những tiềm năng tích cực bằng những việc làm hiền thiện cũng giống như việc bón phân, tưới nước cho cánh đồng. Sau đó, ta có thể gieo giống bằng việc lắng nghe Giáo pháp và chăm sóc cây trồng bằng sự quán chiếu và thiền định. Sau một thời gian, những chồi non của sự chứng ngộ sẽ xuất hiện.

Chúng ta nhất thiết phải hành động để hoàn thiện đời sống của mình và đạt đến sự chứng ngộ. Chúng ta có thể thuê người quét dọn nhà cửa và trưng bày đồ đạc mới, nhưng ta không thể thuê người làm sạch tâm thức ta và cài đặt vào đó những phẩm tính từ bi, trí tuệ. Tuy nhiên, nếu ta thực sự bắt tay vào tu tập thì những kết quả lợi lạc chắc chắn sẽ đến.

3. LUÂN HỒI

Vòng xoay tái diễn của những bất ổn

Tình trạng mà chúng ta đang sống được gọi là vòng luân hồi, hay trong tiếng Sanskrit là *samsara*. Thuật ngữ này miêu tả một vòng xoay tái diễn của những vấn đề bất ổn, trong đó chúng ta liên tục được sinh ra, chịu đựng nhiều khổ đau trong suốt quá trình sống và cuối cùng chết đi. Không có một sức mạnh hay thực thể bên ngoài nào giam giữ chúng ta trong luân hồi. Nguồn gốc mọi bất ổn của chúng ta nằm trong sự vô minh của chính ta: chúng ta không hiểu được mình là ai và không hiểu được bản chất của mọi hiện tượng quanh ta.

Theo quan điểm triết học Phật giáo, do không nhận thức

được bản chất của chính mình nên chúng ta nhận hiểu sai về mọi hiện tượng quanh tả cũng như về chính bản thân mình. Chúng ta suy nghĩ hoàn toàn không đúng thật về phương cách hiện hữu của mọi sự vật. Chúng ta quan niệm sai lầm về bản chất thật của chính mình, ta nghĩ về mình như một thực thể thường hằng, chắc thật và có thể xác định. Và rồi ta nuôi dưỡng "cái tôi chắc thật" trong ảo tưởng này một cách trìu mến. Trong đầu ta lúc nào cũng tồn tại một ý tưởng xuyên suốt là: "Tôi ao ước hạnh phúc, và hạnh phúc của tôi là điều quan trọng nhất." Chúng ta suy nghĩ và hành động như thể mình là trung tâm điểm của vũ trụ, vì ý tưởng "hạnh phúc của tôi, khổ đau của tôi" luôn được quan tâm trước nhất và tồn tại thường xuyên trong tâm ta. Mối quan tâm đến người khác bao giờ cũng được đặt sau mối quan tâm đến chính bản thân mình.

Vì không hiểu được bản chất rốt ráo của con người và mọi hiện tượng, chúng ta phát triển tâm tham luyến và sân hận đối với ngoại cảnh. Ta bám víu vào những gì mang đến lợi ích cho ta; ta căm ghét những người và sự vật nào có vẻ đe dọa đến hạnh phúc của ta. Cuộc đời ta trôi lăn trong vòng yêu và ghét, thích và không thích. Tâm thức ta thay đổi liên tục như trò chơi bập bênh lên xuống, dao động không ngừng về mặt cảm xúc.

Chúng ta cũng thăng trầm biến động khi đi từ kiếp sống này sang kiếp sống khác. Vì trong cuộc sống, hành vi của ta có cả thiện nghiệp lẫn ác nghiệp, nên có khi ta tái sinh vào một đời sống nhiều khổ đau và cũng có khi tái sinh vào một đời sống nhiều hạnh phúc. Không có gì là ổn định chắc chắn cả. Không có sự an ổn, không có gì bảo đảm rằng ta sẽ có hạnh phúc bền lâu, cho dù ta chỉ mong muốn có thế thôi.

Do ảnh hưởng của vô minh, chúng ta hành động và tạo nghiệp. Khi đã hiểu được luật nhân quả, ta sẽ nỗ lực làm điều thiện. Khi ta không hiểu biết nhân quả, hoặc sống buông thả, tâm ta sẽ dễ dàng rơi vào ảnh hưởng của các khuynh hướng tiêu cực như tham lam, sân hận, đố kỵ, kiêu mạn, ích kỷ, và ta hành động một cách tiêu cực. Những hành động này để lại các chủng tử [bất thiện] trong dòng tâm thức, và những chủng tử này tác động đến kinh nghiệm sống của ta.

Vào lúc chết, các thức giác quan của ta mất đi năng lực hiện hành và dòng tâm thức ngày càng trở nên tinh tế hơn. Điều này có thể làm ta hoảng loạn, vì ta đã quen sống với thân thể hiện tại của mình và bám luyến mạnh mẽ vào nó. Trong lúc lâm chung, khi cảm thấy mình bị tách rời khỏi thân thể, ta khao khát được ở lại trong đó. Nhưng cuối cùng khi nhận ra rằng sự chia tách là không thể tránh khỏi, ta sẽ cố hướng đến việc sở hữu một thân thể khác.

Hai yếu tố này, sự khao khát và sự bám luyến, là điều kiện để một số các chủng tử nghiệp đã tạo trước kia của ta được chín muồi. Và sự chín muồi của các chủng tử nghiệp này khiến cho tâm thức ta bị cuốn hút vào một dạng đời sống cụ thể, và chúng ta tái sinh trong một thân thể khác. Cứ như vậy, chúng ta đi từ đời sống này sang đời sống khác.

Nhưng không có tái sinh nào là vĩnh viễn. Chúng ta tái sinh trong những dạng thân thể khác nhau tùy theo nghiệp nhân đã tạo, và chúng ta chỉ nhận lãnh một nghiệp quả trong thời gian mà nghiệp lực của quả ấy còn tồn tại. Một khi nghiệp lực ấy đã cạn kiệt, ta sẽ rời bỏ thân thể đó để nhận một thân thể khác. Một số tái sinh có thể kéo dài, nhưng không có tái sinh nào là vĩnh viễn.

Một số người có quan niệm rất lý tưởng về tái sinh. Họ nghĩ rằng, sau khi chết chúng ta sẽ ở một nơi nào đó trên không gian rồi nhìn xuống và suy nghĩ: "A, tôi muốn tái sinh làm con của người cha, người mẹ đó!" Vấn đề không phải như vậy. Chúng ta không thể chọn lựa một cách tỉnh táo. Do nghiệp lực của những hành vi và tư tưởng bất thiện, dòng tâm thức của ta bị xô đẩy vào một thân thể khác. Chúng ta thấy một thân thể rất hấp dẫn đối với mình và chúng ta bám chặt lấy nó. Theo cách đó, ta đi vào trong một thân thể mới và vòng luân hồi tiếp diễn.

Cũng có một số người cho rằng mỗi lần tái sinh như một thử thách: ta sinh vào một hoàn cảnh cụ thể để học hỏi những điều đặc biệt. Quan điểm này hàm ý có một kế hoạch nào đó phía sau nó, hoặc là có ai khác quyết định những gì ta cần phải học, hoặc bản thân ta tự nhận biết điều đó. Vấn đề không phải như vậy. Chúng ta tái sinh vào một thân thể nào đó là do có những nhân duyên kết hợp đầy đủ. Không hề có những bài học được vạch sẵn để chúng ta học hỏi trong những kiếp sống của mình. Chúng ta có học hỏi được gì từ những kinh nghiệm sống của mình hay không là hoàn toàn tùy thuộc ở chính chúng ta.

Các dạng đời sống khác

Theo tư tưởng Phật giáo, có sáu cảnh giới sống khác nhau trong vòng khổ đau luân hồi. Ba cảnh giới sống phước báu là trời, người và a-tu-la. Ba cảnh giới sống kém phước là các loài thú, kể cả côn trùng (súc sanh); cảnh giới sống thường xuyên không được thỏa mãn và nhiều tham luyến (ngạ quỷ); cảnh giới sống thường xuyên sợ hãi và đau khổ (địa ngục). Một số người thấy khó có thể tin được về sự tồn tại của sáu cảnh giới sống như vậy, vì chúng ta chỉ nhìn thấy sự hiện hữu của con người và các loài vật. Làm sao ta có thể biết được là những cảnh giới sống khác tồn tại?

Khi mới bắt đầu học Phật, tôi cũng thấy khó mà tin được về sự tồn tại của những cảnh giới sống khác. Nhưng rồi tôi nhớ lại rằng, các giác quan của chúng ta không có khả năng nhận biết được tất cả sự vật đang hiện hữu. Những con chim ó có thể nhìn thấy những gì mà con người chúng ta không thể thấy; con chó có thể nghe được những âm thanh mà con người không thể nghe. Chúng ta không thể nhìn thấy các hạt nguyên tử bằng mắt thường, cũng không thể hiểu biết tường tận về các hành tinh và thái dương hệ khác. Khi thừa nhận những giới hạn của các giác quan và phạm vi kiến thức khoa học hiện nay của chúng ta, tôi bắt đầu nghĩ rằng các cảnh giới sống khác có thể đang tồn tại nhưng ta không nhận biết được.

Có một cách khác nữa đã giúp tôi suy xét về khả năng có thể có sự tồn tại của những cảnh giới sống khác. Đó là quan sát các biểu hiện tính khí, tư tưởng và thái độ khác biệt đa dạng của con người. Chẳng hạn, có lúc chúng ta thấy hài lòng, nhẫn nhục và khoan thứ. Nhờ vào trạng thái an tịnh của tâm thức, môi trường quanh ta và những con người ta tiếp xúc có vẻ như rất dễ mến và đầy thích thú. Thậm chí nếu có người cố ý khiêu khích, ta cũng bỏ qua và vẫn giữ được sự vui vẻ bằng cách đùa cợt, chuyện gẫu với anh ta.

Bây giờ, hãy khuếch đại trạng thái tâm lý này lên và phóng chiếu ra bên ngoài thành toàn bộ môi trường sống và thân thể của ta. Đây chính là cảnh giới sống của chư thiên cõi trời.

Có những lúc khác, ta quá giận dữ đến mức mất cả bình tĩnh. Đôi khi, năng lượng giận dữ trong ta quá mạnh mẽ đến nỗi dù không bị ai quấy rầy, ta cũng cố tìm một ai đó để trút giận. Cơn giận của ta được kết hợp với sự phóng tưởng, khiến ta trở nên cực kỳ nhạy cảm và đáng sợ không có nguyên nhân. Cách thức cảm nhận của ta đối với con người và sự vật quanh ta thay đổi, ta thấy có vẻ như người khác đang cố hãm hại ta, cho dù thực sự không phải thế. Thử tưởng tượng rằng cơn giận và tâm trạng phóng tưởng đó tăng lên mãnh liệt và phóng chiếu ra bên ngoài thành toàn bộ thân thể và môi trường sống của ta. Đây chính là cảnh giới sống của sợ hãi và khổ đau.

Bằng cách như vậy, ta có thể hình dung ra sự tồn tại của những cảnh giới sống khác: thân thể và môi trường sống là sự hiển lộ trạng thái tâm lý của chúng ta. Cũng giới như những hành vi thiện sẽ thu hút ta về những tái sanh phúc lạc, những khuynh hướng tiêu cực hiển lộ thành đời sống khổ đau. Bất kỳ điều gì ta lãnh thọ - hạnh phúc hay khổ đau - đều xuất phát từ chính tâm thức ta.

Một số người thắc mắc tại sao các loài thú bị liệt vào trong ba cảnh giới tái sinh bất hạnh. Một số những con thú rất thông minh và hiền lành. Có những con vật được sống trong những điều kiện còn tốt hơn so với một số con người. Các loài thú cũng hiếm khi phá hoại như sức phá hoại của con người. Chúng chỉ giết hại [sinh mạng khác] khi cần thiết, chúng không chế tạo ra bom nguyên tử có khả năng hủy diệt cả nền văn minh.

Những điểm này nghe rất thuyết phục. Tuy vậy, con người có khả năng và trí tuệ đặc biệt mà nếu vận dụng một cách sáng suốt có thể mang lại những kết quả lớn lao hơn nhiều so với loài vật. Một con mèo không thể nhận hiểu được lời khuyên để thôi giết hại loài chuột và khởi tâm từ bi với chúng. Một con cá heo cũng không thể lĩnh hội được giáo pháp về bản chất rốt ráo của mọi hiện tượng. Điều đặc biệt trong đời sống con người khi so sánh [với thú vật] là, đối với chúng ta thì việc từ bỏ điều ác và thực hành điều thiện là tương đối dễ dàng hơn.

Cho dù thú vật được xem là cảnh giới tái sinh thấp kém, nhưng điều đó không có nghĩa là con người có thể khai thác và ngược đãi chúng. Trái lại, Phật giáo dạy rằng mọi hình thái của sự sống đều cần được tôn trọng, quan tâm và đối xử đúng đắn.

Làm thế nào mà những kẻ đã tái sinh vào cảnh giới súc sanh có thể trở lại làm người? Trong những kiếp sống quá khứ, khi còn được làm người, họ đã tạo tác cả thiện nghiệp lẫn ác nghiệp. Những chủng tử nghiệp này tồn tại trong dòng tâm thức của họ. Khi chấm dứt kiếp người đó, một chủng tử nghiệp bất thiện đã thuần thục và khiến cho người ấy phải tái sinh làm súc sanh.

Việc nuôi dưỡng các khuynh hướng hiền thiện và hành động phù hợp theo các khuynh hướng đó là rất khó khăn đối với loài vật. Tuy nhiên, loài vật cũng có thể có được những chủng tử thiện nghiệp nhờ việc nghe những lời cầu nguyện và tụng đọc kinh điển, hoặc nhờ đi nhiễu quanh các tháp Phật hay chùa chiền. Nhờ được tiếp xúc với đối tượng có năng lực đạo đức mạnh mẽ nên một chủng tử nghiệp lợi lạc được gieo cấy vào dòng tâm thức của chúng. Điều này cũng tương tự như một ấn tượng được tạo ra bởi dòng chữ quảng cáo "Hãy dùng món bắp rang" xuất hiện chớp nhoáng trên màn hình khi ta đang xem phim.[1] Ta không nhận biết rõ, nhưng nó thực sự có tác động đến tâm trí ta.

Trong dòng tâm thức của loài súc sanh vẫn lưu giữ những chủng tử thiện nghiệp mà chúng đã tạo ra trước đây khi còn được làm người. Khi nghiệp lực súc sinh đã hết - vì tái sinh ở mọi cảnh giới dù cao hay thấp cũng đều là tạm thời, không vĩnh viễn - thì những chủng tử thiện nghiệp rất có thể sẽ thuần thục, khiến cho những chúng sinh đó được tái sinh trở lại làm người.

Với lòng bi mẫn, đức Phật đã giảng dạy rõ ràng về những cảnh giới sống khác nhau để giúp chúng ta tỉnh giác đối với hậu quả lâu dài về sau do những hành vi của mình. Hiểu được điều này, chúng ta sẽ luôn tỉnh thức về những gì ta suy nghĩ, nói năng hay hành động, và ta cũng sẽ dành thời gian để phát triển những phẩm tính tốt đẹp của mình. Đức Phật dạy rằng:

"Khổ đau không phát sinh từ bất kỳ nơi nào khác hơn là tâm thức buông thả của chính ta. Nếu ta muốn đạt hạnh phúc chân thực, thì cách tốt nhất là phải tự mình tu tập để loại bỏ những tâm hành bất thiện trong tâm thức."

---

[1] Vào năm 1957, nhà nghiên cứu thị trường James Vicary công bố một kết quả nghiên cứu rất bất ngờ. Trong một rạp chiếu phim, người ta đưa vào màn ảnh rộng 2 mẩu quảng cáo "Eat popcorn" (Hãy dùng bắp rang) và "Drink Coca-Cola" (Hãy uống Coca-Cola). Các dòng chữ quảng cáo chỉ xuất hiện chớp nhoáng trong 3/1000 giây đồng hồ và cứ 5 giây một lần. Vì thời gian xuất hiện quá ngắn ngủi nên hầu như người xem phim không hề lưu tâm đến chúng. Thế nhưng, sau một thời gian 6 tuần lễ, kết quả thống kê tại đây cho thấy lượng bắp rang bán ra tăng 57% và Coca-Cola tăng 18.1%.

PHẦN IV:

TIỀM NĂNG PHÁT TRIỂN CỦA CHÚNG TA

1. TÁNH PHẬT

Bản tánh hiền thiện của chúng ta

Chúng ta đã thấy rằng, tình trạng hiện nay của chúng ta là một vòng lặp lại của những khổ đau không ngừng. Chúng ta cũng xác định được những nguyên nhân của tình trạng đó là vô minh và tâm hành phiền não do vô minh tạo ra, và các hành vi thúc đẩy bởi những khuynh hướng đó. Giờ đây, có thể ta sẽ tự hỏi: "Liệu những con người si mê, tham luyến và sân hận có bao giờ đạt đến quả Phật chăng? Có phương pháp nào để vượt thoát ra khỏi luân hồi hay chăng? Và nếu có, thì phương pháp đó là gì?"

Đúng vậy, việc tự mình vượt thoát ra khỏi vòng luân hồi khổ đau là hoàn toàn có thể. Chúng ta có thể đạt đến một trạng thái hỷ lạc dài lâu, khi đó ta có khả năng tận dụng mọi phẩm tính tốt đẹp của mình vì sự lợi lạc cho mọi chúng sinh. Điều này có thể thực hiện được là vì trong mỗi chúng ta đều sẵn có tánh Phật, là phẩm tính hiền thiện bất hoại của chúng ta. Thêm vào đó, ta hiện có thân người quý báu, mang đến cho ta cơ hội để hiển lộ tánh Phật của mình. Đây sẽ là chủ đề của hai chương sách tiếp theo.

Bạn có bao giờ đứng trên ngọn núi và nhìn lên một bầu trời trong sáng không mây? Cảm nhận về khoảng không gian, sự yên tĩnh và trong sáng đó thật tuyệt vời và đầy cảm hứng. Nhưng khi nhìn lên bầu trời từ một điểm đứng giữa thành phố, tầm nhìn của ta bị giới hạn bởi những tòa nhà chọc trời bao quanh, và ta không thể nhìn thấy bầu trời vì có những đám mây và khói bụi ô nhiễm che khuất. Về phía bầu trời, không có gì thay đổi cả. Bầu trời ấy vẫn luôn trong trẻo, rỗng không và ngập tràn ánh sáng. Tuy nhiên, chúng ta không thể nhìn thấy như vậy. Tầm nhìn của ta bị thu hẹp và bầu trời bị che khuất bởi những đám mây, cột khói.

Bản chất của tâm ta cũng tương tự như vậy. Xét cho cùng thì tâm luôn thanh tịnh và vô nhiễm. Những đám mây ngăn che không cho ta nhìn thấy bản chất thật sự của tâm thức chính là những tâm hành phiền não như tham luyến, sân hận và si mê, cùng với các chủng tử tạo thành từ những hành vi được thực hiện bởi ảnh hưởng của chúng.

Bầu trời và những đám mây không phải cùng một thực thể. Chúng không hề kết hợp theo cách không thể chia tách. Những đám mây và khói bụi ô nhiễm chỉ là những chướng ngại tạm thời, có thể được xua tan đi để làm hiển lộ bầu trời trong sáng, rỗng không. Tương tự, những tâm hành phiền não và chủng tử của những hành vi tạo tác bởi chúng không phải là bản chất rốt ráo của tâm thức chúng ta. Chúng có thể được thanh lọc và dứt trừ vĩnh viễn để giúp ta nhận thức và hòa nhập được với bản thể mênh mông rộng lớn của chính mình.

Làm sao ta biết rằng những tâm hành phiền não và các chủng tử nghiệp không phải là bản chất của tâm thức chúng ta? Lấy ví dụ, nếu sân hận là bản chất của tâm thức ta, thì lẽ ra lúc nào ta cũng sân hận. Nhưng sự thật không phải vậy, vì cơn giận của ta đến rồi đi, không tồn tại mãi. Các chủng tử nghiệp cũng không phải bản chất của tâm thức ta, vì chúng có thể được tịnh hóa và loại trừ.

Liệu ta có thể trừ bỏ vĩnh viễn tâm sân hận được chăng? Vâng, điều đó là có thể, vì sân hận chỉ là một tâm thức không chân thật, một khuynh hướng dựa trên nhận thức sai lầm. Sân hận khởi sinh khi ta gán ghép những tính chất tiêu cực lên người khác hay sự vật. Do chúng ta nhận hiểu sai lầm về thực trạng nên thấy có vẻ như nguy hại đến ta. Đắm chìm trong những phóng tưởng của chính mình, chúng ta nhầm lẫn cho rằng đó là những tính chất của người khác, và rồi nổi giận với những gì mà chính ta đã gán ghép, áp đặt lên cho họ. Bi kịch ở đây là, ta không hề tỉnh táo nhận biết được tiến trình này và tin tưởng một cách sai lầm rằng cái con người thô lỗ vô cảm chỉ có trong nhận thức của ta đó là thực sự hiện hữu ngoài đời!

Thông qua sự tu tập phát triển trí tuệ, ta đạt đến trình độ nhận ra được rằng, kẻ thù bên ngoài kia chính là một sự phóng chiếu cường điệu hóa xuất phát từ tâm thức sai lầm của chính ta. Khi ấy, sự sân hận của ta sẽ tự nhiên dứt trừ, bởi trí tuệ và sự sân hận si mê không thể đồng thời tồn tại.

Những tâm hành phiền não như sân hận, đố kỵ và kiêu mạn đều dựa trên nền tảng mê lầm của những phóng chiếu sai lệch, và do đó có thể được xóa bỏ. Những phẩm tính hiền thiện như lòng yêu thương và bi mẫn đều có nền tảng chắc thật, vì chúng giúp ta thừa nhận những phẩm tính tốt đẹp mà mọi chúng sinh khác đều sẵn có. Vì thế, những khuynh hướng như thế này có thể gắn kết lâu dài trong dòng tâm thức của chúng ta. Hơn thế nữa, chúng có thể được phát triển không giới hạn.

Tất cả chúng sinh đều sẵn có khả năng để trở thành một vị Phật, vì mỗi chúng ta đều có hai thể dạng tánh Phật. Một là bản thể rốt ráo của tâm thức, chính là cách thức hiện hữu của tâm thức ta. Thể dạng này là *chân không* của tánh Phật, là sự vắng bặt mọi vọng tưởng trong tâm. Thể dạng thứ hai là *diệu hữu* của tánh Phật, là những tính chất thuộc phạm trù quy ước của tâm, những phẩm tính của tâm thức ta.

Bản thể rốt ráo của tâm thức được gọi là Phật tính tiềm tàng, giống như hư không trống rỗng, mênh mông và thanh tịnh. Điều đó có nghĩa là, bản thể rốt ráo của tâm ta không có mọi vọng tưởng. Trong bản thể ấy không hề có những phóng tưởng sai lầm về sự thường hằng hay phi duyên khởi. Tâm thức ta không hề sẵn có tự tính tự tồn. Điều này sẽ được giải thích trong chương về trí tuệ.

Bản thể rốt ráo của tâm ta không bị ô nhiễm bởi các tâm hành phiền não. Bản thể ấy là vô thủy vô chung. Không gì có thể hủy diệt nó. Không ai có thể tách rời bản thể ấy ra khỏi chúng ta. Bản thể rỗng rang của tâm thức là vốn quý sẵn có của ta. Biết được điều này ta sẽ có sự tự tin, vì ta sẵn có khả năng để trở thành một vị Phật.

Hiện nay, tánh Phật sẵn có của ta đang bị che mờ bởi những tâm hành phiền não. Khi ta loại trừ được những tâm hành phiền não ấy bằng cách tu tập theo Giáo pháp, tánh Phật của ta sẽ hiển lộ ngày càng rõ rệt hơn.

Thể dạng thứ hai của tánh Phật là tiềm năng tu tiến để thành Phật. Tiềm năng này bao gồm những tính chất theo quy ước của tâm - sự sáng suốt và nhận biết - cùng với những trạng thái tâm hiền thiện, chẳng hạn như lòng bi mẫn.

Tâm thức là một thực thể vô hình dạng, không tạo thành từ các nguyên tử hay chất liệu vật chất. Tâm là sáng suốt vì nó có thể tự quán chiếu làm rõ chính nó hay làm sáng rõ các đối tượng. Tâm nhận biết vì nó có khả năng nhận thức hay lĩnh hội đối tượng.

Sân hận và từ bi đều là những trạng thái của tâm, và do đó cũng là sáng suốt và nhận biết. Bản chất sáng suốt và nhận biết này là một trong những tiềm năng thành tựu Phật quả của chúng ta. Tuy nhiên, sân hận tự nó không phải là một phần trong khả năng thành Phật của chúng ta, vì sân hận là dựa trên những nhận thức sai lầm có thể được xóa bỏ.

Ngược lại, lòng bi mẫn không dựa trên những phóng tưởng sai lầm và vì thế có thể được phát triển không giới hạn. Tương tự, những trạng thái tâm khác với sự nhận thức đúng thật về sự vật - chẳng hạn các tâm thương yêu, nhẫn nhục, tin cậy, vô tham, vị tha, hoan hỷ, tinh tấn... - cũng có thể gia tăng không giới hạn. Những phẩm tính hiền thiện này hiện đang sẵn có trong ta và sẽ phát triển khi ta tu tập theo Chánh pháp. Khi sự tu tập được thành tựu viên mãn, ta trở thành một vị Phật và những phẩm tính này sẽ chuyển thành tâm thức của vị Phật ấy. Vì lý do đó, những phẩm tính này cũng được gọi là tánh Phật đang thành.

Ngài Pháp Xứng (Dharmakirti), bậc thánh và luận sư Ấn Độ nổi tiếng, đã nói:

Bản chất của tâm là thanh tịnh trong sáng.
Những che chướng chỉ là tạm thời.

Ngài Pháp Xứng khẳng định lại khả năng thành Phật của chúng ta bằng việc xác quyết rằng bản chất của tâm là thanh tịnh trong sáng. Điều này có hai ý nghĩa, tương ứng với hai thể dạng của tánh Phật. Thứ nhất, tâm thanh tịnh trong sáng trong ý nghĩa là tâm rỗng rang vắng bặt mọi vọng tưởng. Khi trí tuệ của ta trực nhận được bản tâm thanh tịnh trong sáng này, vắng bặt mọi hiện hữu tự tồn, thì chúng ta sẽ có khả năng xóa bỏ tận gốc rễ mọi tâm hành phiền não.

Thứ hai, tâm chúng ta thanh tịnh trong sáng là vì tự thể sáng suốt và nhận biết của tâm luôn tồn tại. Những tâm hành phiền não và chủng tử nghiệp không thể pha tạp với tính chất sáng suốt nhận biết này của tâm. Hay nói cách khác, cơn giận không phải là ta, những tính chất bất thiện không phải là ta. Những che chướng này đều có thể đoạn trừ.

Bàn về tánh Phật là một đề tài rất thâm áo, nên bước đầu ta có thể không hiểu hết được. Nhưng ta có thể có một cảm nhận về tiềm năng nội tại và phẩm tính tốt đẹp sẵn có trong ta. Tánh Phật của ta chỉ tạm thời bị che chướng bởi những đám mây của sân hận, tham luyến và các tâm hành phiền não khác. Khi ta bắt đầu loại bỏ những đám mây che chướng này, thật nghĩa của hai thể dạng tánh Phật [nói trên] sẽ dần dần hiển lộ rõ hơn. Mật điển Hevajra dạy rằng:

Chúng sinh hữu tình đều là những vị Phật,

Nhưng bị che chướng bởi những nhiễm ô tạm thời.
Khi nhiễm ô được dứt trừ, chúng sinh là Phật.

Câu đầu tiên không có nghĩa rằng chúng ta hiện nay đã là Phật, vì nếu như thế hẳn ta sẽ là những vị Phật vô minh! Câu này chỉ có nghĩa là chúng ta hiện sẵn có hai thể dạng tánh Phật. Khi chúng ta dứt trừ mọi che chướng trong dòng tâm thức của mình, dòng tương tục tâm thức hiện nay của ta sẽ chuyển hóa thành tâm Phật.

Như vậy, đạo Phật đưa ra quan điểm hết sức tích cực và lạc quan về cuộc sống và về bản chất con người. Mỗi chúng ta đều sẵn có những hạt giống của sự toàn thiện, của tánh Phật và khả năng tu tiến thành Phật; và những hạt giống này không bao giờ bị mất đi hay diệt mất. Không có lý do gì để chúng ta cảm thấy vô vọng và đơn độc. Bởi vì tánh Phật luôn hiện hữu trong ta, ta luôn sẵn có một nền tảng cho sự tự tin và những khát vọng tích cực.

Hiện nay, tánh Phật tiềm tàng trong ta bị bao phủ bởi những đám mây của tâm hành phiền não và các chủng tử nghiệp. Đôi khi tánh Phật được ví như tổ mật bị vây kín bởi những con ong hung dữ, hay như thoi vàng chôn kín trong rác rưởi. Những con ong và rác rưởi ấy cũng giống như các tâm hành phiền não và chủng tử của nghiệp, chỉ là những che chướng tạm thời.

Làm thế nào ta loại trừ được những che chướng ấy? Đó là bằng cách tu tập theo con đường đã được đức Phật chỉ dạy: nuôi dưỡng từ bi và trí tuệ. Trí tuệ nhận biết tánh Không giúp ta nhận hiểu được tánh Phật tiềm tàng của mình, vốn là trống không vắng bặt mọi vọng tưởng. Từ bi là một khuynh hướng thực tiễn ước muốn cho tất cả mọi người đều thoát khỏi những điều kiện khổ đau, bất toại nguyện. Việc phát khởi quyết tâm vượt thoát vòng khổ đau không ngừng này là bước đầu tiên trên đường tu tập. Bước đầu này là sự chuẩn bị cho việc phát triển từ bi và trí tuệ, nhờ đó giúp cho tánh Phật của ta được hiển lộ. Chúng ta có thể học được những phương pháp thanh lọc và phát triển tâm thức thông qua việc nghiên cứu Giáo pháp của đức Phật.

2. THÂN NGƯỜI QUÝ BÁU

Tận dụng cơ hội tốt

Đôi khi ta có thể cảm thấy chán chường vì cuộc sống của ta dường như không có định hướng, hoặc có nhiều trở lực ngăn không cho ta sống một đời sống có ý nghĩa. Thế nhưng, khi xem xét đến sự tự do và những cơ hội ta đang sẵn có, ta sẽ rất đỗi ngạc nhiên và ngập tràn niềm vui sướng. Chúng ta sẽ hiểu ra rằng, sự chán chường thật ra là được nuôi dưỡng bởi một quan điểm hẹp hòi. Khi nhận ra được những cơ hội của mình, ta sẽ tự nhiên cảm thấy hạnh phúc hơn.

Là con người, chúng ta có được trí thông minh để hiểu biết về thế giới quanh mình. Bất chấp việc con người có đôi khi sử dụng sự khôn ngoan của mình một cách sai lầm, nhưng vẫn sẵn có khả năng vận dụng sự khôn ngoan đó theo những phương thức lợi lạc. Những tiến triển công nghệ kỹ thuật và vật chất chưa phải là tất cả những phương cách vận dụng tiềm năng con người. Cho dù công nghệ kỹ thuật giúp ta giải quyết được nhiều vấn đề, nhưng nó cũng làm nảy sinh những bất ổn mới. Ở một số quốc gia có mức sống cao, người dân vẫn không được hạnh phúc trọn vẹn. Họ vẫn phải khổ sở vì những căn bệnh xã hội và tinh thần, những lo lắng và xung đột.

Điều này xảy ra là vì những nguyên nhân căn bản của mọi khó khăn - sự vô minh, sân hận và tham ái của ta - vẫn chưa được dứt trừ. Khi những tâm hành phiền não này vẫn còn, chúng ta sẽ không bao giờ thỏa mãn, cho dù vật chất có dư thừa đến đâu đi chăng nữa. Vì thế, theo cách nhìn của Phật giáo thì phương cách vận dụng trí thông minh để mang lại lợi lạc nhiều nhất chính là phát triển lòng vị tha và trí tuệ thấu hiểu bản chất rốt ráo của chính mình. Khi tâm được an bình, thì dù ở đâu ta cũng có hạnh phúc. Hơn nữa, khi ấy ta sẽ có khả năng tạo lập một môi trường sống an bình hơn.

Thật không may là hầu hết nhân loại, bao gồm cả chúng ta, đều không nhận biết được những tiềm năng của mình nên đã không phát triển. Chúng ta thường xem trí thông minh của mình là điều tất nhiên sẵn có. Đôi khi ta thấy nản lòng vì có một số người sử dụng sai lầm sự khôn ngoan của họ. Tuy nhiên, khi ta nhận ra được rằng trí thông minh của ta có thể giúp bản thân ta và người khác được hạnh phúc hơn như thế nào, ta sẽ thấy vui thú và tràn đầy sinh lực, cảm hứng để vận dụng những khả năng của mình.

Chúng ta không chỉ được làm người, mà hầu hết chúng ta còn được đầy đủ các giác quan. Chúng ta có thể nghe và thấy, những phương tiện tuyệt vời để tiếp cận thông tin và giúp ta dễ dàng học hỏi con đường tu tiến tuần tự hướng đến giác ngộ. Thêm nữa, bộ não của chúng ta có công năng tuyệt vời, nên ta có một khả năng rất lớn để học hỏi, tư duy và suy ngẫm. Chúng ta rất thường xem những phẩm tính này là điều tất nhiên sẵn có, nhưng nếu ta thử nghĩ đến việc mình sẽ như thế nào khi bị khiếm khuyết thính lực, thị giác hay trí tuệ, hẳn ta sẽ nhận ra ngay là mình đã may mắn biết bao.

Nói thế không có nghĩa những người câm, điếc thì không thể tu tập hướng đến giác ngộ. Chắc chắn là họ vẫn có khả năng tu tập, vì họ cũng sẵn có hai thể dạng tánh Phật. Tuy nhiên, với các giác quan đầy đủ thì việc tu học Phật pháp sẽ dễ dàng hơn. Những ai trong chúng ta hiện có thể thấy nghe rõ ràng thì nên biết trân quý sự may mắn đó.

Hơn nữa, chúng ta được sống trong một thế giới hiện có Phật pháp. Không chỉ là việc đức Phật đã giảng giải về con đường tu tập, mà còn là việc giáo pháp của ngài đã được tu tập và truyền thừa không gián đoạn bởi các bậc thầy trong suốt hơn 2.500 năm qua. Nếu như trước đây Phật pháp bị một thế lực chính trị nào đó tiêu diệt mất, hoặc bị những kẻ tham danh lợi cố tình làm cho sai lệch đi, thì hẳn là giờ đây ta sẽ không có điều kiện để tu tập nữa. Tuy nhiên, những điều đó đã không xảy ra, và ngày nay ta vẫn còn được tiếp xúc với nhiều dòng truyền của Phật giáo.

Trước đây và hiện nay vẫn có nhiều bậc đại đạo sư đã thực sự chứng ngộ. Sự thực chứng của các ngài chứng minh rằng sự giải thoát và giác ngộ là điều có thể đạt được, và rằng con đường tu tập do đức Phật Thích-ca thuyết dạy sẽ mang lại kết quả như ta mong muốn. Ngoài ra, hiện nay còn có rất nhiều bậc đạo sư tâm linh đang sống, các ngài có thể chỉ dẫn cho ta và tự thân các ngài là những tấm gương sáng để ta noi theo.

Chúng ta thật may mắn được sống ở một nơi mà ta có thể tiếp xúc với những bậc thầy tâm linh cũng như Giáo pháp. Chúng ta có tự do tín ngưỡng, nên ta có thể học hỏi và tu tập theo niềm tin của mình. Thử hình dung xem, thật kinh hoàng biết bao nếu như ta hết lòng khao khát tu tập để phát triển bản thân nhưng lại sống trong một đất nước không có tự do tín ngưỡng! Hiện nay ta luôn sẵn có cơ hội để tìm đến các trung tâm Phật học, thực tập thiền định, nghe pháp thoại, tham dự các khóa tu. Chúng ta được tiếp xúc với các bậc thầy đức hạnh cũng như kinh sách, băng video và các bản ghi những buổi giảng pháp.

Về phía tự thân, chúng ta quan tâm đến việc phát triển bản thân và làm cho đời sống của ta có ý nghĩa đối với người khác. Sự rộng mở này là một phẩm chất tích cực mà ta nên trân quý chính mình. Nhiều người không có những khuynh hướng như thế và chẳng bao giờ để tâm suy xét ý nghĩa của sự sống hay cái chết. Cho dù mục đích mong cầu của họ là hạnh phúc, nhưng cả đời họ chỉ làm toàn những hành vi bất thiện, gây nhân cho những khổ đau trong tương lai. Vì chưa từng quan tâm đến việc dứt trừ những che chướng và phát triển tiềm năng [tốt đẹp] của mình, nên những người như thế rồi sẽ chết trong sự lo lắng và hối tiếc. Dù ta không thể tự tin nói rằng đời sống của ta luôn theo nề nếp đạo đức và tâm ta luôn an ổn, nhưng ta có thể đánh giá cao việc mình đã có sự quan tâm và hướng về sự phát triển tâm linh theo chiều hướng đó.

Một số người có thể cũng có khuynh hướng như thế, nhưng lại thiếu những điều kiện vật chất và tài chánh để theo đuổi những mục đích tâm linh. Nếu chúng ta rơi vào cảnh đói thiếu, không nhà cửa và bần cùng, hẳn việc tu tập tâm linh sẽ khó khăn hơn nhiều, vì ta phải lo toan điều kiện vật chất trước hết. Nhưng hầu hết chúng ta đều có cuộc sống vật chất tương đối thoải mái đủ để ta có thể học hỏi và tu tập. Cho dù ta có thể cảm thấy tình trạng tài chánh của mình chưa vững chắc, nhưng nếu so sánh với những người khác, ta sẽ thấy quả thật mình may mắn hơn rất nhiều.

Chúng ta nên nhận biết việc mình được sống thân cận với những người có cùng khuynh hướng tu tập phát triển bản thân và phụng sự người khác. Những đạo hữu này là sự hỗ trợ rất lớn cho sự tu tập của ta, vì ta có thể cùng họ thảo luận để học hỏi và chia sẻ kinh nghiệm cho nhau. Điều này vừa thú vị, vừa cần thiết, vì đôi khi ta có thể trở nên chán nản hay mơ hồ, và những người bạn đạo này sẽ giúp vực dậy năng lực tu tập của ta. Chúng ta rất may mắn khi có được những người bạn như thế, hoặc được sống ở nơi mà ta có thể tìm gặp họ.

Thêm vào đó, chư vị Tăng Ni là những tấm gương sáng để ta noi theo. Dù ta có thể không muốn sống theo cách giống như các vị, nhưng ta có thể được lợi lạc từ đời sống gương mẫu, kinh nghiệm tu tập và kiến thức về Giáo pháp của các vị.

Nếu dành thời gian để nhận biết giá trị của những điều kiện tốt đẹp, thuận lợi mà ta có được trong đời sống này, ta sẽ rất đỗi ngạc nhiên và vui mừng. Việc xem xét các điều kiện thuận lợi hiện tại của mình là rất quan trọng, vì ta sẽ không còn xem đó là những điều tất nhiên sẵn có nữa mà sẽ tận dụng chúng. Nếu ta chỉ nghĩ đến các trở lực và những gì ta thiếu thốn, ta sẽ sa sút dần đến chỗ suy nhược tinh thần. Sự suy nhược tinh thần làm cho ta không thể vận dụng những phẩm chất tốt đẹp của mình, vì ta không nhận biết những phẩm chất đó và quá đắm chìm trong mặc cảm tự ti. Đây là một sự hoang phí tiềm năng con người thật đáng buồn. Ta đối trị điều này bằng cách luôn nhớ đến những phẩm chất và cơ hội tốt đẹp của mình.

Tánh Phật quý báu của ta có tiếp tục bị chôn vùi trong những cảm xúc phiền não bất tịnh và chủng tử bất thiện hay không, bản chất rỗng rang khoáng đạt của tâm ta có tiếp tục bị che khuất bởi những đám mây che chướng hay không, điều đó hoàn toàn tùy thuộc vào chính ta. Đây là sự tốt đẹp của đời sống con người: ta sẵn có tánh Phật bất hoại trong ta từ vô thủy, ta có cơ hội tuyệt vời để nhận ra và phát triển tánh Phật đó ngay trong đời này. Với tâm đại bi, đức Phật đã tuyên thuyết Chánh pháp, những phương pháp để biến tiềm năng của ta thành khả năng thực sự. Ta có sự hỗ trợ và giúp đỡ của chư Tăng dẫn dắt chúng ta. Nhưng chúng ta phải tự mình tu tập. Và chỉ khi đó ta mới có sự tiến triển trên con đường hạnh phúc.

Tận dụng cuộc sống này để tu tập

Có rất nhiều phương pháp để ta vận dụng cuộc sống này nhằm đạt được tiến triển trên con đường hạnh phúc. Cho dù hiện nay tất cả chúng ta đều mong muốn được hạnh phúc, nhưng khi ta cố đuổi theo nắm bắt hạnh phúc ấy, nó lập tức vuột khỏi tay ta. Ngược lại, nếu ta biết hài lòng với những gì hiện có và đồng thời chuẩn bị cho tương lai, ta sẽ được hạnh phúc hơn ngay trong hiện tại và cả trong tương lai.

Phương pháp đầu tiên để tu tiến trên đường đạo là không ngừng tu tập trong từng giây phút ngay trong đời sống hằng ngày. Buổi sáng vừa thức dậy, thay vì suy nghĩ, "Hôm nay tôi phải làm gì?" hoặc "Tôi muốn một cốc cà phê", ta có thể khởi niệm đầu tiên trong ngày thế này: "Hôm nay tôi sẽ hạn chế tối đa việc gây hại cho người khác. Hôm nay tôi sẽ hết lòng hết sức giúp đỡ mọi người." Đó là một suy nghĩ đơn giản, nhưng khởi đầu một ngày mới theo cách này làm thay đổi mạnh mẽ lối sống của ta. Tư tưởng yêu thương và kiềm chế không gây tổn hại cho người khác là một động lực tích cực và một định hướng rõ ràng cho tất cả các hoạt động trong ngày của ta. Nếu trong ngày hôm đó ta gặp phải một tình huống rối ren, ta có thể nhớ đến động cơ của mình lúc ban sáng. Điều đó sẽ giúp ta hành động một cách lợi lạc và tránh được những sân hận, kiêu ngạo và ghen tỵ.

Thêm nữa, suốt trong ngày hôm đó ta có thể nuôi dưỡng động cơ thế này: "Tôi sẽ hành động vì lợi ích của chúng sinh. Tôi mong muốn vượt qua những giới hạn của bản thân và phát triển hoàn toàn các tiềm năng của mình để có thể giúp đỡ chúng sinh một cách hiệu quả nhất." Bằng cách đó, ta có thể chuyển hóa những hành vi vốn nhỏ nhặt, không đáng kể thành sự tu tập hướng đến giác ngộ. Một hành vi có thể được thực hiện vào những thời điểm khác nhau với những động cơ khác nhau. Chúng ta có được hạnh phúc hay không cũng như hành vi đó có giá trị thế nào đều là tùy thuộc vào động cơ thúc đẩy.

Lấy ví dụ, ta có thể miễn cưỡng làm việc dọn dẹp nhà cửa, trong lòng chỉ mong sao cho công việc đáng ghét này sớm chấm dứt để ta có thể làm chuyện gì đó vui thú hơn. Trong trường hợp này, ta không có hạnh phúc trong hiện tại, và hành vi dọn dẹp nhà cửa của ta là trung tính, không thiện cũng không ác.

Trái lại, nếu ta suy nghĩ rằng: "Thật thú vị khi dọn dẹp nhà cửa để giúp gia đình ta được tận hưởng một môi trường sống dễ chịu", thì ta sẽ được hạnh phúc khi hút bụi, quét dọn... Hơn thế nữa, nếu ta hình dung mình đang làm sạch bụi bặm là những tâm hành phiền não trong tâm thức của tất cả chúng sinh, thì việc lau sàn nhà cũng có thể trở thành một thời thiền quán! Bằng cách này, hành vi của chúng ta trở nên hiền thiện, và những chủng tử tốt đẹp sẽ được gieo vào dòng tâm thức của ta.

Bằng cách phát khởi một động cơ tốt đẹp vào sáng sớm và thường xuyên nhớ lại trong ngày, ta sẽ thấy rằng tâm nguyện giúp đỡ người khác và tránh gây tổn hại được sinh khởi trong ta dễ dàng hơn cũng như ngày càng chân thành hơn. Con đường hướng đến giác ngộ là một tiến trình chậm và phát triển dần dần qua từng ngày. Mỗi buổi sáng thức dậy là một cơ hội mới để ta nuôi dưỡng những phẩm chất tốt đẹp của mình, và mỗi thời khắc trong ngày đều là cơ hội để ta sống với những phẩm chất ấy.

Phương pháp thứ hai để vận dụng đời sống vào sự tu tập là chuẩn bị cho cái chết và những kiếp sống tương lai của mình. Cho dù một số người thường ngần ngại, nhưng việc nghĩ đến cái chết là điều có lợi, vì nhờ đó ta mới có thể chuẩn bị cho nó. Việc suy nghĩ rằng một ngày nào đó chúng ta sẽ chết không phải là điều thiếu lành mạnh, mà là thực tế. Cái chết chỉ đáng sợ khi ta không biết cách liên hệ đến nó một cách thích hợp. Nhưng khi ta biết cách chuẩn bị cho cái chết và biết mình phải làm gì vào lúc chết thì sự sợ hãi là không cần thiết. Trong thực tế, cái chết có thể là một niềm hỷ lạc rất lớn. Nếu hiện nay ta sống có ích, ta sẽ chẳng có gì phải hối tiếc khi đời sống chấm dứt. Ta có thể chết một cách an lành và hạnh phúc.

Cách thức căn bản để chuẩn bị cho cái chết và những kiếp sống tương lai là tránh các việc ác và thực hành các việc thiện. Điều này đặc biệt chỉ đến việc tránh xa mười ác nghiệp (xem chương nói về đạo đức) và sống theo các giá trị đạo đức. Trong đó cũng bao gồm việc tu tập lòng từ hướng đến người khác và làm hết khả năng mình để giúp đỡ mọi người.

Để làm cho cuộc sống có ý nghĩa, còn có một phương pháp thứ ba nâng cao hơn. Nếu như lúc mới khởi tâm ta chỉ lo chuẩn bị cho những kiếp sống tương lai, thì giờ đây ta sẽ hướng đến sự vượt thoát ra khỏi vòng luân hồi sinh tử với những khổ đau không ngừng của nó. Hơn thế nữa, ta có thể đạt được sự giác ngộ viên mãn của một vị Phật, với mọi che chướng đều dứt trừ và mọi phẩm tính tốt đẹp đều phát triển trọn vẹn. Sự giải thoát được đạt đến nhờ tu tập giới đức, thiền định và trí tuệ (cũng được gọi là *Tam vô lậu học*). Khi những pháp tu này được kết hợp với tâm nguyện vị tha mong muốn đạt chứng ngộ vì sự lợi lạc cho tất cả chúng sinh, thì sự chứng ngộ sẽ được đạt đến.

Những mục tiêu này có vẻ như quá cao quý, nhưng chúng ta có cơ hội để đạt đến. Đôi khi chúng ta quá xem nhẹ khả năng mình và giới hạn những mục tiêu của mình một cách không cần thiết. Khi ta xét rằng tất cả những bậc thầy vĩ đại trong quá khứ và những người mà ta kính ngưỡng cũng đều có thân người quý báu giống như ta, ta sẽ thừa nhận tiềm năng của chính mình trong việc thành tựu những điều giống như các vị ấy. Việc nhận biết và hoan hỷ với năng lực tiềm tàng của mình là điều rất quan trọng. Như một hành giả Ấn Độ, ngài Thánh Thiên (Aryadeva) đã nói:

"Khi có được thân người quý báu, nghĩa là ta có khả năng siêu việt không chỉ tự giải thoát mình ra khỏi vòng luân hồi khổ đau mãi mãi, mà còn đạt được sự chứng ngộ và giải thoát vô số chúng sinh ra khỏi sự đau khổ. Không gì có thể so sánh với thân người quý báu này. Ai lại bỏ phí đi một lần tái sinh như thế?"

Nhờ tận dụng cơ hội tuyệt vời này, ta sẽ có được những kết quả hỷ lạc của sự hoàn thiện chính mình. Chúng ta sẽ đạt đến trạng thái giải thoát hết thảy mọi bất ổn, từ đó ta sẽ có khả năng làm lợi lạc cho tất cả chúng sinh bằng cách chỉ bày con đường hướng đến an vui hạnh phúc thông qua việc làm hiển lộ tánh Phật của mỗi người.

Ba phương pháp tận dụng đời sống này để tu tập

Mục đích tu tập	Phương pháp để thành tựu
1. Từng bước dần dần làm cho đời sống của mình có ý nghĩa hơn	- Phát khởi động cơ vị tha vào mỗi sáng khi thức dậy; duy trì chánh niệm trong mọi việc làm; biến mọi sự việc thành cơ hội tu tiến.
2. Chết một cách yên lành và tái sinh vào cảnh giới an vui	- Sống đời sống đạo đức: tránh mọi việc ác, thực hành các việc lành.
3. Đạt được hạnh phúc dài lâu	
a. Giải thoát khỏi vòng sinh tử luân hồi	- Tu tập Tam vô lậu học: Giới Định Tuệ
b. Giác ngộ viên mãn (quả Phật)	- Tu tập Tam vô lậu học và Lục ba-la-mật (bố thí, trì giới, tinh tấn, nhẫn nhục, thiền định và trí tuệ) với động cơ vị tha.

PHẦN V

CON ĐƯỜNG
HƯỚNG ĐẾN GIÁC NGỘ

1. TỨ THÁNH ĐẾ

Giáo pháp của những bậc Giác ngộ

Thông điệp của của Đức Phật là thông điệp an vui, hạnh phúc. Ngài đã tìm ra kho báu và muốn chúng ta đi theo con đường dẫn đến kho báu đó. Ngài dạy rằng, nhân loại hiện đang sống trong vô minh tăm tối, nhưng có một con đường dẫn ra ánh sáng. Ngài muốn chúng ta vươn lên từ đời sống ảo mộng để đạt đến một đời sống cao quý hơn, ở đó con người chỉ thương yêu mà không thù hận, chỉ giúp đỡ mà không hãm hại nhau. Lời kêu gọi của ngài mang tính phổ quát, vì ngài kêu gọi lý trí và phần phổ quát nhất trong tất cả chúng ta: "Chính mỗi người phải tự nỗ lực hành trì. Chư Phật quá khứ chỉ vạch ra con đường." Ngài đã đạt đến sự hài hòa siêu việt giữa tri kiến và trí tuệ bằng cách đặt chân lý tâm linh trước thử thách của sự chứng nghiệm mang tính quyết định; và chỉ có sự chứng nghiệm mới thỏa mãn được tâm trí của con người hiện đại. Ngài muốn chúng ta hãy quan sát và thức tỉnh, ngài muốn chúng ta hãy tìm kiếm và phát hiện.

Juan Mascano - Viện sĩ và nhà giáo dục Tây Ban Nha,
Giảng viên Đại học Cambridge

Đức Phật thuyết giảng bài pháp đầu tiên mô tả sự chứng ngộ của ngài về bốn sự thật của hiện hữu, được biết đến như là Tứ thánh đế. Bốn sự thật đó là:

1. Chúng ta đang chịu đựng những cảm thọ không mong muốn (sự thật về khổ đau). Những cảm thọ khổ đau này cần phải được nhận biết.

2. Những cảm thọ khổ đau đó đều có nguyên nhân: đó là vô minh và các tâm hành phiền não (sự thật về nguyên nhân của khổ đau). Những nguyên nhân này cần phải được dứt trừ.

3. Có một trạng thái an tịnh, trong đó mọi cảm thọ khổ đau và những nguyên nhân của chúng đều bị dứt sạch (sự thật về sự dứt trừ khổ đau). Sự diệt tận mọi phiền não cần phải được thực hiện.

4. Có một con đường đưa ta đến trạng thái an tịnh (sự thật về con đường tu tập). Con đường tu tập cần phải được hành trì.

Nhận diện các trạng thái khổ đau

Việc chuyển dịch sự thật đầu tiên là "sự thật về khổ đau" có thể dẫn đến hiểu lầm, vì thuật ngữ "khổ đau" hàm nghĩa có sự đau đớn. Vì thế, khi nghe đức Phật nói rằng cuộc đời là khổ đau, ta tự hỏi không biết ngài muốn nói đến điều gì, vì hầu hết chúng ta không phải lúc nào cũng chịu đựng những nỗi đớn đau, khổ sở cùng cực. Thật ra, thuật ngữ *dukha* trong tiếng Pali hoặc Sanskrit có nghĩa là những gì không hoàn toàn đúng đắn, thích hợp. Có gì đó bất ổn; có những hoàn cảnh không thỏa mãn trong đời sống của chúng ta.

Hầu hết chúng ta hẳn sẽ đồng ý với điều này. Từ kinh nghiệm của chính bản thân mình chúng ta biết được rằng, mỗi khi trò chuyện với người khác, dù đó là người giàu sang hay nghèo khó, là ông chủ hay người làm thuê, chỉ sau khoảng hơn năm phút thôi, điều không tránh khỏi là họ sẽ bắt đầu kể lể với ta về những bất ổn trong cuộc sống của họ. Mỗi người đều có một khó khăn nào đó, một điều gì đó không được suôn sẻ trong cuộc sống của họ.

Chúng ta trải qua nhiều tình trạng bất như ý như thế: ta không đạt được điều mình muốn, hoặc phải nhận lấy điều mình không muốn. Trong khi ta phải nỗ lực hết mình để đạt được những gì ta muốn, thì những điều ta không mong muốn lại cứ dễ dàng tìm đến, không đợi ta phải đòi hỏi hay bỏ công sức ra. Cho dù ta có được những gì mình muốn, thì chúng cũng không tồn tại mãi mãi.

Những vật sở hữu của ta đều sẽ hư hỏng hoặc lỗi thời. Chúng ta không thể luôn sống bên cạnh những người mình thương yêu. Cuối cùng rồi thì mọi quan hệ thân thiết cũng đều chấm dứt bởi sự chia ly hay cái chết.

Bên cạnh những nỗi khổ đó, còn có những nỗi khổ căn bản của sinh, lão, bệnh và tử. Thân thể ta vốn là đối tượng của bệnh tật: không có ai là người chưa từng mắc bệnh. Cũng vậy, chúng ta sẽ trở nên già yếu mà không có lựa chọn nào khác. Từ khi sinh ra là ta đã bắt đầu già đi. Không có cách nào để cho thời gian dừng lại. Không một phương thức rèn luyện hay can thiệp phẫu thuật nào có thể ngăn chặn được tiến trình lão hóa tự nhiên. Điều duy nhất ta có thể dự báo chắc chắn xảy đến cho ta là cái chết, vì không ai tránh được cái chết cả.

Trong những nỗi khổ kể trên, chẳng có điều nào là đặc biệt lý thú cả, phải không? Bằng những phương thức giả tạo, ta cố làm cho cuộc sống của mình trở nên tuyệt vời và thú vị: Chúng ta dựng lên các khu mua sắm, công viên giải trí Disneyland, thi hoa hậu thế giới, hội họp tiệc tùng, đoàn tụ gia đình v.v... Thế nhưng, khi thành thật với chính mình, ta phải thừa nhận rằng tình trạng của mình chẳng bao giờ được suôn sẻ trọn vẹn. Chúng ta luôn cảm thấy có gì đó thiếu thốn, và ta luôn tìm kiếm để có được nhiều hơn, tốt hơn.

Đức Phật mô tả những bất ổn và khó khăn không phải để làm cho ta buồn nản. Những điều đó luôn tồn tại, cho dù ta có nghĩ đến chúng hay không. Tuy nhiên, bằng vào việc nhận ra tính chất khổ đau của đời sống, ta mới có thể nỗ lực để thay đổi. Đức Phật thuyết dạy về khổ đau là để thúc đẩy chúng ta hãy làm thay đổi sự bất toại nguyện của mình. Đức Phật dạy rằng tình trạng hiện tại của chúng ta là giống như một người đang bệnh nặng. Việc giả vờ như không có bệnh sẽ không thể làm cho căn bệnh mất đi. Trước hết, người bệnh phải thừa nhận mình có bệnh và tìm đến bác sĩ để được chỉ dẫn. Sau đó, người ấy phải được điều trị bằng thuốc men. Điều này cũng đúng khi vận dụng vào đời sống. Dù ban đầu chúng ta có thể không muốn nghĩ đến những tình trạng khổ đau của mình, nhưng chính sự suy ngẫm về nỗi khổ sẽ thôi thúc ta tìm kiếm giải pháp. Hơn nữa, ta có thể cảm thấy thanh thản nhờ thái độ chân thật với chính mình. Khi biết rằng mình có thể làm cho mọi thứ tốt đẹp hơn, ta sẽ được khích lệ và tăng thêm sức mạnh.

Dứt trừ nguyên nhân

Để thay đổi thực trạng, ta cần phải dứt trừ những nguyên nhân của nó: các tâm hành phiền não như tham, sân và si. Khi những tâm hành này sinh khởi, chúng làm cho ta khổ đau và hành động theo cách gây khổ đau cho người khác. Những hành vi này lại tạo thành nguyên nhân khiến cho chính bản thân ta phải nhận lãnh khổ đau trong hiện tại và mai sau.

Các tâm hành phiền não có thể bị dứt trừ, vì chúng dựa trên nền tảng của vô minh. Nếu ta tu tập theo con đường giới định tuệ, ta sẽ có khả năng dứt trừ tận gốc các tâm hành phiền não và những kết quả khổ đau của chúng. Khi đó, ta sẽ an trú trong trạng thái an bình và hỷ lạc. Con đường tu tập này đã được chứng thực bởi các bậc hiền thánh, là những vị đã tự mình tu tập và thực chứng được kết quả giải thoát an lạc.

Chấm dứt khổ đau là an lạc

Trạng thái an lạc, khi mọi tâm hành phiền não cùng với nghiệp và khổ đau do chúng tạo ra đều đã chấm dứt, được gọi là giải thoát, hay Niết-bàn. Người nào đạt đến trạng thái này được gọi là một vị A-la-hán. Nếu tiến xa hơn nữa, tịnh hóa được mọi chướng ngại vi tế và phát triển hoàn thiện mọi công hạnh, chúng ta sẽ đạt đến sự chứng ngộ, trạng thái của một vị Phật.

Một số người hỏi rằng: "Chẳng phải Niết-bàn như thế là

buồn chán lắm sao? Chẳng phải chúng ta cần phải có khổ đau mới biết được hạnh phúc là gì đó sao?" Câu trả lời là không. Buồn chán là do sự vận hành của si mê và tham ái, và vì những tâm hành phiền não này đã bị dứt trừ khi chúng ta đạt được sự giải thoát, nên ta sẽ không còn nảy sinh trạng thái buồn chán nữa. Thêm nữa, ta đã nếm trải khổ đau rồi, không cần thiết phải tiếp tục khổ đau mới nhận biết được hạnh phúc

Trong trạng thái Niết-bàn, tâm thức chúng ta an định và sáng suốt. Những vị chứng đạt Niết-bàn không trở thành khác lạ và thụ động. Ngược lại, các ngài có một nguồn nội lực tâm linh rất lớn và lan tỏa quanh mình một cảm giác của tự do và hỷ lạc.

Con đường đưa đến an lạc

Làm thế nào ta có thể đạt đến sự giải thoát và giác ngộ? Bằng cách tu tập theo con đường Chánh Pháp dẫn đến những mục tiêu đó. Có nhiều cách giảng giải về con đường Chánh Pháp. Một trong số đó là diễn giảng theo Bát Thánh Đạo - bao gồm sự tu tập chánh kiến, chánh tư duy, chánh ngữ, chánh nghiệp, chánh mạng, chánh tinh tấn, chánh niệm và chánh định. Bát Thánh Đạo sẽ không được trình bày chi tiết trong sách này, vì như thế sẽ làm cho số trang sách trở nên quá lớn. Ở cuối sách này sẽ có bảng liệt kê giới thiệu một số trong những cuốn sách rất hay về Bát Thánh Đạo.

Tứ thánh đế

1. Chân lý về khổ đau

2. Chân lý về nguyên nhân của khổ đau: những tâm hành phiền não và các hành vi tạo nghiệp

3. Chân lý về sự dứt trừ khổ đau và nguyên nhân của khổ đau

4. Chân lý về con đường đưa đến sự an lạc

Có một cách khác để mô tả về con đường Chánh Pháp, đề cập đến ba sự chứng ngộ căn bản: 1. Phát tâm xả ly (quyết tâm vượt thoát luân hồi), 2. Phát tâm Bồ-đề (quyết tâm đạt đến giác ngộ vì lợi ích của tất cả chúng sinh), 3. Trí tuệ nhận biết được [đúng thật về] thực tại.

Ba điều này được gọi là chứng ngộ, vì khi ta suy nghiệm thuần thục thì những hiểu biết sâu sắc này sẽ trở thành một phần trong chính bản thân ta và chuyển hóa cách nhìn của ta về thế giới. Chúng ta sẽ bàn về ba sự chứng ngộ căn bản này trong những chương tiếp theo.

Hai cách giảng giải con đường đưa đến sự an lạc

Giảng giải theo Bát Thánh Đạo

CHÂN LÝ VỀ CON ĐƯỜNG ĐƯA ĐẾN SỰ AN LẠC:

* *Giới:*

+ 1. Chánh nghiệp,

+ 2. Chánh ngữ

+ 3. Chánh mạng

* *Định:*

+ 4. Chánh niệm

+ 5. Chánh định

+ 6. Chánh tinh tấn

** Tuệ:*

+ 7. Chánh kiến

+ 8. Chánh tư duy

Giảng giải theo ba chứng ngộ căn bản

CHÂN LÝ VỀ CON ĐƯỜNG ĐƯA ĐẾN SỰ AN LẠC

1. Phát tâm xả ly (khát khao được chết bình an và tái sinh tốt đẹp; khát khao đạt được sự giải thoát)

2. Phát tâm Bồ-đề (cầu quả Phật vì tâm nguyện vị tha)

3. Trí tuệ nhận biết tánh Không

CHÚ THÍCH

Dấu * : thuộc về Tam vô lậu học

Dấu + : thuộc về Bát Thánh Đạo

Dấu # : thuộc về Ba chứng ngộ căn bản

2. QUYẾT TÂM CẦU GIẢI THOÁT

Phát triển sự dũng mãnh tự vượt thoát luân hồi

Chứng ngộ căn bản trước tiên trên con đường tu tập là quyết tâm vượt thoát ra khỏi mọi khổ đau và bất toại nguyện. Quyết tâm này phát khởi từ sự nhận biết được rằng thực trạng hiện nay của ta không hoàn toàn đáng hài lòng và ta có khả năng đạt được hạnh phúc lớn lao hơn. Vì thế, ta quyết tâm vượt thoát thực trạng không tốt đẹp này và hướng đến một trạng thái tốt đẹp hơn.

Trong Anh ngữ, có người dùng chữ "renunciation" với nghĩa quyết tâm cầu giải thoát. Thuật ngữ này có thể gây hiểu lầm, vì "renunciation" hàm nghĩa tự ép xác, khổ hạnh. Thật ra, đó không phải là ý nghĩa được dùng trong nguyên ngữ Sanskrit hay Pali.

Quyết tâm cầu giải thoát là một thái độ sống. Nó không có nghĩa là ta phải từ bỏ gia đình, công việc để vào sống trong hang động và ăn rau cỏ! Quyết tâm cầu giải thoát là nỗ lực thay đổi thái độ sống của chúng ta. Chúng ta lựa chọn nếp sống như thế nào lại là một vấn đề khác.

Nói cách khác, hình thức bên ngoài của chúng ta như thế nào không quan trọng, quan trọng là ở nội tâm bên trong. Sống đời sống khổ hạnh không nhất thiết có nghĩa là người đó không còn đam mê các lạc thú trần gian: người ta có thể sống trong hang động nhưng vẫn mơ tưởng về thức ăn ngon hoặc những chiếc xe thể thao! Vấn đề không nằm ở của cải vật chất và người khác, mà nằm ở cung cách ta liên hệ với những đối tượng ấy như thế nào.

Có hai cấp độ quyết tâm cầu giải thoát. Cấp độ thứ nhất là

quyết tâm để không rơi vào khó khăn trong các đời sống vị lai và có được những tái sinh tốt đẹp. Cấp độ thứ hai là quyết tâm vượt thoát sinh tử luân hồi và chứng đạt giải thoát.

Tại sao chúng ta chỉ chuẩn bị cho những kiếp sống tương lai? Còn đời sống hiện nay thì sao? Có một số nguyên do. Thứ nhất, việc chuẩn bị tốt cho các đời sống tương lai sẽ tự nhiên làm cho đời sống hiện tại được hạnh phúc hơn. Để tạo nhân hạnh phúc cho các đời sống tương lai, ta nhất thiết phải sống theo đạo đức. Khi ta từ bỏ [những hành vi xấu ác như] giết hại, trộm cắp, tà dâm, nói dối, vu khống, nói lời thô ác, nói lời vô nghĩa, tham lam, hiểm độc, tà kiến, thì tự nhiên ta trở thành người tốt đẹp, tử tế hơn. Chúng ta có quan hệ tốt đẹp hơn với người khác và mọi người ưa thích, tin tưởng ta nhiều hơn, vì ta không còn gây tổn hại cho họ. Thêm vào đó, ta sẽ không còn hối tiếc, không phạm vào tội lỗi, và sẽ có một cảm nhận mạnh mẽ hơn về mục đích nội tâm.

Thứ hai, chuẩn bị cho tương lai không phải là điều gì khác thường. Hầu hết mọi người đều chuẩn bị cho tuổi già, bất chấp một sự thật là nhiều người không sống được đến tuổi già. Mặt khác, những chuẩn bị cho các đời sống tương lai không bao giờ là uổng phí, vì tâm thức của chúng ta vẫn tiếp tục tồn tại sau khi chết.

Thứ ba, đời sống hiện tại của chúng ta có thể sẽ không kéo dài, kiếp sống tương lai có thể sẽ sớm bắt đầu, vì ta không biết được là mình sống được bao lâu nữa. Thêm nữa, nếu so sánh với thời gian của nhiều kiếp sống về sau thì đời sống hiện tại của ta rất ngắn ngủi, nên việc chuẩn bị cho những kiếp sống tương lai là việc làm sáng suốt.

Những tai hại của sự tham luyến

Tham luyến là khuynh hướng cường điệu hóa các tính chất

159

tốt đẹp của một người hay sự vật rồi bám luyến vào đó. Đây là chướng ngại chủ yếu của việc phát triển quyết tâm cầu giải thoát. Hầu hết chúng ta chỉ quan tâm đến hạnh phúc trong đời sống hiện tại. Chúng ta tìm kiếm hạnh phúc bằng cách thỏa mãn các giác quan. Chúng ta bao giờ cũng thích được nhìn ngắm những sự vật và con người đẹp đẽ, thích nghe những tiếng nhạc êm tai hay lời nói ngọt dịu, thích ngửi mùi hương thơm, thích nếm các vị ngon và thích xúc chạm các đối tượng êm ái. Chúng ta liên tục phân chia thế giới thành hai phạm trù: ưa thích và ghét bỏ. Ta bám víu vào những gì ta xem là vui thú và căm ghét những gì ta nghĩ là khó chịu. Với một nhận thức hạn hẹp như vậy, tâm trí chúng ta không đủ rộng để suy xét đến hạnh phúc cho các đời sau hay niềm hỷ lạc giải thoát.

Nhưng trớ trêu thay, việc tìm cầu hạnh phúc cho riêng một đời sống này sẽ mang lại kết quả trái ngược. Để giữ chặt lấy những gì ta tham luyến và tránh né những gì ta không căm ghét, chúng ta có thể hành động tiêu cực và ích kỷ. Chính những hành vi bất thiện này sẽ ngay lập tức tạo ra các bất ổn, cũng như để lại những chủng tử bất thiện trong dòng tâm thức của ta, gây ra những khổ đau trong tương lai.

Lấy ví dụ, vì sao chúng ta giận dữ mắng nhiếc người khác? Khi tham luyến hạnh phúc cho riêng mình, ta quát tháo công kích bất cứ ai cản trở ta có được hạnh phúc đó. Vào lúc ấy, ta không quan tâm đến việc mình có làm tổn thương tình cảm của người khác hay không. Đôi khi ta công kích người khác chỉ để cảm thấy mình mạnh mẽ hay vì muốn trả đũa họ. Khi gây tổn thương cho người khác được rồi, ta vui mừng: "Tôi trả thù được rồi! Bọn họ thật khốn đốn!" Thế nhưng, ta là hạng người gì mà lại vui vẻ hả hê trước sự khổ đau của người khác?

Khi làm việc bất thiện, trong lòng ta rối rắm không yên. Giả sử khi ta ăn cắp, ta không thấy thoải mái với chính mình. Ta không thể ngủ yên giấc và luôn lo lắng về việc nhà chức trách có thể sẽ điều tra ra hành vi phạm tội của ta. Nếu ta có hành vi ngoại tình, ta cũng sống trong lo lắng, phải nói dối và tìm lý do biện bạch để che giấu. Mối quan hệ vợ chồng sẽ bị hủy hoại, sự tin tưởng lẫn nhau ngày càng mất đi. Các con ta sẽ đặt nghi vấn về điều gì đó sai trái đang xảy ra, và chúng cảm thấy bất an, lo lắng. Chúng không còn kính trọng ta nữa.

Các hành vi bất thiện ấy không chỉ tạo ra những bất ổn hiện nay cho ta, chúng còn để lại những chủng tử trong dòng tâm thức khiến ta phải gánh chịu khổ đau trong tương lai.

Khi quá tham luyến hạnh phúc trong đời sống hiện nay, ta có khuynh hướng phóng đại tầm quan trọng của một số sự việc. Chẳng hạn, ta nghĩ rằng: "Tôi nhất định phải kiếm được số tiền lương chừng ấy... để có được hạnh phúc." Nhưng khi kiếm được số tiền như thế rồi, ta lại cảm thấy chưa đủ. Ta đánh giá quá cao tầm quan trọng của đồng tiền và quên đi tất cả những điều tốt đẹp khác trong cuộc sống, lúc nào cũng bị ám ảnh bởi chuyện tích lũy tiền bạc. Cho dù ta có được nhiều tiền rồi, thì tâm tham luyến lại mang đến cho ta nhiều bất ổn mới: ta lo sợ người khác lấy cắp tiền bạc của mình, hoặc lo lắng rằng người khác đến kết thân chỉ vì sự giàu có của ta. Nếu thị trường chứng khoán sụt giảm [và tài sản của ta mất giá], ta sẽ buồn phiền suy sụp.

Những tác hại của tâm tham luyến đã được đề cập chi tiết ở chương "Đoạn trừ nỗi khổ tham ái" và chương "Tình thương khác với luyến ái" (Phần II), ở đây không lặp lại nữa. Tuy nhiên, cần nhấn mạnh rằng đức Phật không nói rằng các đối tượng của giác quan là xấu xa hay sai trái. Ngài khuyến khích chúng ta quán sát kinh nghiệm của chính mình để xác định xem các lạc thú giác quan có thực sự mang lại hạnh phúc như chúng ta mong đợi không. Thêm vào đó, ngài cũng nhấn mạnh rằng vấn đề không nằm ở các đối tượng của giác quan, mà nằm ở tâm tham luyến của ta đối với chúng.

Nếu không có sự hiểu biết chân thật, ta có thể sẽ đi đến

161

việc quy trách ngoài miệng rằng: sự tham luyến các lạc thú giác quan hay những người thân yêu của ta là cần phải đoạn trừ. Thế rồi, khi cố né tránh sự tham muốn đối với người hay sự việc đó, ta sẽ đối diện với một sự giằng xé nội tâm: Tình cảm ta cho rằng: "Mình muốn điều này", còn lý trí thì can ngăn: "Không được! Như vậy thì mình thật xấu xa!" Sự tranh đấu nội tâm như vậy là vô ích. Thay vì vậy, ta có thể dừng lại, quán chiếu đời sống của chính mình, rồi đi đến kết luận rằng, sự tham luyến đó là nguyên nhân khiến ta trở nên bất toại nguyện và khổ đau. Với chứng cứ không thể phủ nhận như thế về những tác hại của tâm tham luyến, ta sẽ không còn muốn chạy theo nó nữa.

Hạnh phúc bây giờ và mai sau

Khi hiểu được những tác hại của tham luyến, chúng ta sẽ quyết tâm dứt trừ sự bám luyến vào hạnh phúc trong đời hiện tại và những khổ đau do nó gây ra. Tất nhiên chúng ta mong muốn được hạnh phúc vào lúc này, nhưng ta không còn bị ám ảnh bởi việc phải đạt được mọi thứ mà ta nghĩ là mình cần thiết hoặc ham muốn. Hơn nữa, ta sẽ nhận ra được tầm quan trọng của việc chuẩn bị cho những kiếp sống vị lai.

Phương pháp chính yếu để chuẩn bị cho những kiếp sống vị lai và dứt trừ mọi rối rắm trong đời sống hiện tại là phải tuân theo luật nhân quả - nghiệp báo - bằng cách từ bỏ những hành vi xấu ác và thực hành những hành vi hiền thiện.

Để tuân theo nhân quả, ta phải tự rèn luyện cho mình những phương pháp để chế ngự tham lam, sân hận, ghen tỵ, si mê, nghi hoặc và kiêu mạn ở dạng thô. Mặc dù trí tuệ nhận thức về tánh Không là phương pháp rốt ráo nhất để đoạn trừ các cảm xúc phiền não này, nhưng với những người mới bắt đầu tu tập như chúng ta thì quán chiếu về tính chất vô thường là phương pháp đối trị chung rất tốt.

Pháp quán chiếu về vô thường đòi hỏi ta luôn suy niệm rằng tất cả mọi con người, mọi đối tượng sự vật và mọi hoàn cảnh đều thay đổi trong từng sát-na. Chúng không bao giờ giữ nguyên được như cũ. Việc nhớ đến tính chất vô thường giúp ta tránh được sự cường điệu hóa tầm quan trọng của những gì xảy đến với ta. Chẳng hạn, nếu ta quá tham luyến chiếc xe hơi mới của mình và giận dữ vì ai đó làm trầy xước nó, ta có thể suy nghĩ: "Chiếc xe này luôn biến đổi. Nó không tồn tại mãi mãi. Kể từ ngày nó được làm ra, nó đã bắt đầu biến hoại dần đi. Ta có thể tận hưởng khi nó còn đây, nhưng không cần thiết phải bực tức khi nó bị trầy xước, vì bản chất của nó là luôn biến hoại."

Một số người vì nghĩ rằng đó là một quan niệm bi quan nên tuyên bố: "Mọi thứ đều biến đổi, nên đời sống chẳng có gì để hướng đến." Đúng là không một con người, sự vật hay hoàn cảnh nào của ta hiện nay sẽ tồn tại mãi mãi. Đó là một thực tế trong đời sống này và không thể khác đi được. Tuy nhiên, vô thường cũng có nghĩa là những điều mới mẻ có thể xảy ra. Nhờ vô thường nên một đứa trẻ vô dụng lớn lên thành một người tài ba. Vô thường có nghĩa là tình thương yêu, lòng bi mẫn, trí tuệ và những kỹ năng của ta đều có thể tăng tiến.

Mỗi tâm hành phiền não còn có một pháp đối trị riêng. Với tâm tham luyến, ta có thể quán chiếu những khía cạnh xấu của đối tượng để quân bình với sự cường điệu của ta về những tính chất tốt đẹp. Đối với tâm sân hận, ta có thể nhớ lại rằng những người khác cũng mong muốn hạnh phúc và tránh né khổ đau giống như bản thân ta. Chỉ vì họ mê lầm không biết cách để đạt được hạnh phúc và tránh né khổ đau, nên mới gây hại cho người khác. Khi ta hiểu được hoàn cảnh của người khác và nhớ đến lòng tốt của họ, ta sẽ phát triển tâm nhẫn nhục và thương yêu để đáp lại sự gây hại.

Tùy hỷ với hạnh phúc, phẩm hạnh cao quý và đạo đức hiền thiện của người khác là một phương pháp đối trị tâm ghen tị.

Học hỏi và suy ngẫm Giáo Pháp sẽ đối trị si mê. Quán niệm hơi thở giúp ta thoát khỏi những lăng xăng vọng động và sự hoang mang ngờ vực. Kiêu mạn được đối trị bằng cách suy ngẫm về một đề tài cực kỳ khó khăn, vì khi đó ta sẽ thấy rằng tri thức của mình còn hạn hẹp biết bao. Một phương pháp đối trị khác nữa là hãy nhớ rằng mọi hiểu biết của ta đều có được từ người khác, vì vậy không có lý do gì ta lại cao ngạo với những hiểu biết đó.

Làm lắng dịu các tâm hành phiền não và phát triển tâm xả ly không có nghĩa là chúng ta vứt bỏ hết tiền bạc rồi sống như những người hành khất. Chúng ta cần tiền bạc để sinh hoạt trong xã hội. Về bản chất, tiền bạc chẳng có gì là tốt hay xấu cả. Điều quan trọng chính là thái độ của ta đối với tiền bạc, và vì thế ta có thể phát triển quan điểm quân bình về tiền bạc. Nếu ta có thu nhập cao, điều đó rất tốt. Nhưng nếu không được như thế, ta vẫn có thể cảm thấy hạnh phúc và thành đạt. Khi có tiền bạc, ta sẽ hạnh phúc khi chia sẻ với người khác. Ta sẽ không dùng tiền bạc để mua chuộc bạn bè hoặc huênh hoang với tài sản của mình, và nhờ đó ta sẽ không ngờ vực về động cơ của người khác. Vì ta không bị ám ảnh bởi việc cố gắng đạt được thu nhập cao, nên ta sẽ không lường gạt người khác khi buôn bán, hoặc lừa dối họ để tăng thêm thu nhập. Mọi người sẽ tin tưởng vào chúng ta, và ta thì không phải cảm thấy xấu hổ về những việc làm của mình.

Tương tự, về bản chất cũng chẳng có gì sai trái trong việc học hành thành đạt hay có được một công việc tốt. Những điều này có lợi lạc hay không là tùy thuộc vào động cơ của ta. Nếu ta học tập và rèn luyện kỹ năng với động cơ là để có khả năng phụng sự người khác, thì tâm hồn ta được an ổn và việc học hành trở thành một việc thiện. Chúng ta vẫn có thể mong muốn đạt kết quả tốt trong học hành thi cử và trong công việc làm, nhưng không phải vì ta muốn được nổi danh hay để khoe khoang sự giàu có, mà vì ta muốn có được kỹ năng để có thể làm lợi lạc cho người khác và giúp hoàn thiện xã hội.

Đạo Phật không phản đối sự phát triển về của cải vật chất cũng như công nghệ kỹ thuật. Điều này có thể giúp cải thiện đời sống của nhiều người. Tuy nhiên, đạo Phật nhấn mạnh sự cần thiết phải cân bằng những mối quan tâm đến vật chất và tinh thần, vì chỉ riêng sự phát triển vật chất bên ngoài không thể làm cho thế giới hạnh phúc hơn. Một số xã hội hiện đại có những bất ổn xã hội nghiêm trọng và nhiều người không hạnh phúc. Nếu ta phát triển năng lượng hạt nhân mà không có một ý thức đạo đức để kiểm soát cách sử dụng nó thì lợi bất cập hại. Nếu ta sống trong một xã hội thịnh vượng, công nghệ kỹ thuật cao nhưng chịu sự sai xử của tham lam và sân hận, ta không thể tận hưởng những gì ta có.

Vì vậy, đạo Phật dạy rằng sự phát triển vật chất bên ngoài phải đi đôi với sự phát triển tâm linh bên trong. Chúng ta cần những giá trị luân lý, đạo đức hiền thiện và một ý thức trách nhiệm đối với hạnh phúc của mọi người. Cùng với lòng từ ái và sự khoan dung, ta cần phải có trí tuệ. Có như vậy ta mới có thể tận hưởng được những lợi ích của công nghệ kỹ thuật đồng thời hạn chế được tối đa những tác hại đi kèm.

Có vẻ như nghịch lý, nhưng khi ta càng ít tham đắm các lạc thú hạn hẹp trong cuộc đời này, cuộc sống của ta sẽ càng nhiều hạnh phúc và an lạc hơn. Trừ bỏ tham luyến không có nghĩa là chúng ta "lệch chuẩn" và không tận hưởng niềm vui cuộc sống. Hoàn toàn ngược lại, vì khi không còn tham luyến ta sẽ trở nên thanh thản và ít lo nghĩ hơn. Điều này tự nhiên giúp ta quan tâm nhiều hơn đến môi trường sống và mọi người quanh ta. Khi chúng ta không còn điên cuồng bám víu vào hạnh phúc trước mắt, ta sẽ có khả năng tận hưởng nhiều hơn mọi thứ quanh ta.

Vượt thoát luân hồi

Cấp độ đầu tiên của quyết tâm cầu giải thoát là mong muốn không rơi vào những tái sanh đau khổ, từ bỏ những hành vi bất thiện dẫn đến các tái sinh như thế. Tuy nhiên, liệu một tái sanh tốt đẹp có giải quyết hết mọi bất ổn của chúng ta không? Liệu có lần tái sinh nào mà ta sẽ đạt được hạnh phúc trọn vẹn và vĩnh hằng hay không?

Khi ta quán xét những gì có thể xảy ra với ta trong những kiếp sống tương lai, ta thấy rằng ngay cả việc được tái sanh làm người hay sinh lên cõi trời với nhiều lạc thú tuyệt vời, thì điều đó cũng không kéo dài mãi mãi. Và trong những kiếp sống đó, ta vẫn phải đối mặt với các bất ổn. Vì thế, việc đảm bảo đạt được một tái sinh tốt đẹp cũng chỉ là giải pháp tạm thời để tránh khỏi những khổ đau nghiêm trọng. Điều này chỉ hữu ích trong một thời gian. Nhưng không thể tìm được hạnh phúc trường tồn ở bất kỳ tái sinh nào trong vòng luân hồi.

Giống như ngồi trên một guồng quay của trò chơi đối lưu không bao giờ ngừng lại, chúng ta liên tục bị đưa lên cao rồi hạ xuống thấp. Khi vẫn còn chịu sự chi phối của vô minh cùng những tâm hành phiền não và nghiệp lực, ta không thể được giải thoát. Chúng ta bị kẹt bên trong guồng quay luân hồi và buộc phải loanh quanh trong đó, tái sinh đời này sang đời khác mà không có lựa chọn nào khác.

Thấy được tình trạng đó, ta sẽ suy nghĩ: "Trong vòng luân hồi có nhiều điều có vẻ như thú vị nhưng thực sự là rất buồn chán." Ta sẽ nhận ra rằng dù ở bất kỳ cảnh giới nào [trong vòng luân hồi] cũng đều không có gì đáng để ta bám luyến. Mọi lạc thú trong vòng luân hồi đều là giả tạm, không đáng với cái giá phải trả là ta phải liên tục trôi lăn trong sinh tử.

Suy ngẫm theo cách này sẽ đưa ta đến cấp độ cao hơn của quyết tâm mong cầu giải thoát. Chúng ta cảm nhận rằng: *"Đã đến lúc ta phải được tái sinh tốt đẹp, nhưng khi còn tái sinh ở bất cứ đâu trong luân hồi, ta cũng bắt buộc phải gánh chịu những bất ổn và khó khăn. Đó là một tình trạng hoàn toàn bất toại nguyện. Ta muốn vượt thoát ra khỏi đó!"*

Ta mong ước đạt đến một trạng thái an lạc, hạnh phúc dài lâu, thoát khỏi mọi tình trạng khổ đau. Khi thấy rằng mọi sự khó khăn, đau khổ trong vòng luân hồi đều gây ra bởi vô minh cùng các tâm hành phiền não và những hành vi tạo tác do sự thôi thúc của chúng, ta sẽ tìm kiếm một phương pháp để tự mình vượt thoát ra khỏi những tình trạng đó và an trú vào Niết-bàn, một trạng thái của giải thoát và an lạc. Do vậy, bậc thánh giả Tây Tạng vĩ đại, ngài Lạt-ma Tông Khách Ba (Lama Tzong Khapa) đã nói trong tác phẩm *Nền tảng của mọi phẩm tính hiền thiện*:

"Trong việc hưởng thụ các lạc thú trần gian không có sự thỏa mãn. Đó là cửa ngõ dẫn đến mọi khổ đau. Nhận thức được khiếm khuyết của các lạc thú trong luân hồi là ở chỗ chúng không đáng tin cậy, cầu mong ta sẽ hướng tâm mạnh mẽ đến niềm hỷ lạc giải thoát-động cơ tu tập của ta là như thế!"

Phương pháp để dứt trừ tận gốc mọi tâm hành phiền não và các hành vi bất thiện là tu tập phát triển Tam vô lậu học: giới hạnh, định lực và trí tuệ. Nhờ có giới hạnh, ta sẽ tránh được các hành vi bất thiện. Dựa trên nền tảng đó, ta sẽ tu tập định lực để chế ngự các tâm hành phiền não ở cấp độ thô và đạt được khả năng hướng tâm đến bất kỳ đối tượng thiền quán nào ta muốn trong khoảng thời gian kéo dài tùy ý. Nhờ sự kết hợp định lực và trí tuệ, ta sẽ thâm nhập được ý nghĩa của thực tại và nhờ đó dứt trừ được vô minh, các tâm hành phiền não và những chủng tử nghiệp gây đau khổ.

Bây giờ, chúng ta hãy bắt đầu tìm hiểu về giới hạnh, vì đây là nền tảng cho mọi sự tu tập cao hơn.

3. GIỚI HẠNH

Quan hệ xây dựng với mọi người

Sau khi nhận ra tiềm năng lớn lao của mình, chúng ta bắt đầu quan tâm đến việc có thể làm gì để phát triển tiềm năng đó. Những hành vi nào là mang đến lợi lạc? Những hành vi nào làm mất đi nhân cách cao đẹp và ngăn trở tiến trình phát triển tâm linh của ta, do đó cần phải từ bỏ? Những câu trả lời đều nằm trong phạm vi đề cập của giới hạnh.

Quan điểm Phật giáo về giới hạnh được rút ra từ mối liên kết giữa những hành vi của ta với kết quả của chúng. Những hành vi mang đến khổ đau được gọi là bất thiện, và những hành vi mang lại hạnh phúc cho bản thân ta cũng như mọi người được xem là hiền thiện. Những việc làm nào đưa đến khổ đau cho mình và người từ hiện tại đến tương lai được xem là bất thiện. Vì chúng ta luôn mong muốn được hạnh phúc và không muốn chịu khổ đau, nên việc học hỏi và sống phù hợp theo sự vận hành của nhân quả là điều khôn ngoan. Khi hiểu biết được về kết quả mà những hành vi nhất định nào đó sẽ mang lại, ta sẽ sáng suốt hơn trong việc quyết định nên hành động như thế nào.

Như một nguyên tắc chung nhất, đức Phật khuyên ta nên tránh 10 hành vi, vì chúng hủy hoại hạnh phúc của bản thân ta và người khác. Trong 10 hành vi tạo nghiệp đó, có 3 nghiệp thuộc về thân là: giết hại, trộm cắp và tà dâm; 4 nghiệp thuộc về khẩu là: nói dối, nói xấu kẻ khác, nói hiểm ác và nói lời vô nghĩa; 3 nghiệp thuộc về ý là: tham của người khác, hiểm ác và tà kiến.

Ba nghiệp của thân

Giết hại nghĩa là cướp đi mạng sống của bất kỳ chúng sinh nào. Đây là hành vi nghiêm trọng nhất trong 10 nghiệp bất thiện, vì nó gây hại nặng nề nhất cho người khác. Tất cả chúng sinh, dù là con người hay loài vật cũng đều quý tiếc mạng sống của mình hơn mọi thứ khác. Đôi khi chúng ta có thể gặp những tình huống khó khăn, khi mà việc ra tay giết hại có vẻ như là giải pháp có lợi: đất nước ta bị xâm lược, có người hay con vật đe dọa làm hại con cái ta, căn nhà của ta bị loài mối xâm chiếm khắp nơi... Nhưng thường thì ngoài việc phải ra tay giết hại, nếu ta suy nghĩ một cách sáng tạo, vẫn luôn có những giải pháp thay thế khác: con đường ngoại giao thay vì sử dụng vũ lực cũng có thể ngăn chặn kẻ xâm lược; việc giăng bẫy hoặc đánh ngất con thú cũng ngăn chặn được mối nguy hiểm. Trong khả năng có thể được, ta nên cố gắng hết sức để không phạm vào việc giết hại.

Việc [bác sĩ giúp bệnh nhân] chết một cách nhẹ nhàng [để thoát khỏi sự hành hạ đau đớn của căn bệnh bất trị] hay việc nạo phá thai đều là những vấn đề nan giải. Theo quan điểm Phật giáo, cả hai việc đó đều bị xem là giết hại. Tuy nhiên, rất hiếm khi có được câu trả lời rõ rệt cho từng trường hợp cụ thể. Những trường hợp như vậy thách thức trí tuệ và lòng bi mẫn của chúng ta. Chúng ta phải suy nghĩ thật sâu xa về những điểm lợi hại khác nhau đối với bản thân ta và người khác và cân nhắc đủ mọi giải pháp có thể, rồi mới làm theo những gì mà ta cảm thấy là tốt nhất.

Trộm cướp nghĩa là lấy làm của mình những thứ mà người khác không hề cho, tặng. Hành vi này bao gồm từ việc cướp bóc có vũ trang cho đến vay mượn của bạn bè rồi không hoàn trả. Trốn thuế hay không chịu chi trả những khoản chi phí lẽ ra phải trả, hoặc lấy của chung dùng vào việc riêng, đều là những hình thức khác của trộm cướp.

169

Với mong muốn không sử dụng sai trái tài sản của người khác, chúng ta sẽ trở nên tỉnh giác hơn về khuynh hướng và hành vi của mình đối với tài sản của người khác. Điều này rất hữu ích và giúp ngăn ngừa rất nhiều xung đột giữa ta với mọi người xung quanh. Thêm vào đó, người khác sẽ tin cậy ta và sẵn lòng cho ta vay mượn. Họ cũng không phải lo lắng về việc mất mát tài sản khi có sự hiện diện của ta.

Hành vi tà dâm chủ yếu chỉ cho sự thông dâm: chúng ta đã có quan hệ tình ái với một người, cho dù đã đi đến hôn nhân hay chưa, nhưng rồi lại quan hệ tình dục với một người khác. Hoặc nếu ta còn độc thân, nhưng người dan díu với ta đã kết hôn với người khác thì đó cũng là tà dâm. Ta cũng nên tránh những sinh hoạt tình dục làm lây lan bệnh tật, hoặc gây hại đến bản thân ta và người khác.

Bốn nghiệp của khẩu

Nói dối nghĩa là cố ý nói sai sự thật. Mặc dù nói dối chủ yếu là qua lời nói, nhưng đôi khi nó cũng được thực hiện bằng thân, thông qua một cái gật đầu hoặc những cử chỉ ra hiệu khác. Nói dối không chỉ gây hại cho ta trong những kiếp sống tương lai, mà nó còn hủy hoại các mối quan hệ của ta trong hiện tại. Nếu ta nói dối, người khác sẽ không tin cậy nơi ta, ngay cả khi ta nói ra sự thật.

Đôi khi có những tình huống tế nhị mà nếu nói thật ta sẽ làm tổn thương tình cảm của ai đó. Chẳng hạn khi bạn bè mời ta đến ăn cơm tối và hỏi ta dùng bữa có ngon không. Chúng ta thấy thức ăn không được ngon, nhưng nếu nói thật ra sẽ làm họ không vui. Tuy nhiên, ta có thể đáp lại thế này: "Tôi thật sự rất cảm kích tấm thịnh tình của bạn đã mời tôi đến dùng bữa. Thức ăn hôm nay đã được nấu nướng với đầy tình thân hữu." Như vậy, ta vừa thật lòng bày tỏ sự biết ơn của mình, vừa tránh không phải nói dối về sự ngon dở của thức ăn.

Giả sử có người đang cơn giận với khẩu súng trên tay đến hỏi ta: "Pat đâu rồi?", nếu ta nói thật, điều đó sẽ đe dọa đến tính mạng của Pat. Do vậy, ta có thể lảng tránh câu hỏi hoặc đưa ra một câu trả lời không liên quan đến vấn đề. Cũng giống như trong tất cả những trường hợp có liên quan đến 10 hành vi bất thiện, chúng ta phải vận dụng đến lương tâm của mình!

Việc nói xấu người khác thường là vì ganh tị. Chẳng hạn, vì muốn được thăng tiến lên một chức vụ nào đó, nên ta phê phán các đồng nghiệp của mình trước mặt sếp. Hoặc nếu một người bạn thân của ta giờ lại kết thân với một người khác, ta có thể sẽ muốn phá hoại mối quan hệ của họ. Vì thế, ta liền đến thuật lại với người này những điều tồi tệ mà người kia đã nói. Những lời lẽ gây bất hòa trong quan hệ của người khác hoặc cản trở sự hòa giải giữa những người đang có xung đột đều được xem là nói xấu người khác.

Tác hại của những lời nói gây chia rẽ là rất rõ ràng. Những người khác sẽ sớm nhận ra ý đồ của ta và không còn thân thiện với ta nữa. Chúng ta sẽ mang tiếng là "kẻ gây rối" và mọi người sẽ xa lánh ta.

Lời nói hiểm ác bao gồm những hành vi rõ rệt như giận dữ quát tháo, phê phán người khác một cách thâm độc và chế giễu họ. Ngoài ra, những lời lẽ trêu chọc cũng được xem là thuộc loại này nếu ta cố ý làm vậy để gây tổn thương người khác hoặc để khiến cho họ có vẻ như ngốc nghếch. Đôi khi những lời hiểm ác có thể được nói ra với sự vui vẻ, như khi ta làm "ra vẻ ngây thơ" nói ra điều gì đó mà ta biết là người nghe sẽ bị tổn thương.

Mặc dù một số người trong chúng ta có thể cho rằng việc sử dụng những lời lẽ hiểm ác như vậy [trong một số trường hợp] là hợp lý, nhưng nếu suy xét kỹ, liệu ta có tự mình thấy vui khi nói ra những lời như thế hay không? Cho dù ta có thể lớn tiếng lấn lướt ai đó và liên tục công kích họ cho đến khi giành được phần thắng, nhưng liệu sau đó rồi ta có thấy hài lòng, vui sướng với bản thân mình hay không? Ta là hạng người gì mà có thể thấy vui khi gây rắc rối cho người khác hoặc khiến cho họ trở nên ngớ ngẩn, ngốc nghếch? Nếu ta xét kỹ cách thức nói năng của mình, ta sẽ hiểu được vì sao có đôi khi người khác không muốn bầu bạn với ta. Nhưng khi ta biết tôn trọng người khác và quan tâm đến cảm xúc của họ, thì không những ta phát triển được lòng tự trọng của mình, mà còn khiến cho người khác muốn thân cận với ta nhiều hơn nữa.

Nói lời phù phiếm là một trong những lề thói chủ yếu làm lãng phí thời gian của chính mình và gây rối rắm tâm trí người khác. Mặc dù ta không có thời gian đến nghe Pháp đàm hoặc thăm viếng một người thân khó tính đang đau ốm, nhưng hầu như ta lại chẳng bao giờ thiếu thời gian để phiếm luận về các minh tinh màn ảnh hay về thể thao, hay về những gì hàng xóm ta đang làm, hoặc về thời trang hay những kiểu xe mới nhất... Buổi tối chúng ta mệt mỏi đến nỗi không thể ngồi thiền hoặc chú ý lắng nghe những chia sẻ tâm sự của con cái hay người bạn đời, nhưng ta lại có thể thức đến khuya để tán gẫu chuyện này chuyện nọ.

Đôi khi ta càng nói nhiều đến một vấn đề thì nó càng trở nên khó giải quyết hơn. Có những sự việc khi sinh khởi chỉ là một khó khăn nhỏ nhặt nhưng lại trở nên to tát, quan trọng khi có người bạn bênh vực ta và chỉ rõ rằng đối phương của ta là sai trái. Thế rồi, người bạn ấy đi nói với một người khác, người khác ấy lại đi nói với người khác nữa, và vấn đề nhỏ nhặt hóa thành to tát.

Điều này không có nghĩa là ta không nên thảo luận vấn đề của mình [với người khác] hoặc không tin cậy vào người khác. Nhiều khi, việc biết thêm quan điểm của người khác về một tình huống là rất hữu ích. Nhưng khi ta cố thu thập "lời khuyên" của bạn bè chỉ để củng cố ý kiến của mình hơn là để thăm dò các giải pháp mang tính từ ái cho vấn đề đó, thì cuộc thảo luận ấy sẽ trở thành cuộc tán gẫu vô bổ.

Điều này cũng không có nghĩa rằng đùa cợt, nói cười và vui vẻ thoải mái là "xấu". Không phải vậy! Việc hạn chế chuyện trò phù phiếm là sự khuyến khích phát triển những động cơ tốt đẹp để trò chuyện với người khác. Nếu ta đùa cợt, tán gẫu chỉ để thỏa mãn thú vui của riêng mình, ta không tận dụng được tối đa đời sống của mình. Ngược lại, khi quan tâm đến một người đang thất vọng và chán nản, ta có thể dùng sự đùa cợt hay chuyện trò về điều này điều nọ để cố làm cho tinh thần của họ phấn chấn hơn lên. Đôi khi chúng ta cũng cần thư giãn đôi chút để sau đó có thể tiếp tục công việc căng thẳng. Những lúc này, ta có thể tán gẫu với bạn bè, nhưng vẫn phải lưu ý không làm cho bất cứ ai phải khó chịu vì những điều ta nói.

Ba nghiệp của ý

Khi chúng ta phạm vào bất kỳ điều nào trong ba nghiệp bất thiện của ý, không cần phải có ai biết đến, điều đó vẫn tạo ra những khuynh hướng bất thiện trong dòng tâm thức của ta. Lòng tham sinh khởi khi ta để ý đến tài sản đáng thèm muốn của ai đó và mưu tính việc chiếm đoạt. Chúng ta có thể nghĩ: "Ta sẽ khéo léo ca ngợi vẻ đẹp của món đó để kín đáo bày tỏ sự ham thích của mình, chắc rằng người ấy sẽ tặng cho ta. Hoặc ta sẽ dùng lời nịnh hót để người ấy tặng nó cho ta." Lòng tham khiến ta luôn bất an và có thể thôi thúc ta nói năng hay hành động bất thiện. Chúng ta sẽ hạnh phúc hơn nếu biết tu tập để luôn hài lòng với những gì hiện có và hoan hỷ với sự may mắn của người khác.

Sự hiểm ác sẽ nuôi dưỡng tâm bất thiện và ý tưởng hãm hại người khác. Chúng ta đều rất giỏi về mặt này. Ta có thể vạch ra cả một kế hoạch phức tạp để trả thù một hành vi sai trái đối với ta, hoặc ta vắt óc nghĩ xem phải nói điều gì để gây tổn thương cho ai đó và làm cho anh ta phải "biết thân giữ phận". Đôi khi chúng ta thậm chí không nhận biết được là mình đang có những tư tưởng hiểm ác. Chúng ta cần thận trọng quán sát những tư tưởng của mình để biết được ngay khi trong ta khởi lên ý muốn hãm hại người khác hoặc vui sướng hả hê trước những khổ đau của họ.

Người mang tà kiến sai lầm có nghĩa là phủ nhận sự tồn tại của những gì thực sự tồn tại, hoặc khẳng định sự tồn tại của những gì thật ra không tồn tại. Điều này cũng đúng đối với các vấn đề quan trọng đã hình thành nên toàn bộ quan điểm sống của ta. Chẳng hạn, nếu ta kiên quyết cho rằng "không có tái sinh" và cố chấp không chịu lắng nghe quan điểm của người khác, ta sẽ rơi vào tà kiến. Sự hoài nghi hiện nay của chúng ta về vấn đề tái sinh không phải là tà kiến, vì ta vẫn đang xem xét các quan điểm mới và có sự cởi mở tiếp nhận lập luận của người khác. Tà kiến khởi sinh khi người ta ôm giữ những quan niệm sai trái về đạo đức hay triết lý một cách cố chấp và đối nghịch.

Khi chúng ta tự chế không phạm vào mười ác nghiệp thì tự nhiên ta sẽ thực hành mười thiện nghiệp. Khi chúng ta ngày càng tỉnh giác hơn về những hành vi của mình thì cuộc sống của chính ta và mọi người quanh ta sẽ được an ổn hơn nhiều. Các tôn giáo trên thế giới đều có quan điểm đạo đức tương tự như nhau xoay quanh việc từ bỏ mười hành vi bất thiện.

Việc thay đổi cách ứng xử cần phải có thời gian. Trước hết, ta phải biết cách nhận ra những hành vi bất thiện cụ thể mà mình đang làm. Thường thì chúng ta không tỉnh giác về những gì mình suy nghĩ, nói năng và hành động. Đó có thể là vì ta đang bận rộn, vì ta đang rối trí, hoặc vì ta quá cao ngạo hay không quan tâm đến. Đôi khi phải trải qua nhiều năm rồi ta mới nhận biết là mình đã gây tổn thương cho ai đó.

Sau khi nhận biết được những hành vi bất thiện của mình, ta phải có sự nỗ lực để không tái phạm. Điều này sẽ khó khăn hơn là bạn tưởng, vì nếu ta đã có thói quen hành xử theo một cách nào đó thì chỉ riêng sức mạnh ý chí sẽ không đủ sức để làm ta thay đổi. Chúng ta nhất thiết phải nhận hiểu sâu sắc về những tác hại của thói quen hành xử đó và thường xuyên chú tâm nỗ lực để tránh không hành xử như thế nữa. Trong Phật pháp có rất nhiều phương pháp để chuyển hóa các khuynh hướng bất thiện. Việc học hỏi và thực hành những phương pháp này ngay trong đời sống hằng ngày sẽ mang lại rất nhiều lợi lạc. Ban đầu, có thể ta sẽ không thành công nhiều lắm, nhưng với sự nỗ lực khéo léo và kiên trì ta có thể làm thay đổi chính mình. Trong quá trình tự rèn luyện như thế, điều quan trọng là phải có sự kiên nhẫn với chính bản thân mình.

Một số người muốn đạt được những chứng ngộ tâm linh nhưng lại không muốn thay đổi những hành vi thường ngày. Họ nói dối và lường gạt người khác khi có dịp, tán gẫu về những chủ đề vô bổ và chê bai những người họ không thích. Thế mà họ lại muốn hành trì những pháp thiền định cao sâu để đạt đến những năng lực phi thường.

Trong thực tế, họ đã không tạo nhân cho sự chứng ngộ. Nếu chúng ta không thể kiểm soát được những hành vi thô tháo nhất của mình - những gì ta đang nói và làm với người khác - thì làm sao ta có thể chuyển hóa được tâm thức, vốn là nguồn gốc của mọi hành vi? Việc kiểm soát những lời nói và việc làm của mình dễ hơn nhiều so với việc kiểm soát những cảm xúc và tâm hành phiền não. Vì thế, ta khởi đầu bằng việc đoạn trừ ba nghiệp bất thiện của thân và bốn nghiệp bất thiện của miệng, đồng thời nỗ lực tránh phạm vào ba nghiệp bất thiện của ý. Với nền tảng này, chúng ta sẽ chuẩn bị bước vào những pháp tu tập cao hơn. Đức Phật dạy:

Bậc trí làm việc lành,
Với nghiệp lành đã tạo,
Được hạnh phúc đời này,
Và cả những đời sau.

4. NUÔI DƯỠNG LÒNG VỊ THA

Tâm từ bi rộng mở

Chứng ngộ căn bản thứ hai trên con đường tu tập là tâm nguyện vị tha muốn đạt đến sự giác ngộ để làm lợi ích cho hết thảy chúng sinh. Trong tiếng Sanskrit, tâm nguyện này được gọi là *"bodhicitta"*, có thể chuyển dịch theo nhiều cách như là: tâm tỉnh giác, tâm Bồ-đề, tâm vị tha hay tư tưởng giác ngộ. Những ai có động lực này - các vị Bồ Tát - đều có lòng từ bi vô hạn, bình đẳng và vị tha với tất cả chúng sinh rất mạnh mẽ đến mức luôn mong muốn đạt đến giác ngộ để có được khả năng tốt nhất trong việc làm lợi lạc cho tất cả chúng sinh.

Chúng ta sống chung trong một thế giới với biết bao người khác. Bất chấp việc chúng ta có những thân thể khác nhau và kinh nghiệm khác nhau, nhưng tất cả chúng ta đều rất giống nhau. Tất cả chúng ta đều có những khổ đau bất ổn và phiền não. Tất cả chúng ta đều xoay vòng mãi trong sinh tử. Mỗi chúng ta đều có chung một mong ước sâu xa là được sống hạnh phúc và né tránh mọi khổ đau.

Nhận biết được rằng tất cả chúng ta đều đi chung trên một con thuyền, làm sao ta có thể xem là hợp lý khi chỉ biết lo cho lợi ích của riêng mình? Giống hệt như chúng ta, người khác cũng khổ đau vì những đau đớn và bất ổn của họ. Làm sao ta sao có thể nói rằng mình là quan trọng hơn người khác? Có lý lẽ hay lập luận nào biện hộ cho việc ta luôn chăm chút chính mình hơn là người khác?

Nếu nghĩ đến cái chung, ta sẽ thấy rằng ta chỉ có mỗi một mình trong khi những chúng sinh khác là vô số. Nếu ta so sánh hạnh phúc của một người với hạnh phúc của tất cả chúng sinh thì việc quan tâm duy nhất đến hạnh phúc của riêng mình sẽ là không hợp lý. Chúng ta không thể đi theo con đường tâm linh chỉ để mưu cầu hạnh phúc cho riêng mình. Ta cũng phải giúp đỡ mọi người để cùng đạt được hạnh phúc.

Việc cứu giúp tất cả chúng sinh là rất khó khăn khi ta chưa đạt đến tâm bình đẳng đối với mọi người. Ta thường có khuynh hướng yêu thích một số người hơn những người khác và chấp nhận làm mọi việc để giúp đỡ họ. Chúng ta đối xử không tốt với những người ta cho là đáng ghét và không ưa thích. Khi nào ta vẫn còn nhận thức về người khác theo cách phân chia thành các nhóm bạn bè, thù nghịch hoặc xa lạ, rồi dựa vào đó mà sinh lòng luyến ái, căm ghét hoặc vô cảm, thì việc cứu giúp họ là điều rất khó khăn. Trước hết, ta cần phải phát khởi tâm từ bi bình đẳng đối với tất cả chúng sinh.

Nền tảng của tâm từ bi [bình đẳng như thế] là nhận thức được rằng mọi người vốn không hề sẵn có bản chất là bạn bè, thù nghịch hay xa lạ đối với ta. Một người bạn có thể rồi sẽ trở thành người xa lạ hay kẻ thù nghịch. Một người ta không ưa thích có thể rồi sẽ trở thành bè bạn hay xa lạ. Và một người xa lạ có thể rồi sẽ trở thành bạn bè hoặc kẻ thù. Những mối quan hệ này luôn thay đổi theo thời gian và hoàn cảnh. Nếu nhìn lại cuộc sống [đã qua] của chính mình, ta sẽ thấy nhiều trường hợp thay đổi như thế. Vì mối quan hệ của ta với người khác không ngừng biến đổi, nên việc phân chia mọi người quanh ta thành các nhóm cố định [như bạn, thù hoặc xa lạ] để rồi sinh tâm luyến ái, căm ghét hoặc dửng dưng là hoàn toàn vô nghĩa.

Với một tầm nhìn toàn diện hơn, hẳn ta sẽ thấy rằng việc gán ghép cho mọi người những giá trị như bạn bè, thù nghịch hoặc xa lạ là chủ quan và tùy tiện biết bao. Hôm nay, người nào đó cho ta một số tiền lớn và trở thành bạn ta. Ngày mai, người ấy sỉ nhục ta và trở thành kẻ thù. Một người khác sỉ nhục ta hôm nay rồi ngày mai lại cho ta một số tiền lớn. [Trong hai người ấy,] ai là bạn, ai là thù?

Bạn và thù chỉ là những sự phân biệt hoàn toàn chủ quan,

tùy theo thời điểm, hoàn cảnh và tùy theo sự gán ghép của ta cho một người là bạn hay thù. Giá như ta có thể nhớ lại những mối quan hệ của mình với mọi chúng sinh - kể cả những mối quan hệ trong tiền kiếp - hẳn ta sẽ thấy rằng tất cả chúng sinh đối với ta đều đã từng là bạn hữu, là kẻ thù nghịch hay là người xa lạ trong những thời điểm khác nhau.

Nói chung, ta luôn xem những người tử tế với ta và tán thành những quan điểm của ta là người tốt, là thân hữu. Những ai không có quan hệ tốt đẹp, hòa hợp với ta, ta đều xem là người xấu, là kẻ thù nghịch với mình. Nhưng hai hạng người theo phân loại như thế của ta đều sẵn có cả những tính tốt và những tính xấu. Chúng ta chỉ nhìn thấy một vài tính chất của mỗi người và nhấn mạnh vào đó rồi nghĩ rằng đó là tính cách của người ấy.

Cách nhìn của ta về người khác là rất chủ quan. Khi ta nhìn vào một người nào đó và thấy có vẻ như rất tuyệt vời, thì đối với một người khác, cũng con người ấy lại có vẻ như rất đáng ghét. Tại sao vậy? Đó là vì ta đã nhìn người ấy từ một góc độ, trong khi người khác lại nhìn người ấy từ một góc độ khác. Thật ra, người ấy vốn có cả những mặt tốt đẹp và những điểm khiếm khuyết.

Nếu ta tu tập để có được một cách nhìn toàn diện hơn về người khác, ta sẽ không thất vọng khi người thân yêu không đáp lại những kỳ vọng của ta. Ta sẽ nhận ra và chấp nhận những khiếm khuyết của họ. Cũng vậy, ta sẽ biết khoan dung và tôn trọng hơn đối với những người mà trước đây ta cho là đáng ghét, vì ta nhận biết được những phẩm tính tốt đẹp của họ. Mặc dù có thể hiện nay họ chưa đối xử tốt với ta, nhưng họ đã đối xử tốt với nhiều người khác. Khi ta xem xét đến mọi phương diện trong tính cách của người khác và ý thức được về sự biến đổi cũng như tính chất chủ quan của những mối quan hệ, cảm xúc của ta đối với mọi người quanh ta sẽ được bình ổn hơn.

Khi vượt qua được chướng ngại của những cảm xúc luyến ái, sân hận và vô cảm, tâm hồn ta sẽ rộng mở hơn đối với mọi người.

Lòng tốt của người khác

Trên căn bản tình cảm không thiên lệch đối với mọi chúng sinh, ta có thể tu tập phát triển tâm từ bi. Bước đầu tiên để phát khởi tâm từ bi là phải nghĩ nhớ đến lòng tốt của người khác.

Mọi thứ mà ta có được đều nhờ vào lòng tốt của người khác. Thực phẩm của ta được trồng trọt, chuyên chở và cũng thường được nấu nướng bởi người khác. Y phục của ta cũng do người khác làm ra. Căn nhà của ta cũng có được nhờ vào nỗ lực đóng góp của nhiều người: những kiến trúc sư, kỹ sư, công nhân xây dựng, thợ hàn, thợ điện, thợ sơn, thợ mộc... Nếu suy xét kỹ, ta sẽ thấy rằng mọi thứ ta đang hưởng thụ đều có được nhờ vào sức lao động của người khác.

Một số người cho rằng: "Nhưng đôi khi những người ấy không làm tốt công việc của họ. Họ thiếu trách nhiệm và làm ô nhiễm môi trường. Ngay cả khi họ làm tốt công việc của họ thì đó cũng chỉ là để kiếm tiền, chẳng phải vì để giúp đỡ ta."

Những điểm này nghe rất thuyết phục. Nhưng, thật kỳ lạ biết bao khi một mặt ta luôn muốn xem người khác là tử tế và dành tình cảm nồng nàn cho họ, nhưng mặt khác bất cứ khi nào ta bắt đầu cân nhắc đến những gì người khác đã làm cho ta thì một phần khác trong ta lại phản đối và lên tiếng: "Quả có thế, nhưng mà... ", và rồi kể lể ra những lỗi lầm của họ.

Thế nhưng, có thể đáp lại những ngờ vực nói trên như thế này: Đúng là có một số người đã sai lầm và có những hành vi gây hại một cách vô tình hoặc cố ý. Nhưng họ đã cố gắng hết sức, xét theo những điều kiện tinh thần và thể chất của họ. Nếu có người đang gây hại cho người khác hoặc mắc phải những sai lầm nghiêm trọng, chúng ta nên nỗ lực khắc phục tình trạng đó. Tuy nhiên, ta có thể làm điều đó mà không nổi giận với họ.

Một trong những vị thầy của tôi, ngài Lama Yeshe, thường bảo chúng tôi: "Họ có ý tốt đấy, các con ạ!" Ngay cả những người gây hại đến người khác hoặc làm việc bất cẩn cũng chỉ là đang cố gắng để có được hạnh phúc. Nếu xét đến sự vô minh và mê lầm của chính họ thì thật ra họ vẫn đang làm những gì mà họ thấy là đúng đắn.

Người ta có thể làm việc vì tiền, không hề có ý định tử tế gì với ta. Nhưng điều đáng nói ở đây không phải là lý do làm việc của họ, mà là chúng ta đã được lợi ích nhờ vào những nỗ lực của họ. Bất kể là họ đang làm việc vì tiền bạc hay danh tiếng, sự thật là nếu họ không làm những việc ấy thì hẳn là chúng ta phải khốn khó hơn.

Cũng có người nói rằng: "Tôi trả tiền cho công việc họ làm, vì thế họ chỉ làm những việc đã được thuê. Như thế có gì là tử tế?" Ngay cả khi ta trả tiền để thuê người làm việc, ta vẫn được lợi từ những nỗ lực của họ. Hơn nữa, đồng tiền mà ta dùng trả công cho họ cũng chẳng phải của ta. Ta sinh ra đời vốn không sẵn có chút tiền bạc nào trong tay! Tiền bạc ta có được đều là do người khác trao cho. Nếu không nhờ vào sự tử tế của chủ thuê hoặc của các khách hàng, làm sao chúng ta có được tiền bạc?

Khi mới sinh ra, ta chẳng có gì cả. Thậm chí ta không thể tự ăn uống hay tự bảo vệ mình trong những điều kiện lạnh hay nóng. Hoàn toàn là nhờ vào tình thương cha mẹ nên ta đã không chết đi khi còn là đứa trẻ sơ sinh.

Ta có thể cảm thấy mình khôn ngoan và uyên bác, nhưng từ đâu ta có được những phẩm tính đó? Cha mẹ dạy ta nói năng, các thầy cô giáo dạy ta nhiều kỹ năng và kiến thức. Cho dù thuở nhỏ ta có thể không biết trân trọng những gì mà cha mẹ, thầy cô đã làm cho ta, nhưng giờ đây nếu suy xét lại ta sẽ thấy là công ơn của các vị rất lớn lao.

Một số người thuở nhỏ từng bị xâm hại, hoặc từng trải qua những tình huống kinh hoàng như trốn chạy lưu vong hoặc là nạn nhân chiến tranh. Làm sao những người này có thể khởi tâm xem người khác là tử tế tốt bụng, khi mà những tổn thương đã qua của họ là quá nặng nề?

Trước hết, ta có thể quán tưởng sâu xa về những người đã đối xử tốt với ta. Dù cho đó là một nhân viên trại tị nạn hay một thầy giáo, một người bạn hay một người xa lạ với nụ cười biểu lộ sự cảm thông và quan tâm, tất cả chúng ta đều đã từng nhận được sự tử tế [từ người khác]. Việc nhớ lại những điều tốt nhỏ nhặt của người khác cũng rất hữu ích, vì nó sẽ xoa dịu nỗi đau của ta và giúp mở rộng trái tim để cảm xúc thương yêu trở lại.

Kế đến, ta có thể xem xét việc những người gây tổn hại cho ta có thường xuyên làm việc đó hay không. Có thể ta đã từng có những kinh nghiệm không xấu hoặc thậm chí là tốt đẹp đối với họ. Việc nhớ lại những điều đó giúp ta thấy được rằng những người gây hại cho ta cũng không phải đã hoàn toàn hư hỏng về nhân cách.

Thêm vào đó, ta có thể suy xét rằng những người gây hại cho ta đã hành động do sự vô minh và mê lầm. Cho dù họ chỉ hoàn toàn mong muốn được hạnh phúc nhưng đã chọn cách làm sai trái dẫn đến gây hại cho chính mình và người khác. Suy xét theo cách này, ta có thể dần dần khởi tâm tha thứ họ và chữa lành những tổn thương tình cảm của mình.

Rộng mở tâm hồn

Người Phật tử tin rằng, lòng tốt của người khác sẽ trở nên rõ ràng hơn khi ta xét đến việc mình đã từng trải qua nhiều kiếp sống. Trong mỗi kiếp sống, có những người đã đối xử rất tốt với ta. Chúng ta không phải lúc nào cũng sống chung với những người mà ta gần gũi hiện nay. Trong những kiếp sống quá khứ, chúng ta đã từng có đủ các quan hệ khác nhau với mọi chúng sinh khác. Chúng ta đã từng là cha mẹ, con cái của nhau, cho dù hiện nay ta không thể nhớ lại điều đó.

Ban đầu, điều này có vẻ như rất lạ lùng, nhưng khi ta xét đến việc những kiếp sống [của chúng sinh] đã có từ vô thủy, ta có thể hiểu được rằng trước đây ta đã từng quen biết hết thảy mọi người khác. Trong những kiếp sống quá khứ đó, khi những người khác từng là cha mẹ của ta, nói chung là họ rất thương yêu ta. Ngay cả khi họ không làm cha mẹ ta thì họ cũng giúp đỡ ta.

Khi ta suy xét thật sâu xa về điều này, ta cảm thấy lòng tràn ngập sự trân trọng và biết ơn đối với mọi người. Và như thế, mỗi khi nghĩ đến người khác ta sẽ hình dung họ là vô cùng tử tế. Ta sẽ chân thành mong muốn đền đáp lòng tử tế của họ. Từ trong trái tim mình, ta cầu mong cho họ được hạnh phúc. Đây chính là lòng thương yêu.

Tâm hồn thương yêu rộng mở như thế khiến ta cảm thấy hạnh phúc vô ngần. Nhưng khi ôm lòng ích kỷ ta cảm thấy thế nào? Tâm hồn ta đầy sợ hãi, căng thẳng và khó chịu. Liệu tâm ích kỷ như thế có ích gì chăng? Khuynh hướng ích kỷ có vẻ ngoài dường như chăm lo cho ta với luận điệu rằng: "Nếu tôi không lo cho bản thân mình trước thì ai lo cho tôi đây? Sống trên đời này, tôi phải lo cho hạnh phúc của riêng tôi trước nhất."

Nhưng trong thực tế, chính khuynh hướng này hủy hoại hạnh phúc của ta. Nếu ta khảo sát những trải nghiệm của mình, ta sẽ thấy cứ mỗi khi ta xảy ra xung đột căng thẳng với người khác, đều là có liên quan đến tâm ích kỷ. Mỗi lần ta có hành vi bất thiện và vì thế gây khổ đau cho chính mình trong tương lai, đều có sự ẩn tàng của tâm ích kỷ. Bất luận khi nào chúng ta lười biếng, đòi hỏi quá đáng hay vô ơn bội nghĩa, đều là do tác động của tâm ích kỷ. Vì sao các quốc gia có chiến tranh? Vì sao có xung đột trong gia đình? Vì sao có những người nghiện ngập hay chạy theo quyền lực và sự giàu có? Câu trả lời bao giờ cũng quy kết về tâm ích kỷ, chăm lo cho bản thân hơn là người khác.

Có một phương pháp rất hiệu quả để làm giảm bớt tâm ích kỷ. Đó là hình dung có rất đông người vây quanh ta. Điều này nhắc nhở chúng ta rằng, ta đang sống chung trong thế giới này với nhiều người khác. Và như vậy, thay vì chỉ tự biết mình, ta đặt mình vào địa vị người khác và nhìn lại chính mình. Người khác nhìn nhận về ta như thế nào? Liệu ta có quan trọng [đối với họ] như ta vẫn tưởng không?

Trong thực tế có quá nhiều người khác, trong khi chỉ có mỗi một cái "ta" mà thôi. Vì vậy, liệu có hợp lý không khi ta chỉ biết quan tâm đến hạnh phúc của riêng mình? Liệu có đúng đắn không khi xem hạnh phúc của riêng mình là quan trọng hơn của mọi người khác? Suy xét theo cách này sẽ giúp ta có một cách nhìn đúng đắn về sự việc.

Điều này không có nghĩa rằng chúng ta là người xấu xa chỉ vì đôi khi ta ích kỷ. Khuynh hướng ích kỷ là một trong những đám mây chướng ngại trên bầu trời trong trẻo của tâm thức chúng ta. Ta không nên sai lầm đồng nhất mình với sự ích kỷ, vì nếu làm như vậy chính là ta kết hợp sự đả thương với bản thân sự thương tổn. Ở đây, ta cần phải mạnh mẽ chống lại sự ích kỷ, bởi vì nó gây hại cho chính ta và người khác.

Trái lại, việc thương yêu chăm sóc người khác mang lại lợi lạc rất lớn lao. Người khác được hạnh phúc và ta cũng hạnh phúc. Thêm vào đó, với sự quan tâm chăm lo cho người khác, ta sẽ có những hành vi hiền thiện. Điều này tạo ra kết quả kèm theo là hạnh phúc của ta trong những kiếp sống tương lai. Quan hệ giữa ta và người khác trở nên hòa hợp hơn và môi trường sống quanh ta cũng thế. Nhờ biết yêu thương người khác hơn chính bản thân mình, tâm hồn ta trở nên cao cả và ta sẽ thăng tiến trên đường tu tập. Ngài Tịch Thiên (Shantideva), bậc thánh vĩ đại người Ấn Độ, đã dạy rằng:

> *Mọi niềm vui trong cuộc đời này,*
> *Đều có được từ tâm nguyện*
> *mong cầu người khác được hạnh phúc.*
> *Và mọi khổ đau trong cuộc đời này,*
> *Đều do lòng ích kỷ*
> *khát khao hạnh phúc cho riêng mình.*
> *Nhưng điều đó cũng chẳng có gì*
> *cần phải nói thêm nhiều.*
> *Những kẻ u mê hành động*
> *vì lợi lạc cho chính bản thân họ,*
> *Chư Phật hành động*
> *vì lợi lạc cho hết thảy chúng sinh.*
> *Hãy nhìn vào sự khác biệt*
> *giữa hai trường hợp đó.*

Tâm từ bi

Tâm từ là mong muốn cho mọi người đều được hạnh phúc, còn tâm bi là mong muốn cho mọi người thoát khỏi mọi khổ đau. Tâm từ bi có thể là bình đẳng và rộng mở đến tất cả chúng sinh khi ta trừ bỏ được tâm luyến ái với người thân, căm hận với kẻ thù và vô cảm với người xa lạ. Tâm từ không phải là một thứ chất liệu có giới hạn mà ta phải phân phát một cách dè sẻn. Khi chúng ta nhận thức được lòng tốt của người khác và biết tôn trọng khát vọng hạnh phúc, né tránh khổ đau của họ, thì tâm từ của chúng ta phát triển đến vô cùng.

Một số người có thể hoài nghi: "Điều đó phải chăng là có phần không thực tiễn? Lẽ nào tôi phải từ bỏ gia đình của mình?

184

Hoặc là tôi phải yêu thương mọi người giống như nhau và sẽ kết hôn với thật nhiều người? Hay là tôi phải để cho những tên trộm vào nhà rồi chỉ chỗ cất tiền bạc vì tôi thương yêu chúng?"

Tâm từ phải luôn đi kèm với trí tuệ. Đó không phải là một kiểu tình thương ngốc nghếch. Đối với gia đình, chúng ta phải phát triển tình thương yêu hơn là sự luyến ái. Chúng ta có thể có tình thương yêu bình đẳng với tất cả chúng sinh, nhưng ta vẫn sống với gia đình của mình.

Tâm từ khác với ái dục. Tình thương yêu bình đẳng với mọi người không phải thể hiện qua tình dục. Tương tự, tiếp tay cho hành vi phạm tội như trộm cắp không phải là lòng từ. Tuy nhiên, ta có thể dùng tài sản của mình để giúp đỡ người khác được ăn học và có công ăn việc làm, nhờ đó họ không phải sống bằng trộm cắp.

Tâm từ là một khuynh hướng nội tâm luôn quan tâm chăm sóc cho tất cả mọi người. Tuy nhiên, chúng ta phải có hành động thích hợp trong mỗi tình huống, sao cho mang lại lợi lạc lớn lao nhất cho đa số đông đảo. Nếu buộc phải ngăn chặn một người đang gây hại cho người khác, ta có thể làm điều đó không phải vì giận dữ hay căm thù, mà vì sự quan tâm đến chính người ấy cũng như mọi người khác có liên quan. Về mặt tinh thần và cảm xúc, ta ứng xử bình đẳng với hết thảy chúng sinh. Tuy nhiên, ta phải có những lời nói và hành vi thích hợp trong từng trường hợp.

Ta có thể phát triển tâm bi cùng với tâm từ, mong muốn cho mọi người thoát khỏi khổ đau và nguyên nhân dẫn đến khổ đau. Tâm bi rộng mở và bình đẳng với hết thảy mọi người, không phân biệt người đó là ai hoặc hành xử như thế nào.

Tâm bi khác với lòng thương hại. Lòng thương hại là một thái độ hạ cố, cao ngạo: "Tôi là người tốt đẹp như thế đấy, luôn giúp đỡ những người nghèo khó, những kẻ không may có cuộc sống đang đổ vỡ." Tâm bi thì ngược lại, luôn xem mọi người bình đẳng với chính mình, vì tất cả chúng ta đều như nhau trong ước muốn được hạnh phúc và không muốn khổ đau. Với lòng tôn trọng và tính khiêm hạ, ta sẽ giúp đỡ mọi người bằng mọi cách có thể mà không cần ai biết đến việc làm của mình. Chúng ta giúp đỡ người khác một cách tự nhiên và không mong đền đáp, cũng giống như ta đang giúp đỡ chính mình.

Với tâm từ bi, chúng ta sẽ tiếp tục phát khởi tâm nguyện vĩ đại tự mình gánh lấy trách nhiệm mang đến hạnh phúc an vui cho tất cả chúng sinh. Nếu không có tâm nguyện vĩ đại này, thì dù có tâm từ bi ta cũng không có động lực để dấn thân hành động. Như có người thấy người khác chết đuối nhưng chỉ đứng nhìn và suy nghĩ: "Ôi, khủng khiếp quá! Người này cần phải được cứu giúp." Cũng vậy, ta sẽ không bao giờ có ý tưởng thực sự nhập cuộc để giúp đỡ. Nhưng khi đã phát triển trọn vẹn tâm nguyện vĩ đại vì chúng sinh, tự nhiên ta sẽ phụng sự người khác bất cứ việc gì trong khả năng mình, mà không hề có sự ngần ngại, miễn cưỡng hay phiền hà. Chính tâm nguyện vĩ đại kia đã biến những cảm xúc từ bi thành hành động thực tiễn.

Chúng ta làm thế nào để mang đến hạnh phúc cho người khác một cách hiệu quả nhất? Mặc dù chúng ta có thể có tâm nguyện giúp ích cho mọi người, nhưng khả năng hiện nay của ta rất giới hạn. Tâm bi của ta chưa phát triển trọn vẹn, trí tuệ kém cỏi và phương tiện chưa thiện xảo. Vậy ai là người hội đủ những phẩm tính đó để có thể làm lợi lạc cho chúng sinh một cách tốt nhất?

Nhìn khắp thế gian, ta thấy mọi chúng sinh phàm phu đều không có được những phẩm tính ấy. Các bậc thánh hiền - A-la-hán và chư Bồ Tát - đã phát triển rất nhiều những phẩm tính đó, nhưng vẫn chưa viên mãn. Chỉ có chư Phật mới hoàn toàn trừ bỏ được hết mọi chướng ngại trong tâm thức và phát triển trọn vẹn những phẩm tính đó. Hiểu được điều này, ta sẽ phát khởi tâm nguyện thành Phật để có thể làm lợi lạc cho hết thảy chúng sinh. Đây chính là tâm lượng vị tha, là chứng ngộ căn bản thứ hai trên con đường tu tập.

Người nào đã nuôi dưỡng được tâm Bồ-đề một cách tương tục, ngày cũng như đêm, được gọi là Bồ Tát. Bước tiếp theo là tu tập hoàn thiện 6 pháp ba-la-mật: bố thí, trì giới, nhẫn nhục, tinh tấn, thiền định và trí tuệ. Đây là con đường tu tập hướng đến sự giác ngộ viên mãn của một vị Phật. Trong số những yếu tố quan trọng nhất để đạt đến giác ngộ có 2 yếu tố là thiền định và trí tuệ, sẽ được tìm hiểu dưới đây.

5. TRÍ TUỆ NHẬN THỨC THỰC TẠI

Dứt trừ cội gốc vô minh

Sau khi đã phát khởi quyết tâm vượt thoát mọi khổ đau và tâm nguyện vị tha cầu quả Phật để tạo lợi lạc cho tất cả chúng sinh, làm thế nào để chúng ta biến những tâm nguyện đó thành hiện thực? Để giải thoát khỏi vòng sinh tử luân hồi với những khổ đau bất tận, đức Phật dạy rằng ta phải diệt trừ tận gốc rễ nguyên nhân của chúng: sự vô minh bám chấp vào một bản ngã [được cho là] có thật và tồn tại độc lập. Ta thực hiện sự diệt trừ này bằng cách phát triển trí tuệ, chính là chứng ngộ căn bản thứ ba trên đường tu tập. Đại sư Tông-khách-ba (Lama Tzong Khapa) trong tác phẩm *Ba điểm tinh yếu trên đường tu tập* (The Three Principles of The Path) đã nhấn mạnh tầm quan trọng của tuệ giác nhau sau:

"Cho dù ta có thiền quán về quyết tâm vượt thoát khổ đau và tâm nguyện vị tha [cầu quả Phật để làm lợi ích chúng sinh], nhưng nếu

không có trí tuệ nhận thức được bản chất rốt ráo [của thực tại] (vốn không có tự tánh tự tồn tại), thì ta cũng không thể dứt trừ được gốc rễ của vòng sinh tử luân hồi. Vì vậy, phải nỗ lực hết sức cho mục tiêu nhận hiểu được nguyên lý duyên khởi."

Để dứt trừ hoàn toàn mọi che chướng trong tâm thức mình thân tâm và phát triển tiềm năng trở thành một vị Phật, ta nhất thiết phải tẩy sạch những bụi bẩn vô minh vi tế. Điều này cũng được thực hiện bằng cách phát triển trí tuệ nhận thức tính Không của mọi hiện hữu. Tóm lại, trí tuệ nhận thức tính Không không chỉ là pháp hành tịnh hóa thân tâm hữu hiệu nhất, mà còn là điểm then chốt để nhận hiểu thực tại và phân biệt được những gì hiện hữu với những gì phi hiện hữu.

Chủ đề tính Không rất khó hiểu. Để hiểu được tường tận, chúng ta cần phải dành nhiều thời gian nghiên cứu, học hỏi và thiền quán. Những gì trình bày dưới đây là rất sơ lược. Đây không phải là những giải thích hoàn chỉnh và rất có thể sẽ gợi lên những thắc mắc và hoài nghi trong tâm trí các bạn. Điều đó là bình thường, vì trong đạo Phật chúng ta không mong đợi sẽ ngay lập tức thấu hiểu và chấp nhận mọi điều.

Nhận hiểu tánh Không không có nghĩa là làm cho đầu óc ta trở nên trống rỗng, không còn bất cứ tư tưởng nào. Một số loài vật cũng không suy nghĩ nhiều, nhưng điều đó không có gì thuộc về phạm trù đạo đức. Tánh Không mà chúng ta cần nhận biết cũng không giống với sự trống rỗng của dạ dày khi đói. Thay vì vậy, tánh Không được nhận biết qua trí tuệ là sự vắng bặt mọi cách thức hiện hữu không thật có mà chỉ do ta gán ghép lên mọi con người và hiện tượng. Đó là sự vắng bặt, không tồn tại, của một cách thức hiện hữu giả tạo.

Trước hết, ta phải hiểu được mình đang phủ định điều gì. Những gì là không thật có nơi con người và hiện tượng quanh ta? Đó chính là bản chất thực hữu hay tự tính tự tồn độc lập.

Thật không may là từ vô thủy đến nay ta đã quá quen thuộc với sự biểu hiện có vẻ như tồn tại độc lập của mọi hiện tượng và đã quen bám chấp vào vẻ ngoài đó như là đúng thật, đến nỗi ta không còn khả năng nhận ra được vẻ ngoài ấy là giả tạo. Chúng ta không nhận thức được rằng con người và hiện tượng quanh ta không thực sự tồn tại theo như vẻ ngoài mà ta nhìn thấy đó.

Đi tìm cái bánh quy thật

Mọi sự vật hiện ra đối với chúng ta như thế nào? Hãy lấy một cái bánh quy làm ví dụ. Nó hiện ra đối với chúng ta như là một cái bánh quy thật. Bất kỳ ai bước vào căn phòng này hẳn đều phải nhận ra đây là một cái bánh quy, vì có những "tính chất bánh quy" nào đó. Có điều gì đó liên quan đến hoặc hiện hữu trong nó, khiến cho nó phải là cái bánh quy chứ không phải cái gì khác. Nó là một cái bánh quy sờ mó được, tồn tại "bên ngoài" và độc lập với tâm thức ta. Nó nằm đó - với những tính chất riêng biệt của chính nó - và ta chỉ tình cờ nhìn thấy nó. Cái bánh quy này có thể được nhận biết: nó đang nằm đó!

Cái bánh quy hiện ra đối với chúng ta như là đang tồn tại "bên ngoài", độc lập với mọi điều kiện nhân duyên, độc lập với các thành phần cấu tạo nên nó và độc lập với tâm thức ta cũng như những khái niệm và tên gọi do ta gán ghép lên nó. Nhưng nếu cái bánh quy thực sự tồn tại theo cách như vậy, thì khi ta phân tích và tìm kiếm cái bánh quy đích thực này, hẳn là ta chắc chắn phải tìm ra nó.

Chúng ta sẽ đi tìm cái bánh quy thực có và tồn tại độc lập mà đối với ta có vẻ như đang hiện hữu "bên ngoài". Ta sẽ tìm kiếm xem cái gì là "bánh quy". Nếu ta bẻ đôi cái bánh ra, liệu cái bánh quy đích thực sẽ nằm ở phần này hay phần kia? Hay ở trong cả hai phần? Nếu bảo nó ở trong cả hai phần, thì tất nhiên phải có hai cái bánh quy, vì ta có hai mẩu bánh tách biệt. Đây chắc hẳn là một phương pháp dễ dàng để sản xuất bánh quy!

Nếu ta cho rằng cái bánh quy nằm ở phần này, không nằm ở phần kia, thế thì tại sao miếng này là bánh quy mà miếng kia lại không phải? Ngay cả khi ta nhận rằng miếng lớn hơn là bánh quy, thì cái gì có liên quan đến hoặc nằm trong nó là "bánh quy"? Chúng ta hẳn phải tìm được cái "bánh quy" và "tính chất bánh quy" nằm ở đâu đó trong nó. Nhưng nếu ta tiếp tục bẻ cái bánh ra thành những miếng nhỏ hơn để cố tìm cái bánh đích thực, thì cuối cùng ta chỉ thấy một mớ hỗn độn, không phải bánh quy. Chúng ta có một đống mẩu bánh vụn, có gì trong đó là bánh quy?

Cái bánh quy thực có và tự tồn có vẻ như đang hiện hữu nhưng lại không thể tìm thấy được khi ta phân tích và tìm cách xác định nó.

Nếu có một cái bánh quy tự tồn nào đó ở bên ngoài, hẳn ta phải tìm được nó trong các thành phần cấu tạo, hoặc tách biệt với các thành phần đó. Nhưng "cái bánh" như thế không nằm trong các thành phần của nó, và cũng không nằm tách biệt với các thành phần của nó. Nếu "cái bánh" là tách biệt với các thành phần tạo nên nó, thì hỗn hợp bột mì nhồi với nước được nướng chín sẽ nằm trên đĩa này, còn bánh thì ở đâu đó bên kia căn phòng. Điều đó là không thể, vì ngoài khối bột nhào được nướng chín này, đâu có gì khác được gọi là "bánh quy"?

Cái bánh quy cũng không phải là tập hợp các thành phần tạo thành nó, vì một tập hợp chỉ là một nhóm các thành phần. Nếu không có phần nào trong số đó tự nó là bánh quy, thì làm sao nhiều phần như thế hợp lại có thể là bánh quy với "tính chất bánh" nào đó? Cũng giống như một tập hợp những con châu chấu, không phải bướm, thì không thể tạo thành một đàn bướm; một tập hợp những phần không phải bánh quy, những mẩu vỡ vụn, không thể đột nhiên tạo thành cái "bánh quy" thực sự có thể tự nó tồn tại như một cái bánh.

Điều này đưa ta kết luận rằng không hề có tự thể bánh quy

trong bất kỳ trường hợp nào. Hay nói cách khác, cái bánh quy đối với ta có vẻ như chắc thật, cụ thể và nhận biết được và ta đã bám chấp vào đó như một sự tồn tại độc lập, là không hề tồn tại. Điều này không có nghĩa là hoàn toàn không có cái bánh quy ở đó, nhưng chỉ có nghĩa là không hề có cái bánh quy tự nó tồn tại. Cái bánh quy đó không tồn tại theo như cách nó hiện ra đối với ta. Nó không tồn tại theo cách mà ta vẫn tưởng.

Tuy vậy, cái bánh quy vẫn đang tồn tại. Nếu không, ta đã không thể ăn bánh! Dù nó không tồn tại theo cách không phụ thuộc, nhưng nó quả có tồn tại một cách phụ thuộc. Nó phụ thuộc vào các điều kiện nhân duyên của nó, như bột mì, nước, thợ nướng bánh v.v... Nó phụ thuộc vào các thành phần của nó, như các phần khác nhau tạo thành cái bánh, cũng như màu sắc, hình dáng, mùi vị v.v... Và nó cũng phụ thuộc vào việc ta nhận biết và gọi tên "bánh quy" theo quy ước. Về mặt xã hội, tất cả chúng ta đã đồng ý xem cái tập hợp các thành phần có công năng cụ thể như thế này là một sự vật cá biệt và gọi tên nó là "bánh quy" để phân biệt với những sự vật khác.

Chúng ta đã tìm kiếm một cái gì mà tự nó [hiện hữu như] là cái bánh quy, không phụ thuộc vào các thành phần của nó, không phụ thuộc vào tâm thức với những khái niệm và tên gọi của ta. Một cái bánh thật có và không phụ thuộc như thế không thể tìm thấy, vì nó không hề tồn tại. Nhưng cái bánh quy tồn tại một cách phụ thuộc thì vẫn đang có đó. Đó chính là cái bánh ta ăn.

Cái bánh quy tồn tại như thế nào? Một tập hợp các nguyên tử được kết hợp theo một mô thức nhất định nào đó. Tâm thức ta nhận biết, cho nó là một sự vật và đặt tên là "bánh quy". Nó trở thành "cái bánh quy" vì tất cả chúng ta đều nhận biết về nó theo cùng cách tương tự như nhau và cùng gọi tên nó là "bánh quy" quy ước của xã hội. Trong kinh Ưu-ba-ly thỉnh vấn (Questions of Upāli) nói rằng:

Những bông hoa đủ màu quyến rũ,
Và những lâu đài vàng chói ngời hấp dẫn,
Thảy đều không có người tạo tác với tự tính tự tồn.
Chúng được thừa nhận
qua năng lực của khái niệm,
Thế giới này khởi sinh qua năng lực của khái niệm.

Cái bánh quy đó chỉ tồn tại một cách phụ thuộc. Ngoài cái bánh tồn tại một cách phụ thuộc này, không còn có cái bánh quy nào khác. Không hề có một cái bánh tự nó tồn tại không phụ thuộc với bản chất "bánh" nào đó gắn liền với nó. Cái bánh quy có tồn tại, nhưng nó không tồn tại theo đúng như vẻ ngoài xuất hiện của nó. Nó xuất hiện có vẻ như không phụ thuộc, nhưng thực tế không phải vậy. Nó phụ thuộc vào các điều kiện nhân duyên, thành phần của nó, vào tâm thức chủ thể nhận thức về nó như là "cái bánh quy". Cái bánh quy là một hiện tượng duyên sinh.

Ta là ai?

Nếu không có cái bánh quy với tự thể không phụ thuộc, vậy có một "cái tôi" không phụ thuộc hay chăng? Có hay chăng một cái tôi thực hữu, một con người nhận biết được?

Câu trả của đức Phật khác biệt với ý niệm về một linh hồn vĩnh hằng bất biến của Do Thái - Ki-tô giáo, và khái niệm "tự ngã" (*atman*) của đạo Hindu. Hẳn là khi phân tích và tìm kiếm, chúng ta phải tìm ra được linh hồn, tự ngã hay bản ngã tự tồn tại, một cái gì đó chính là con người [mà ta đang tìm kiếm]. Ta có thể tìm được chăng?

Hãy nhớ lại một tình huống mà chúng ta cực kỳ giận dữ. Lúc đó "cái tôi" hiện ra như thế nào? Nó dường như rất chắc thật. Có một "cái tôi" rất thật đang bị người khác xúc phạm. "Cái tôi" đó phải được bảo vệ. "Cái tôi", cái "bản ngã" đó, ta cảm thấy như có thể tìm ra được, nó phải nằm đâu đó trong hợp thể thân-tâm ta.

Nếu "cái tôi" chắc thật, cụ thể và không phụ thuộc đó tồn tại đúng như nó hiện ra đối với chúng ta, hẳn ta phải tìm ra được nó trong thân tâm này hoặc tách biệt với thân tâm. "Cái tôi" đó không thể tồn tại ở nơi nào khác hơn nữa.

Liệu "cái tôi" có phải là thân thể ta? Nếu thế, thì bộ phận nào của thân thể là tôi? Cánh tay chăng? Dạ dày chăng? Hay bộ não? Tất cả các bộ phận trong cơ thể đều được cấu tạo từ những nguyên tử. Chúng không phải là "cái tôi". Toàn bộ cơ thể cũng không phải "cái tôi", vì nếu đúng vậy thì sau khi tôi chết, xác chết của tôi hẳn phải là "cái tôi". "Tôi" là một cái gì đó nhiều hơn là những nguyên tử cấu tạo nên thân thể, vì chỉ riêng phần vật chất của cơ thể mà không có ý thức thì không thể nhận biết được các đối tượng, nhưng tôi thật có năng lực nhận thức.

Vậy "cái tôi" là tâm thức này? Nếu vậy thì "cái tôi" là nhãn thức, vốn nhận biết màu sắc và hình dạng? Hay "cái tôi" là nhĩ thức, vốn nhận biết âm thanh? Hay "cái tôi" là ý thức, vốn có chức năng suy nghĩ? Hay "cái tôi" là một cá tính cụ thể của tôi? Nếu vậy thì khi cái tôi là sự tức giận, hẳn tôi phải luôn luôn tức giận; nếu cái tôi là sự thông minh, hẳn tôi lúc nào cũng thông minh?

"Cái tôi" cũng không phải là một tập hợp của những phẩm tính tinh thần và các trạng thái tâm lý khác nhau, vì một tập hợp gồm nhiều yếu tố mà bản thân mỗi yếu tố đều không phải là một cái tôi chắc thật, không phụ thuộc, thì tập hợp đó không thể trở thành "cái tôi".

Mặc dù ta cảm thấy như có một "chủ thể suy nghĩ" hay một yếu tố nội tâm nào đó đã tạo ra các quyết định của ta, nhưng khi cố tìm kiếm yếu tố cụ thể đó, ta không thể tìm thấy. Những quyết định và tư tưởng của ta khởi lên tùy thuộc vào rất nhiều yếu tố tinh thần. Chẳng có một anh chàng tí hon nào ẩn nấp trong đó để điều khiển chương trình cả!

Sự kết hợp thân và tâm chúng ta cũng không phải là một "cái tôi" không phụ thuộc, vì đó là một tập hợp nhiều thành phần. Nó phụ thuộc vào chính các thành phần đó. Làm sao có thể tìm thấy một "cái tôi" có thật và không phụ thuộc trong kết hợp của thân và tâm tôi, khi cả hai phần ấy đều không phải là tôi?

"Cái tôi" cũng không tồn tại như một cái gì tách biệt với thân và tâm. Nếu điều đó là đúng, hẳn là tôi đã có thể xác định và tìm thấy chính tôi ở một nơi không hề có cả thân và tâm tôi. Điều này có nghĩa là, tôi có thể ở một nơi trong khi thân và tâm tôi ở một nơi khác! Rõ ràng là không thể như vậy. Tự ngã, hay "cái tôi" được liên kết và có quan hệ với cả thân và tâm.

Liệu "cái tôi" có phải là một thực thể độc lập đi từ kiếp sống này sang kiếp sống khác? Vào thời điểm lâm chung, tâm thức chúng ta đi dần vào những trạng thái càng lúc càng vi tế hơn. Chính mức độ vi tế nhất của tâm thức sẽ đi từ kiếp sống này sang kiếp sống kế tiếp. Tuy nhiên, tâm thức cực vi tế này liên tục biến đổi trong từng sát-na. Tâm thức không bao giờ duy trì bất biến trong hai sát-na kế tiếp nhau, cũng giống như trên bình diện vật lý, cấu trúc của các hạt electron trong một nguyên tử luôn thay đổi trong từng thời điểm. Chúng ta không thể chỉ ra bất kỳ một khoảnh khắc tâm thức nào là đã từng và cũng sẽ mãi mãi là ta. Ta không phải là tâm thức của hôm qua, không phải là tâm thức của hôm nay hay ngày mai. Ta không phải là tâm thức sẽ lìa bỏ thân xác này lúc chết, cũng không phải là tâm thức sẽ tái sanh. Cái mà ta gọi là "tôi" phụ thuộc vào tất cả những trạng thái tâm này, nhưng không phải là bất kỳ trạng thái nào trong số đó.

Việc nhớ lại ví vụ con sông [trong phần *Tái sinh diễn ra như thế nào?* (Phần III, mục Tái sinh)] có thể giúp ta hiểu được điều này. Con sông Mississippi không phải là hai bờ của nó. Cũng không phải là nước sông, những tảng đá [dưới lòng sông], hay những dòng suối đổ vào nó. Dường như có một con sông rất thật và tự nó tồn tại khi ta không phân tích vấn đề, nhưng ngay khi ta nêu câu hỏi: "Cái gì là con sông có vẻ như đang tự nó tồn tại rất thật này?", ta không tìm được điều gì để chỉ ra cả. Dù vậy, vẫn có một con sông đang tồn tại một cách phụ thuộc.

Tương tự, dòng tâm thức của ta không phải bất kỳ một sát-na tâm nào, cũng không phải tập hợp của nhiều sát-na. Không hề có một dòng tâm thức thực sự tồn tại theo cách đó. Tâm thức chúng ta không tồn tại theo cách như một thực thể chân thật hoặc sẵn có tự tính tồn tại. Dù vậy, vẫn có một dòng tương tục các sát-na tâm tạo thành dòng tâm thức, và chính dòng tâm thức này đi tái sanh.

"Cái tôi" hay bản ngã không tồn tại theo cách không phụ thuộc vào thân và tâm, cũng không thể tìm thấy bên trong thân hoặc tâm. Nó cũng không phải là sự kết hợp cả thân và tâm. Hay nói cách khác, "cái tôi" chắc thật và cụ thể mà ta cảm nhận khi ta đang giận dữ lại không thể tìm thấy ở bất kỳ nơi đâu. Tại sao? Vì nó không hề tồn tại. "Cái tôi" không hề tồn tại theo cách không phụ thuộc. Đây chính là ý nghĩa của *vô ngã* hay *tánh Không*.

Tồn tại một cách phụ thuộc

Điều đó không có nghĩa là "cái tôi" hoàn toàn không tồn tại. Những gì chúng ta đang phủ định ở đây là một sự tồn tại theo cách không phụ thuộc hoặc do tự tính sẵn có. Chúng ta quả thật có tồn tại. Nếu chúng ta hoàn toàn không tồn tại thì ai là người viết cuốn sách này và ai là người đọc sách?

Nhưng sự tồn tại của chúng ta là hoàn toàn phụ thuộc. Chúng ta tồn tại phụ thuộc vào các yếu tố nhân duyên, như tinh cha noãn mẹ, như dòng tâm thức được tiếp nối từ đời sống trước. Chúng ta phụ thuộc vào các phần cấu thành ta, như thân và tâm. Chúng ta cũng phụ thuộc vào khái niệm và tên gọi. Trên nền tảng thân và tâm kết hợp với nhau, chúng ta nhận hiểu về tổ hợp này như là một con người và gọi tên đó là "tôi". Chúng ta chỉ tồn tại qua tên gọi được gán ghép trên một nền tảng thích hợp. Như đức Phật dạy:

Như việc gọi tên một chiếc xe,
dựa trên các thành phần hợp lại.
Cũng vậy, theo quy ước mà một con người,
(được gọi tên) dựa trên
các uẩn (thân và tâm) [hợp thành].

Điều quan trọng là phải nhận hiểu rằng, việc nhận ra *tánh Không* không phá hủy "cái tôi", vì một "cái tôi" với thực thể chân thật và không phụ thuộc vốn chưa bao giờ tồn tại cả. Những gì ta hủy diệt chính là sự vô minh bám chấp vào ý niệm: thật có tồn tại một "cái tôi" cụ thể và chắc thật.

Không phải là mọi sự vật trước đây đã từng hiện hữu, rồi ngay khi thiền quán về *tánh Không*, ta phá hủy sự hiện hữu đó. Cũng không phải là mọi sự vật trước đây đã từng tồn tại không phụ thuộc, rồi chúng ta [tu tập thiền quán và] loại bỏ phẩm tính này của chúng. Chúng ta chỉ đơn giản nhận ra được là chưa bao giờ có sự tồn tại không phụ thuộc, và nhờ đó ta xóa bỏ nhận thức sai lầm rằng thật có sự vật tồn tại một cách không phụ thuộc.

Có con người đạt đến sự chứng ngộ. Đây là "cái tôi" theo quy ước, vốn phụ thuộc vào các điều kiện nhân duyên, phụ thuộc vào các phần cấu thành, và phụ thuộc vào khái niệm cùng với sự định danh. Các bậc chứng ngộ không còn cảm nhận mạnh mẽ về một "cái tôi" riêng rẽ và chắc thật như chúng ta, vì các ngài đã nhận ra được rằng một "cái tôi" như vậy không hề tồn tại. "Cái tôi" vẫn hiện hữu, nhưng theo một cách thức hiền hòa và êm dịu hơn. "Cái tôi" đó hoàn toàn chỉ là một quy ước, không phải một thực thể.

Khi hiểu đúng về *tánh Không* và *vô ngã*, ta sẽ có được một phương tiện cực kỳ mạnh mẽ để chế ngự các tâm hành phiền não. Khi nhận biết được được *tánh Không*, ta sẽ thấy không hề có con người cụ thể nào đang nổi giận; không hề có con người thật nào để bảo vệ danh tiếng; không hề có một con người hay sự vật xinh đẹp nào có sự tồn tại độc lập để ta phải chiếm hữu. Nhờ nhận biết được *tánh Không*, những tham lam, sân hận, ganh tị, kiêu mạn và si mê của ta đều tan biến, vì chẳng hề có một con người cụ thể nào để ta phải bảo vệ và cũng chẳng có sự vật cụ thể nào để ta bám chấp.

Tầm quan trọng của sự nhận hiểu *tánh Không* được kinh *The Superior of the King of Meditative Stabilization* nhấn mạnh như sau:

Nếu thực tính vô ngã của các pháp được quán chiếu,
Và nếu sự quán chiếu này
được phát triển trong thiền định,
Thì sẽ được kết quả là Niết-bàn.
Ngoài ra, không còn cách nào khác
để đạt đến sự an lạc.

Nhận hiểu về *tánh Không* không có nghĩa là chúng ta trở nên vô cảm và mất hết khát vọng. Ta có thể nghĩ rằng: "Không có "cái tôi" thật, không có tiền bạc thật, vậy thì tại sao ta phải làm việc?" Nhưng suy nghĩ như thế là ta chưa hiểu đúng về *tánh Không*. Nhận hiểu được bản chất vô ngã sẽ cho ta một không gian rộng lớn để hành động. Thay vì cạn kiệt năng lượng vì sự tham lam, sân hận và si mê, ta sẽ tự do vận dụng lòng từ bi và trí tuệ của mình để làm lợi lạc cho chúng sinh bằng vô số phương tiện.

Khi thiền quán về tánh Không sau khi đã phát khởi tâm nguyện vượt thoát mọi khổ đau và phát tâm Bồ-đề, ta có thể tịnh hóa hoàn toàn mọi cấu nhiễm phiền não trong tâm thức. Vượt qua mọi giới hạn, ta sẽ có khả năng phát triển hoàn hảo mọi phẩm tính tốt đẹp, nhờ đó ta có thể vận dụng mọi phương tiện khéo léo để giúp đỡ chúng sinh theo những phương cách hiệu quả nhất. Tâm thức ta hoàn toàn có khả năng chuyển hóa bằng cách này. Ta có thể chuyển từ mê sang ngộ, từ một chúng sinh phàm phu thành một vị Phật, nhờ vào sự phát triển ba chứng ngộ căn bản trên đường tu tập.

Để phát triển ba chứng ngộ căn bản, cần có thời gian, đức nhẫn nhục và tinh tấn. Chúng ta cũng cần có sự định tâm để khi thiền quán về ba đề mục đó, tuệ giác của ta sẽ trở nên vững chãi và sắc bén.

6. THIỀN ĐỊNH

Phát triển định và tuệ

Trong ngôn ngữ Tây Tạng, chữ *"gom"* (có nghĩa là *thiền*) có cùng gốc động từ với những chữ mang nghĩa *"tập luyện cho quen"* hay *"làm cho quen thuộc với"*. Vì thế, trong thiền tập chúng ta nỗ lực để tự mình làm quen với những cách nhìn đúng đắn về thế giới. Ta cũng cố gắng làm quen với một quan điểm chân xác về thực tại để đoạn trừ mọi quan niệm sai lầm và những tâm hành phiền não.

Thiền không phải là xua đuổi mọi tư tưởng ra khỏi đầu óc và an trú trong trạng thái trống rỗng. Một đầu óc trống rỗng chẳng có gì đáng nói cả. Những tư tưởng được định hướng khéo léo có thể hữu ích cho ta, nhất là trong những giai đoạn tu tập thiền định ban đầu. Cuối cùng rồi thì chúng ta cũng cần phải vượt qua những giới hạn của các khái niệm. Nhưng điều đó không có nghĩa là rơi vào một trạng thái trống không vô cảm, mà chính là sự trực nhận thật sáng suốt về thực tại.

Trước hết, chúng ta nhất thiết phải lắng nghe những hướng dẫn về phương pháp thiền định và các đề mục thiền quán. Thiền không chỉ là ngồi bắt tréo chân và nhắm mắt lại. Thiền là hướng tâm đến một đối tượng tích cực và nuôi dưỡng những khuynh hướng lợi lạc. Chúng ta cần phải lắng nghe những chỉ dẫn từ một vị thầy có kinh nghiệm để biết cách thực hành sao cho thích hợp.

Tiếp đến, chúng ta suy ngẫm về những chỉ dẫn đó: ta nhất thiết phải hiểu được một đề mục trước khi có thể tự mình quen thuộc với nó. Sự suy ngẫm này có thể được thực hiện qua thảo luận với các bạn đồng tu và với các vị thầy. Hoặc ta cũng có thể ngồi thiền và tự mình suy ngẫm.

Khi đã có được một phần hiểu biết về đề mục quán chiếu, ta hợp nhất hợp nhất đề mục ấy với tâm thức mình thông qua thiền định. Nhờ rèn luyện tâm thức trở nên quen thuộc với những khuynh hướng và quan điểm nhất định nào đó - chẳng hạn như tâm từ vô phân biệt hay trí tuệ nhận thức thực tại - nên những phẩm tính đó dần dần trở thành những khuynh hướng tự nhiên trong ta.

Tư thế ngồi thiền truyền thống là hai chân bắt tréo nhau trên một bồ đoàn, phần mông hơi cao hơn chân một chút. Hai vai ngang bằng, lưng giữ thẳng, như thể ta đang được một lực kéo thẳng lên từ đỉnh đầu. Hai bàn tay được đặt vào trong lòng, ngay bên dưới rốn. Bàn tay phải đặt trên bàn tay trái, hai ngón tay cái chạm vào nhau. Hai cánh tay không ép sát vào thân mình, cũng không tách xa ra, chỉ để thật tự nhiên thoải mái. Đầu hơi nghiêng về phía trước, miệng ngậm lại, lưỡi cong chạm lên vòm họng.

Mắt hơi mở hé để tránh rơi vào hôn trầm, nhưng không nhìn gì cả. Nói đúng hơn là hơi nhìn xuống, nhẹ nhàng tập trung vào chóp mũi hay [một điểm dưới] mặt đất phía trước mặt. Thiền được thực hành với toàn bộ tâm thức chứ không chỉ riêng nhãn thức. Ta không nên cố gắng để "nhìn thấy" bất cứ điều gì bằng mắt trong khi thiền tập.

Thiền tập vào buổi sáng trước khi bắt đầu một ngày làm việc là rất tốt vì lúc đó tâm thức ta sáng suốt, tỉnh táo hơn. Nhờ việc định tâm vào những khuynh hướng hiền thiện trong thiền tập buổi sáng sớm nên suốt trong ngày ta sẽ có được sự tỉnh giác và điềm tỉnh hơn. Thiền tập vào buổi tối cũng giúp ta làm an định tâm thức và "chuyển hóa" được những gì xảy ra trong ngày trước khi đi vào giấc ngủ.

Ban đầu, mỗi lần thiền tập không nên kéo dài quá lâu. Nên chọn thời gian phù hợp với khả năng và thời biểu của bạn. Điều quan trọng là phải thực hành đều đặn, vì sự lặp lại đều đặn rất cần thiết để tự mình trở nên quen thuộc dần với những khuynh hướng tốt đẹp. Thiền tập mười lăm phút [đều đặn] mỗi ngày sẽ lợi lạc hơn so với việc thiền tập ba tiếng đồng hồ trong một ngày rồi mê ngủ suốt những ngày còn lại trong tuần.

Vì động cơ hành động của ta sẽ quyết định hành động của ta có mang lại lợi lạc hay không, nên việc phát khởi một động cơ hiền thiện trước khi thiền tập là cực kỳ quan trọng. Nếu ta khởi đầu mỗi buổi thiền tập với một động cơ mạnh mẽ, việc định tâm sẽ dễ dàng hơn. Do vậy, trước khi nhiếp tâm vào đề mục thiền quán, ta nên dành ít phút để nghĩ đến những ích lợi của thiền tập cho bản thân ta và người khác.

Những tâm nguyện vị tha như thế này là rất hữu ích: "Sẽ tuyệt vời biết bao nếu tất cả chúng sinh đều được an vui hạnh phúc và thoát khỏi khổ đau! Tôi mong muốn thực hiện điều này bằng cách chỉ bày cho người khác con đường tiến đến giác ngộ. Nhưng khi tâm thức tôi vẫn còn mê tối, tôi không thể tự cứu chính mình, nói gì đến người khác. Vì thế, tôi muốn hoàn thiện bản thân - đoạn trừ mọi chướng ngại và phát triển những tiềm năng tốt đẹp của mình - để có thể phụng sự tốt hơn cho hết thảy chúng sinh. Với tâm nguyện như thế, tôi sẽ thực hành buổi thiền tập này để tiến thêm một bước nữa trên con đường tu tập."

Nhưng trong đạo Phật giáo có nhiều pháp thiền. Về cơ bản có thể chia thành hai nhóm: một nhóm nhằm đạt đến *samatha (chỉ)* hay sự an định, và một loại có công năng làm tăng trưởng *vipassana (quán)* hay tuệ giác.

Trong kinh *Hiển bày Thánh ý*, đức Phật nhấn mạnh về hai loại thiền này:

"Các ông nên biết rằng, cho dù ta đã dạy nhiều khía cạnh khác nhau của các trạng thái thiền Thanh văn (những vị đang tu tiến đến quả vị A la-hán), Bồ Tát và Như Lai (chư Phật), nhưng tất cả những khía cạnh đó đều bao hàm trong hai pháp tu tập về định *(thiền chỉ)* và tuệ *(thiền quán).*

Định

Định là khả năng chú tâm vào một đối tượng thiền quán với sự sáng suốt và ổn định trong khoảng thời gian kéo dài tùy theo ý muốn. Với trạng thái định, tâm chúng ta trở nên cực kỳ nhu nhuyến, giúp ta có thể tùy ý hướng tâm vào bất kỳ chủ đề hiền thiện nào mà ta muốn. Mặc dù chỉ riêng việc định tâm không thể đoạn trừ được gốc rễ của phiền não, nhưng nó làm cho sức mạnh của phiền não suy yếu đi rất nhiều. Những [tâm niệm] thô của sân hận, tham lam và ghen tỵ không còn sinh khởi và nhờ đó nên ta cảm thấy hòa hợp hơn với môi trường quanh ta.

Để tâm có thể an trú trong trạng thái định, chúng ta nhất thiết phải buông bỏ mọi buồn phiền, dự tưởng, lo âu và xao nhãng. Vì thế, để phát triển trạng thái định, ta thực hành *thiền chỉ*, nhằm rèn luyện tâm thức tập trung vào đề mục thiền tập.

Đức Phật có dạy về rất nhiều đề mục để ta có thể chú tâm vào nhằm phát triển sự nhất tâm. Trong các đề mục này bao gồm pháp quán niệm tâm từ để đối trị sân hận và quán bất tịnh để đối trị tham luyến. Ta cũng có thể quán niệm về bản chất trong sáng và tỉnh giác của tâm. Hình tượng đức Phật cũng có thể là một đề mục cho thiền định, trong đó chúng ta hình dung đức Phật bằng thị kiến trong tâm thức và duy trì sự chú tâm vào đó. Một trong những đề mục chính thường được dùng để phát triển sự định tâm là hơi thở.

Để quán niệm hơi thở, chúng ta ngồi trong tư thế thật thoải mái và hít thở tự nhiên. Đừng thở sâu hay thúc ép hơi thở theo bất kỳ cách nào. Hãy thở như bình thường, chỉ có điều là giờ đây ta theo dõi và cảm nhận trọn vẹn hơi thở. Chú tâm vào chóp mũi và theo dõi sự cảm nhận hơi thở khi ta hít vào, thở ra.

Hầu hết chúng ta đều ngạc nhiên và thậm chí là sợ hãi khi mới bắt đầu tập thiền. Dường như tâm thức ta tương tự một đường phố náo nhiệt ở trung tâm New York - có quá nhiều sự huyên náo, quá nhiều tư tưởng, quá nhiều sự thúc ép, lôi kéo. Không phải thiền làm cho tâm ta trở nên hỗn loạn như thế. Thực ra, tâm thức ta vốn đã luôn vọng động, nhưng vì sự tỉnh giác nội quán của ta yếu ớt nên không nhận biết được. Tuy nhiên, sự hỗn loạn trong nội tâm này không phải là một tình trạng tuyệt vọng. Thông qua sự thực hành [thiền tập] đều đặn, tâm ta sẽ có khả năng tập trung tốt hơn và sự hỗn loạn sẽ suy giảm.

Hôn trầm và trạo cử là hai chướng ngại chính của sự phát triển định lực. Hôn trầm xảy ra khi tâm thức thiếu sự sinh động, và nếu không đối trị hôn trầm, ta có thể sẽ rơi vào giấc ngủ. Khi tâm thức trở nên uể oải, lờ đờ, chúng ta cần áp dụng những pháp đối trị thích hợp để khơi dậy sự tỉnh giác. Ta có thể tạm thời ngưng việc quán niệm hơi thở để chuyển sang một đề mục nào đó có thể giúp tâm hưng phấn hơn, chẳng hạn như việc ta có được thân người hoàn hảo hiện nay, hay về khả năng thành Phật của mình. Quán tưởng căn phòng tràn ngập ánh sáng hay ánh sáng tràn ngập vào bên trong thân thể cũng là những đề mục hữu ích. Những pháp quán tưởng như vậy sẽ giúp tâm trở nên sinh động và xua tan trạng thái hôn trầm. Khi ấy, ta sẽ quay lại với việc quán niệm hơi thở.

Đối với những ai cảm thấy buồn ngủ khi thiền tập, nên rửa mặt bằng nước lạnh trước khi ngồi thiền. Trong khoảng nghỉ giữa hai thời thiền tập, việc phóng tầm mắt nhìn ra xa cũng giúp tâm trải rộng và sinh động hơn.

Trạo cử là một chướng ngại lớn khác nữa trong việc phát triển sự định tâm. Trạo cử xuất hiện khi tâm ta bị lôi cuốn theo những gì ta bám chấp. Chẳng hạn, ta chú tâm vào hơi thở được khoảng ba mươi giây, và rồi ta chẳng biết vì sao lại chuyển sang suy tưởng về thức ăn. Và rồi ta nghĩ đến những người ta thương yêu, sau đó là nghĩ đến nơi mình sẽ đi chơi vào cuối tuần. Những trường hợp như thế là trạo cử.

Trạo cử khác với sự xao nhãng, phóng tâm. Trạo cử là hướng tâm vào những đối tượng ta tham luyến, trong khi phóng tâm là chú ý đến cả những điều khác nữa. Chẳng hạn, ta nghĩ đến những lời xúc phạm của ai đó cách đây 5 năm, đó là một trường hợp phóng tâm. Cũng vậy, khi ta nghĩ lan man đến những phẩm tính hiền thiện của đức Phật trong khi đang quán niệm hơi thở thì đó cũng là phóng tâm.

Trạo cử hàm nghĩa là tâm thức quá phấn khích, hứng khởi. Vì vậy, pháp đối trị với nó là nghĩ về điều gì đó ảm đạm, buồn thảm. Ta có thể tạm thời quán chiếu về sự vô thường, về những khía cạnh bất tịnh của bất kỳ điều gì mà ta đang tham luyến, hoặc về những khổ đau trong vòng luân hồi. Sau khi đã làm cho tâm trở nên nghiêm túc hơn, chúng ta quay lại với việc quán chiếu hơi thở.

Chánh niệm và sự tỉnh giác nội quán là hai yếu tố tâm thức giúp ta ngăn ngừa và đối trị với sự phóng tâm, hôn trầm và trạo cử. Với chánh niệm, chúng ta luôn nhớ đến đối tượng thiền tập là hơi thở. Sự nghĩ nhớ hay chánh niệm về hơi thở của ta quá mạnh mẽ đến nỗi các vọng niệm không thể xâm nhập.

Muốn chắc chắn rằng tâm thức không rơi vào sự phóng tâm, hôn trầm hay trạo cử, ta phải dùng đến sự tỉnh giác nội quán để xác định xem liệu tâm thức ta có đang duy trì sự tập trung vào đối tượng thiền định hay không. Sự tỉnh giác nội quán giống như một chàng do thám - cứ thỉnh thoảng xuất hiện và lặng lẽ theo dõi xem ta có tiếp tục chú tâm vào hơi thở hay đã tản mạn sang nơi khác. Sự tỉnh giác nội quán cũng cảnh báo ta khi sự chú tâm bị buông lỏng và không chú tâm một cách sáng suốt vào hơi thở.

Nếu sự tỉnh giác nội quán nhận thấy tâm ta vẫn duy trì định tâm, ta sẽ tiếp tục công phu. Nếu phát hiện có sự phóng tâm, hôn trầm hay trạo cử, ta sẽ khôi phục lại chánh niệm và hướng tâm trở về với đối tượng thiền định. Hoặc ta áp dụng các phương pháp đối trị với hôn trầm và trạo cử như được trình bày ở trên.

Nhẫn nhục là một phẩm tính thiết yếu khác để phát triển sự an định. Chúng ta phải chấp nhận bản thân mình như vốn có, cũng như phải có sự tự tin và nhiệt thành muốn làm cho tâm thức an bình hơn. Nếu ta tự thúc ép mình và mong đợi những kết quả ngay tức khắc thì khuynh hướng đó tự nó sẽ cản trở ta. Ngược lại, nếu ta lười nhác giải đãi thì sẽ không có sự tiến bộ. Chúng ta cần phải phát triển sự nỗ lực không căng thẳng.

Phát triển định lực là một tiến trình tuần tự cần có thời gian. Chúng ta không nên mong đợi có thể đạt đến sự nhất tâm qua vài ba lần thiền tập. Tuy nhiên, nếu ta có được sự hướng dẫn thiền tập đúng đắn và tu tập dưới sự dẫn dắt của một vị thầy, và nếu chúng ta kiên trì với sự vui thích và không mong đợi kết quả, cuối cùng ta sẽ đạt đến sự an định.

Tuệ giác

Tuệ giác là nhận thức đúng thật về đối tượng thiền quán kết hợp với sự nhất tâm của tâm an định. Để tu tập tuệ giác, ta cần phải phát triển khả năng phân tích đối tượng thiền quán. *Thiền chỉ* nhấn mạnh sự phát triển tâm an định, trong khi *thiền quán* là phương tiện để đạt được tuệ giác. Tuy nhiên, *thiền quán* cũng có thể được vận dụng để phát triển tâm an định và *thiền chỉ* có thể giúp ta đạt được tuệ giác. Trên thực tế, tuệ giác là sự kết hợp giữa thiền quán và tâm an định.

Thiền quán chiếu hay nhận thức không có nghĩa là ta liên tục tư duy khái niệm, để rồi lạc lối trong một tâm thức hỗn loạn. Thay vì vậy, nhờ nhận hiểu rõ về đối tượng thiền định, ta sẽ có khả năng trải nghiệm đối tượng ấy một cách trọn vẹn. Trong thiền quán, ta không cần thiết phải sử dụng tư duy biện luận. Ta có thể dùng đến niệm tưởng tinh tế hơn để nhận thức đúng về đối tượng. Sau đó, ta chú tâm vào những gì đã nhận thức được để làm cho nhận thức ấy vững chãi hơn và hòa nhập vào tâm ta. Cuối cùng, tri thức khái niệm của ta sẽ chuyển thành sự thể nghiệm trực tiếp, hay trực giác. Vì vậy, kết quả cuối cùng của thiền quán là sự thể nghiệm vượt ngoài khái niệm. Trong kinh *Ca-diếp thỉnh vấn*, đức Phật dạy:

"Này Ca-diếp! Cũng giống như lửa phát sinh từ hai miếng gỗ cọ xát nhau, tuệ quán sinh khởi từ trạng thái tư duy khái niệm. Và cũng giống như lửa cháy bùng lên thiêu rụi hai miếng gỗ đó, tuệ quán tăng tưởng sẽ quét sạch mọi tư duy khái niệm."

Có hai loại thiền quán căn bản. Một loại nhằm chuyển hóa

khuynh hướng của chúng ta. Chẳng hạn, khi thiền quán về tâm từ, ta sẽ chuyển hóa khuynh hướng sân hận hay vô cảm của mình thành tình thương yêu chân thật. Với loại thiền quán thứ hai, ta quán chiếu đề mục thiền quán để thấu hiểu và cảm nhận. Thiền quán về vô thường và tánh không là những ví dụ.

Trong loại thiền quán thứ nhất, ta nhắm đến chuyển hóa khuynh hướng [tâm thức]. Khi thiền quán về tâm từ thì đối tượng quán chiếu là mọi chúng sinh. Ta suy xét đến lòng tốt của họ đối với ta trong quá khứ, hiện tại và tương lai. Khi tự mình thể nhập vào ý nghĩa sâu xa của sự thật là tất cả mọi người đều mong muốn hạnh phúc và né tránh khổ đau, và sự khát khao này của họ cũng mãnh liệt không khác gì chính bản thân ta. Từ đó ta suy nghĩ: sẽ tốt đẹp biết bao nếu tất cả mọi người đều thực sự đạt được hạnh phúc!

Khi những tư tưởng này trở nên mạnh mẽ, tâm thức ta tràn ngập tình thương yêu sâu sắc và bình đẳng đối với tất cả mọi chúng sinh. Một cảm xúc mạnh mẽ khởi sinh trong ta - tâm nguyện ước mong cho tất cả chúng sinh đều được hạnh phúc. Sau khi thực hành *thiền quán* để phát triển được tình thương yêu rồi, ta tiếp tục duy trì kinh nghiệm thương yêu sâu sắc này bằng cách thực hành *thiền chỉ*. Một số người có thể tiếp tục thiền quán về tâm từ và phát triển định lực trên đó.

Trong pháp thiền về vô thường, sự quán chiếu giúp chúng ta nhận hiểu được tính chất tạm bợ của thế giới quanh ta. Chúng ta có thể chọn đối tượng nào đó mà ta ưa thích, như âm nhạc chẳng hạn, rồi suy ngẫm về tính chất thay đổi của nó. Một giai điệu gồm có phần mở đầu, khoảng giữa và đoạn kết thúc. Giai điệu ấy không tồn tại mãi mãi. Ngay cả trong lúc đang tồn tại, giai điệu ấy cũng liên tục biến đổi. Mỗi nốt nhạc chỉ tồn tại trong một phần chia nhỏ của giây, và ngay cả trong thời gian ngắn ngủi đó, nó cũng thay đổi.

Khi quán chiếu sâu sắc về vô thường, ta sẽ hiểu được rằng

vũ trụ quanh ta luôn chuyển động. Dù nó có vẻ như kiên cố và vững chắc đối với sự nhận biết [qua giác quan] thông thường của chúng ta, nhưng thực ra nó rất giả tạm. Hiểu được điều này giúp ta tránh được sự tham luyến cùng với những khổ đau và nhận thức mê lầm luôn đi kèm theo nó. Thấu hiểu về vô thường, ta sẽ nhận thức đúng giá trị của mọi sự vật và trải nghiệm trọn vẹn khi chúng còn đang tồn tại. Khi chúng mất đi, ta sẽ không than tiếc. Điều này sẽ tự nhiên làm lắng dịu đi sự khuấy động của tâm thức trong đời sống hằng ngày.

Khi thiền định về *tánh Không*, chúng ta phân tích bản chất rốt ráo của con người và hiện tượng giới. Như đã trình bày ở chương nói về tuệ giác, chúng ta sẽ khảo sát xem những giả định thông thường của ta về cách thức tồn tại của con người và hiện tượng giới có đúng thật hay không. Khi phân tích thật kỹ lưỡng, ta sẽ nhận ra rằng vạn pháp hoàn toàn không có những phóng tưởng sai lầm về sự tồn tại theo tự tính sẵn có. Vào lúc này, ta nhận thức được đúng thật về *tánh Không*.

Để đạt được tuệ giác về *tánh Không*, ta kết hợp sự hiểu biết đúng thật về tánh Không với tâm an định. Điều này cho phép tâm thức ta duy trì sự chú tâm vào *tánh Không* trong một thời gian lâu dài. Nhờ chú tâm vào thực tại theo cách này, tâm thức ta tịnh hóa được những chướng ngại.

Tất cả chủ đề được đề cập trong sách này đều là đề mục để thiền tập. Chúng ta có thể thiền quán về tái sanh và nhân quả để hiểu được cách thức vận hành của chúng. Quán chiếu về lòng tốt của người khác và những tác hại của tâm ích kỷ, ta sẽ phát khởi lòng từ và tâm nguyện tự nhiên muốn làm lợi lạc cho hết thảy chúng sinh. Tóm lại, những gì đức Phật đã dạy đều là chất liệu để nuôi dưỡng thiền tập.

Cả hai loại *thiền chỉ* và *thiền quán* đều rất quan trọng. Nếu ta chỉ có khả năng định tâm mà không thể quán chiếu phân tích đúng thật về các đối tượng thiền định như là *tánh Không*, thì ta không đủ khả năng dứt trừ tận gốc rễ của vô minh. Mặt khác, nếu chúng ta nhận hiểu đúng về tánh Không nhưng không có khả năng duy trì sự chú tâm vào đó, thì sự hiểu biết của ta không có được một tác động sâu xa vào tâm thức và sự vô minh của ta sẽ không bị dứt trừ hoàn toàn. Khi ta kết hợp cả tâm an định và tuệ giác quán chiếu, ta sẽ vững bước chắc chắn trên con đường hướng đến giải thoát.

7. QUY Y

Hành trang trên đường tu tập

Một hiểu biết khái quát về ba chứng ngộ căn bản trên con đường tu tập cung ứng cho ta một nền tảng tuyệt vời để quy y nơi Tam bảo - Phật, Pháp và Tăng-già. Khi đã có được quyết tâm cầu giải thoát, ta sẽ tìm cầu một người dẫn dắt để hướng dẫn ta cách thức tu tập. Khi chân thành thương yêu tất cả chúng sinh, ta sẽ tìm cầu một ai đó có thể chỉ cho ta phương cách hiệu quả nhất để làm lợi lạc chúng sinh. Khi nhận ra được rằng sự liễu ngộ *tánh Không* là điểm cốt yếu để tự giải thoát chính mình và dẫn dắt chúng sinh đạt đến giải thoát, ta sẽ khát khao mong mỏi nhận được sự chỉ dẫn thích hợp để ta có thể quán chiếu về *tánh Không*.

Phật, Pháp và Tăng-già là Ba ngôi báu (Tam bảo) để ta nương tựa. Chư Phật là tất cả những Bậc giác ngộ; Giáo Pháp là những sự chứng ngộ và những lời chỉ dạy đưa chúng ta đến sự giải thoát; Tăng-già, theo ý nghĩa chính xác nhất là chỉ cho những ai đã đạt được tuệ giác giải thoát nhờ trực nhận được *tánh Không*.

Quy y Phật, Pháp và Tăng là bước đầu vào đạo. Quy y là

ngụ ý chúng ta quay về nhận lấy trách nhiệm về những gì xảy đến cho chính bản thân ta. Hạnh phúc và khổ đau của ta xuất phát từ thái độ và hành vi của chính ta. Nếu ta không làm bất kỳ điều gì khác hơn hiện tại, thì tình trạng hiện tại của ta sẽ không thay đổi. Tuy nhiên, chúng ta cần học biết được phương cách để chuyển hóa những thái độ tư tưởng và hành vi của mình; chúng ta cần có người chỉ dẫn phương cách để phát triển các phẩm tính tốt đẹp của mình. Người khác không thể làm thay công việc cho ta, vì chỉ có chính ta mới có thể chuyển hóa được tâm thức của mình. Quy y có nghĩa là trở về nhận sự dẫn dắt của Phật, Pháp và Tăng-già với sự tự tin là bản thân ta có thể hướng thiện và với niềm tin rằng Tam bảo sẽ dẫn dắt chúng ta đi theo đúng hướng.

Trong chương này, chúng ta sẽ tìm hiểu về những phẩm tính của Ba ngôi báu để ta nương tựa - Phật, Pháp, Tăng-già - và sẽ đề cập đến câu hỏi thường được nêu lên: "Người Phật tử có tin vào Thượng đế hay không?" Sau đó, ta sẽ tìm hiểu những lý do vì sao chúng ta quy y và ý nghĩa của sự tự tin (hay đức tin). Phương cách mà Tam bảo mang lại lợi lạc cho chúng ta sẽ được giải thích bằng cách so sánh tương tự với trường hợp của một bác sĩ, thuốc men và người điều dưỡng [đối với người bệnh]. Cuối cùng là mô tả về một nghi lễ quy y.

Tam bảo

Phật, Pháp và Tăng-già có những phẩm tính gì mà trở thành những đối tượng nương tựa đáng tin cậy để ta quy y?

Chư Phật đã hoàn tất trọn vẹn con đương chứng ngộ và vì vậy có thể chỉ dạy cho chúng ta. Chẳng hạn, khi muốn đi Hawaii, ta phải theo sự chỉ dẫn của một người đã từng đi đến đó. Nếu không, chúng ta sẽ gặp rắc rối lạc đường! Hành trình hướng đến chứng ngộ là một vấn đề thậm chí còn tinh tế hơn nhiều, nên điều thiết yếu là những người hướng dẫn cho ta phải trải qua con đường ấy.

Đức Phật Thích-ca Mâu-ni là một đức Phật cụ thể đã sống cách đây hơn 2.500 năm ở Ấn Độ. (Sakya là dòng tộc, Gotama là họ, và Siddhartha là tên riêng). Còn có những vị khác nữa đã tu tập đạt đến quả vị Phật. Danh xưng "Đức Phật" nói chung thường dùng để chỉ đức Phật Thích-ca Mâu-ni. Tuy nhiên, chúng ta không nên nghĩ về ngài như là hoàn toàn tách biệt với chư Phật khác, vì tất cả chư Phật đều có cùng những chứng ngộ như nhau.

Khi trở thành Bậc Nhất thiết trí, chư Phật tự nhiên biết được phương tiện nào khéo léo nhất để dẫn dắt mỗi một chúng sinh đạt đến giác ngộ. Trong kinh điển ghi lại rất nhiều câu chuyện về việc đức Phật đã hóa độ như thế nào đối với những người thậm chí còn tồi tệ hơn chúng ta rất nhiều.

Chẳng hạn, có một người ngốc nghếch đến nỗi không thể nhớ nổi hai câu mà vị thầy cố dạy cho anh ta. Chán nản quá, vị thầy đuổi anh ta đi. Người này cuối cùng gặp được đức Phật, ngài giao cho anh ta công việc quét dọn sân trước của ngôi nhà họp chúng. Đức Phật dạy anh ta trong khi quét dọn phải đọc câu này: *"Quét sạch bụi bẩn, quét sạch ô nhiễm."* Sau một thời gian, vị này nhận ra rằng, bụi bẩn và ô nhiễm trong câu này không chỉ là những khái niệm thông thường: bụi bẩn có nghĩa là những chướng ngại trong tâm ngăn trở sự giải thoát và ô nhiễm là chỉ cho những chướng ngại ngăn trở sự giác ngộ viên mãn. Bằng cách đó, vị này nhận hiểu được con đường tu tập và cuối cùng đạt đến quả vị A-la-hán hay Bậc giải thoát. Nếu đức Phật có khả năng khéo léo hóa độ cho một người như thế, thì chắc chắn ngài sẽ có khả năng dẫn dắt chúng ta!

Chư Phật có lòng từ bi vô hạn và bình đẳng đối với tất cả chúng sinh, vì vậy chúng ta yên tâm về sự tiếp tục hóa độ của các ngài. Hành trạng của chư Phật không giống như những chúng sinh phàm phu: chỉ giúp đỡ những ai là bạn bè và gây hại cho những kẻ thù, hoặc chỉ giúp đỡ ai đó khi họ cư xử tốt, còn lúc họ cau có, bực dọc thì không. Đúng hơn, chư Phật có cái nhìn vượt qua những vẻ ngoài khác biệt và khiếm khuyết của chúng ta; các ngài luôn có một tâm nguyện bình đẳng không ngừng cứu giúp từng người trong tất cả chúng ta.

Khả năng cứu vớt chúng sinh của một vị Phật không hề bị giới hạn bởi tâm ích kỷ hay sự vô minh. Tuy nhiên, đức Phật không có khả năng khiến cho một người hành động theo cách thức nào đó. Chư Phật cũng không thể đảo ngược nghiệp lực của chúng ta. Các ngài cũng không xóa bỏ được những chủng tử nghiệp trong dòng tâm thức của ta và không thể ngăn cản chúng tạo thành nghiệp quả khi những điều kiện nhân duyên cần thiết đã hội đủ. Chư Phật chỉ có thể chỉ dẫn, khích lệ và dạy bảo chúng ta, nhưng chỉ có bản thân ta là người duy nhất có khả năng kiểm soát mọi tư tưởng, lời nói và hành động của chính mình.

Cũng giống như ánh mặt trời chiếu sáng khắp nơi không có sự phân biệt hay giới hạn, chư Phật cứu độ tất cả mọi chúng sinh một cách bình đẳng. Tuy nhiên, những tia sáng mặt trời không thể soi đến bên trong một cái chậu úp xuống. Nếu nó nằm nghiêng thì chỉ có một ít ánh sáng soi vào, và nếu lật ngửa ra thì ánh sáng sẽ tràn ngập khắp trong lòng nó.

Tương tự, tùy theo những thái độ và hành vi của mình, chúng ta có những mức độ tiếp nhận khác nhau đối với ảnh hưởng giáo hóa giác ngộ của chư Phật. Một vị Phật luôn cứu giúp chúng sinh một cách tự nhiên và không cần nỗ lực, nhưng ta nhận được lợi lạc bao nhiêu là tùy thuộc vào chính ta. Nếu ta không nỗ lực đoạn trừ tham ái, sân hận và ích kỷ, thì ta đã tự ngăn cản mình không tiếp nhận được nguồn khích lệ từ chư Phật. Tuy nhiên, khi chúng ta tiến bước trên đường tu tập thì tâm thức ta sẽ tự động ngày càng mở rộng hơn để tiếp nhận sự khích lệ và cứu độ của chư Phật.

Vì tâm thức chúng ta bị che chướng bởi phiền não và nghiệp lực, nên ta không thể trực tiếp giao tiếp với tâm thức nhất thiết trí của chư Phật. Vì thế, do lòng từ bi mà chư Phật hóa hiện trong nhiều hình thức đa dạng để dẫn dắt chúng ta.

Một trong các hình thức đó được gọi là Hỷ lạc thân. Đây là thân vi tế mà một đức Phật hóa hiện để giáo hóa hàng Đại Bồ Tát nơi các cõi Tịnh độ. Tịnh độ là những cõi thế giới thanh tịnh do nhiều vị Phật khác nhau hóa hiện, là nơi các hành giả thượng căn có thể tu tập mà không gặp các chướng ngại.

Tuy nhiên, hiện nay tâm thức chúng ta quá vướng mắc vào những thứ thuộc vật chất đến nỗi ta thậm chí còn chưa tạo được nhân để tái sanh vào những cõi tịnh độ. Vì vậy, do lòng từ bi mà chư Phật hóa hiện những thân thô trọng hơn, thị hiện vào thế giới của chúng ta để tiếp xúc, giáo hóa chúng ta. Chẳng hạn, một đức Phật có thể hóa thân làm vị thầy của ta, hay một bạn đồng tu. Một đức Phật thậm chí cũng có thể hóa hiện thành một cây cầu, một con vật, hoặc một người phê phán chỉ trích ta, nhằm giúp ta có cơ hội đối trị với lòng sân hận của mình. Tuy nhiên, chư Phật không công khai những gì các ngài đang làm và chúng ta hiếm khi nhận ra được sự hóa hiện của các ngài.

Về những phẩm tính tuyệt vời của đức Phật Thích-ca Mâu-ni, vị Phật đã thị hiện sống cách đây hơn 2.500 năm ở Ấn Độ, những người Phật tử tán thán như sau:

Chúng con cúi đầu kính lễ
vị Thái tử dòng Thích-ca,
Sắc thân ngài hình thành
từ vô lượng vô biên công hạnh,
Lời dạy ngài mang hy vọng ngập tràn
cho tất cả chúng sinh,
Trí tuệ ngài thấu suốt hết thảy
mọi tri kiến cần quán chiếu.

Chánh pháp và Tăng-già

Pháp, hay dharma, chỉ cho hai phương diện: một là các chứng ngộ trên đường tu tập, nhất là tuệ giác trực nhận về *tánh Không;* hai là sự đoạn diệt mọi khổ đau và nguyên nhân khổ đau, đạt được nhờ các chứng ngộ nói trên.

Pháp là sự bảo hộ đích thực của chúng ta. Một khi tâm thức ta đã tiến trên đường đạo và đạt đến sự tịch diệt, thì không một sự chướng nghịch nội tâm hay ngoại cảnh nào có thể gây hại cho ta. Theo nghĩa thông dụng hơn, Pháp hay Chánh pháp chỉ đến những lời dạy của đức Phật, chỉ bày cho ta phương pháp để đạt đến các chứng ngộ và sự chấm dứt mọi khổ đau.

Tăng-già là tất cả những ai đã trực nhận được *tánh Không.* Vì vậy, họ là những người bạn đáng tin cậy, luôn khích lệ và đồng hành cùng chúng ta trên đường tu tập. Nói một cách chính xác, từ ngữ "Tăng-già" chỉ cho bất cứ ai đã trực nhận được tánh không, cho dù vị ấy có thọ giới [xuất gia] hay không. Tăng-già bao gồm cả các vị đã chứng A-la-hán, đã tự mình giải thoát khỏi vòng luân hồi sanh tử. Các vị Bồ Tát đã trực nhận tánh Không cũng thuộc về Tăng-già. Những Bồ Tát tôn quý này đã làm chủ được tiến trình tái sinh, nhưng do lòng đại bi nên các ngài vẫn giữ tâm nguyện thường xuyên trở lại thế gian này để dẫn dắt chúng ta.

Theo nghĩa thông thường hơn, Tăng-già chỉ cho cộng đồng chư tăng ni, những người nguyện hiến trọn đời mình cho việc thực hành Chánh pháp, cho dù có thể là họ vẫn chưa đạt được các chứng ngộ. Ở phương Tây, một số người cũng sử dụng từ Tăng-già với nghĩa bao gồm cả cộng đồng các cư sĩ Phật tử. Tuy nhiên, đây không phải cách dùng truyền thống của từ ngữ này.

Phật tử có tin vào Thượng đế không?

Những người theo Do Thái-Thiên Chúa giáo thường thắc mắc việc Phật tử có tin vào Thượng đế hay không. Điều này còn tùy theo ý nghĩa được dùng của danh từ "Thượng Đế", vì có khá nhiều quan điểm khác nhau trong cộng đồng Do Thái-Thiên Chúa giáo về vấn đề Thượng Đế là ai hay Thượng Đế là gì.

Nếu danh từ Thượng Đế được dùng để chỉ đến đạo lý từ bi thì câu trả lời là "có", người Phật tử chấp nhận đạo lý này. Tâm từ và tâm bi là cốt lõi tinh yếu trong lời dạy của đức Phật. Riêng về điểm này, có rất nhiều điểm tương đồng giữa lời dạy của chúa Giê-su và đức Phật.

Nếu danh từ Thượng Đế được dùng để chỉ đến một vị có lòng từ bi và trí tuệ vô hạn, vượt thoát mọi hận thù và phân biệt, thì câu trả lời là "có", người Phật tử chấp nhận điều này. Từ bi, trí tuệ, nhẫn nhục, bình đẳng là những phẩm tính của tất cả các vị Phật.

Nếu danh từ Thượng Đế được dùng để chỉ một đấng sáng tạo, thì người Phật tử có quan điểm khác hơn. Theo quan điểm Phật giáo, không có điểm khởi đầu trong tiến trình tương tục của vật chất và tâm thức (xem chương về tái sinh). Nếu thừa nhận sự hiện hữu của một đấng sáng tạo thì sẽ nảy sinh nhiều khó khăn trong lý luận, vì thế người Phật tử đưa ra một sự giải thích thay thế khác. Theo đó, người Phật tử không chấp nhận những quan niệm về tội tổ tông hay sự trừng phạt vĩnh viễn ở địa ngục. Phật tử cũng không cho rằng chỉ riêng đức tin [tôn giáo] đã đủ để có thể đạt được sự an lạc.

Tuy nhiên, cần phải nhấn mạnh rằng, người Phật tử xem việc có nhiều tín ngưỡng và thực hành tôn giáo khác nhau là điều lợi ích. Vì con người không tư duy theo một cách như nhau, nên có nhiều tín ngưỡng khác nhau cho phép mỗi người lựa chọn một tín ngưỡng có thể giúp họ sống tốt hơn. Do đó, người Phật tử nhấn mạnh đến tầm quan trọng và thiết yếu của lòng khoan dung tôn giáo.

Tại sao phải quy y?

Có hai khuynh hướng chính yếu khiến chúng ta quay về nương tựa vào Ba ngôi báu. Những khuynh hướng này cũng giúp cho sự quy y của ta ngày càng sâu sắc hơn. Hai khuynh hướng đó là: 1. Kinh hãi vì sự kéo dài tiếp tục thực trạng như hiện nay; 2. Tin tưởng vào năng lực dẫn dắt của Tam bảo đối với chúng ta.

Nhận ra việc các tâm hành phiền não thường xuyên chế ngự tâm hồn mình như thế nào, ta sợ rằng chúng sẽ xô đẩy ta vào khổ đau hiện tại và những tái sanh đau khổ trong tương lai. Nhìn xa hơn nữa, chúng ta hãi hùng vì sự chìm đắm trong vòng sinh tử luân hồi, tiếp nối mãi mãi những kiếp sống tái sinh không mong muốn. Chúng ta biết rằng, bất kể ta tái sinh về đâu cũng không thể có được hạnh phúc bền lâu.

Vì tự mình không biết làm sao ra khỏi được tình trạng khó khăn luẩn quẩn đó, nên chúng ta phải tìm sự khuyên dạy từ những ai đã làm được điều đó. Nhưng chúng ta nhất thiết phải cẩn trọng trong việc chọn người để tin theo, vì nếu ta đi theo sự chỉ dẫn của một người còn hạn chế về trí tuệ, lòng từ bi và phương tiện thiện xảo, thì ta sẽ không có khả năng hoàn thiện. Vì vậy, điều thiết yếu là phải khảo sát thật kỹ lưỡng về phẩm tính của những nguồn hỗ trợ tu tập có thể cần đến. Một khi đã có sự tin tưởng vào khả năng dẫn dắt của ai đó, ta sẽ lắng nghe những lời chỉ dẫn và thực hành theo những gì học được.

Chánh tín trái với niềm tin mù quáng

Chữ "tín" trong kinh điển Phật giáo thường được dịch sang tiếng Anh là "faith", hay niềm tin nói chung. Nhưng chữ "faith" trong tiếng Anh có hàm nghĩa là người ta tin vào điều gì đó nhưng không biết tại sao. Trong đạo Phật, chúng ta không nuôi dưỡng loại niềm tin mù quáng này. Chánh tín là từ ngữ có ý nghĩa tốt hơn: Chúng ta hiểu biết về Phật, Pháp, Tăng-già và tin tưởng vào khả năng cứu giúp của Ba ngôi báu này. Có ba loại niềm tin tích cực được phát triển trong sự tu tập của Phật giáo. Một là niềm tin do được thuyết phục. Hai là niềm tin do khát vọng. Ba là niềm tin do sự ngưỡng mộ.

Niềm tin thuyết phục phát sinh từ sự hiểu biết. Chẳng hạn, chúng ta nghe nói về những tác hại của các tâm hành phiền não và học được các phương pháp để đối trị. Sau đó, ta khảo sát đời sống của chính mình để xem các tâm hành phiền não có gây bất ổn cho ta không, và liệu các phương pháp đối trị đã học có mang lại hiệu quả không. Bằng cách đó, ta sẽ được thuyết phục ngày càng mạnh mẽ hơn rằng việc dứt trừ các tâm hành phiền não là điều có thể làm được và rất cần thiết. Thông qua suy luận hợp lý và kinh nghiệm của chính bản thân mình, chúng ta sẽ được thuyết phục rằng việc quán chiếu lẽ vô thường có thể làm suy giảm những tham luyến vô lý của mình. Vì đặt nền tảng trên sự hiểu biết nên loại niềm tin này là vững chắc và có căn cứ.

Chúng ta có thể được thuyết phục để đạt đến niềm tin rằng chư Phật, Chánh pháp và Tăng-già có khả năng dẫn dắt ta ra khỏi sự tối tăm, mê lầm của mình. Chúng ta không cần thiết phải đặt niềm tin vào sự cao quý của Tam bảo chỉ vì có ai đó bảo ta như thế, vì điều này cũng giống như chọn mua một loại xà phòng giặt chỉ đơn giản vì nghe người bán hàng bảo đó là loại tốt. Thay vì vậy, thông qua sự học hỏi và quán chiếu về các phẩm tính của Tam bảo, chúng ta sẽ hiểu biết và được thuyết phục [để đạt đến niềm tin]. Một sự thuyết phục như thế sẽ giúp ta cảm thấy gần gũi với chư Phật, Chánh pháp và Tăng-già.

Loại niềm tin thứ hai là niềm tin phát sinh từ cảm hứng. Khi chúng ta được biết về những lợi ích của một trái tim nhân hậu và quan sát những kết quả diệu kỳ mà những người có lòng vị tha đã mang lại cho cuộc đời, chúng ta sẽ thấy hứng khởi và mong muốn trưởng dưỡng lòng từ bi của mình. Học biết về tánh Phật trong tự thân ta và về những phẩm tính của Tam bảo, ta sẽ thấy hứng khởi và mong muốn được thành Phật. Loại niềm tin này rất mạnh mẽ nhiệt thành và giúp ta có đủ nhiệt tâm để tu tập theo Chánh Pháp.

Niềm tin trong sáng hay do sự ngưỡng mộ khiến tâm ta đầy hỷ lạc. Chẳng hạn như khi được nghe về những phẩm tính của chư Phật và Bồ Tát - tình yêu thương bình đẳng và trí tuệ thấu suốt, chúng ta kính ngưỡng các ngài với tâm hoan hỷ. Qua việc chú ý đến những phẩm tính tốt đẹp của người khác và sanh tâm tùy hỷ, niềm tin ngưỡng mộ sẽ phát khởi trong ta.

Niềm tin về chư Phật, Chánh pháp và Tăng-già giúp tâm ta được an bình và định hướng cho cả cuộc đời ta. Như trong kinh Pháp cú đức Phật có dạy:

Bậc trí chọn trí, tín
Để an ổn cuộc đời;
Là tài sản quý nhất,
Mọi thứ khác tầm thường.

Trong đạo Phật, tín hay niềm tin được phát triển một cách chậm chạp và chỉ phát khởi nhờ có tri thức và sự hiểu biết. Nhờ nương theo sự dẫn dắt của chư Phật, Chánh pháp và Tăng-già, sự hiểu biết của ta về ba chứng ngộ căn bản trên đường tu tập sẽ được tăng tiến. Ngược lại, nhờ đào sâu tri kiến nội tâm và chuyển hóa tâm thức, niềm tin và sự nương dựa của ta vào Tam bảo cũng sẽ tăng thêm. Đó là vì thông qua kinh nghiệm của chính mình, ta hiểu ra được rằng sự dẫn dắt của Tam bảo có thể giúp ta chuyển hóa được những hoàn cảnh bất như ý của mình. Và như vậy, việc quy y [Tam bảo] có nghĩa là nhận lấy trách nhiệm về mọi hoàn cảnh xảy đến cho chính ta, cũng như nương theo sự dẫn dắt, chỉ dạy và khích lệ của những ai có khả năng truyền dạy cho ta cách thức chuyển hóa tâm thức.

Bác sĩ, thuốc men và y tá

Sự quy y [Tam bảo] rất giống với việc người bệnh phải dựa vào bác sĩ, y tá và thuốc men để được khỏi bệnh. Chúng ta giống như những người bệnh, vì ta phải chịu đau đớn với biết bao cảnh trái ý nghịch lòng trong đời này và các đời tương lai. Để tìm cách chữa trị, ta phải tìm đến một bác sĩ giỏi là đức Phật. Ngài chẩn đoán nguyên nhân bệnh tật của ta chính là những tâm hành phiền não và những hành động mê lầm của ta do sự thôi thúc của chúng. Rồi ngài kê toa thuốc Chánh pháp, là những chỉ dẫn phương pháp tu tập để đạt các chứng ngộ, chấm dứt khổ đau và đạt đến giác ngộ viên mãn.

Chúng ta nhất thiết phải thực hành tu tập theo Chánh pháp mới có được kết quả. Việc lắng nghe Giáo pháp không thôi là chưa đủ. Ta phải vận dụng Giáo pháp một cách sinh động vào cuộc sống hằng ngày và vào các mối quan hệ với mọi người. Điều này có nghĩa là ta phải nỗ lực duy trì tỉnh giác để nhận ra ngay các tâm hành phiền não mỗi khi chúng sinh khởi. Sau đó, ta áp dụng các phương pháp đối trị để nhận thức đúng rõ về tình huống. Nếu người bệnh có thuốc nhưng không uống thì sẽ không khỏi bệnh. Tương tự, ta có thể có bàn thờ Phật rất uy nghiêm ở nhà và một thư viện kinh sách đồ sộ, nhưng nếu gặp một người quấy phá mà ta không vận dụng được pháp nhẫn nhục thì ta đã đánh mất đi cơ hội tu tập.

Tăng-già cũng giống như những người y tá, giúp ta trong việc uống thuốc. Đôi khi ta không nhớ vào lúc nào phải uống loại thuốc nào, do đó cần có y tá nhắc nhở chúng ta. Nếu ta thấy khó khăn khi uống những viên thuốc quá lớn thì người y tá sẽ phân nhỏ ra cho ta. Tương tự vậy, những vị đã có chứng ngộ trên đường giải thoát là Tăng-già đích thực, giúp ta trở lại tu tập Chánh pháp một cách đúng đắn mỗi khi chúng ta mê muội. Chư Tăng và Ni là những tấm gương tốt đẹp để ta noi theo và bất cứ hành giả nào có kinh nghiệm tu tập hơn ta đều có thể chỉ dẫn cho ta.

Những người bạn đồng tu của ta là rất quan trọng, vì ta dễ dàng chịu ảnh hưởng bởi những người xung quanh. Khi ta đang nỗ lực chuyển hóa bản thân thì điều quan trọng là được sống chung với những người khuyến khích ta theo đuổi mục đích đó. Nếu ta giao tiếp với những người chỉ thích tán gẫu và phê phán người khác, ta rất có thể sẽ làm giống như vậy khi tiếp xúc với họ. Nếu ta gần gũi những người có nỗ lực tự tu dưỡng, thì sự nêu gương và sách tấn của họ sẽ ảnh hưởng tích cực đến ta. Vì thế, trong kinh Pháp cú đức Phật đã dạy:

Bậc trí, chớ thân cận,
Kẻ bất tín, xấu ác,
Kẻ vu khống, chia rẽ,
Đừng làm bạn với họ.

Bậc trí, hãy thân cận,
Người tín tâm, nhu hòa,
Đạo đức, biết lắng nghe,
Hãy làm bạn với họ.

Chúng ta áp dụng lời dạy này như thế nào trong nỗ lực tu tập phát triển tâm từ bi bình đẳng với tất cả mọi người? Về mặt tinh thần, chỉ cần ta cố gắng nhìn xuyên qua vẻ ngoài của mọi người là có thể yêu thương bình đẳng đối với tất cả. Nhưng vì ta vẫn chưa thành Phật, nên ta dễ dàng chịu ảnh hưởng bởi người khác.

Vì thế, vì lợi ích cho tất cả mọi người, sáng suốt nhất là hãy thân cận với những người có nếp sống đạo đức và nỗ lực tự tu dưỡng. Cho dù về mặt tinh thần, ta có thể khởi tâm từ bi bình đẳng với tất cả mọi người, nhưng về mặt vật lí, ta nên thân cận với những người có ảnh hưởng tốt đẹp đến ta. Khi tâm thức ta đã trở nên vững vàng hơn, ta sẽ có thể tiếp xúc với bất kỳ ai mà không bị ảnh hưởng bởi những thói xấu của họ.

Nghi thức quy y

Mặc dù việc quy y được thực hiện trong tâm thức và không đòi hỏi phải có một nghi lễ, nhưng việc tham dự một nghi lễ quy y sẽ giúp ta tiếp nhận được nguồn lực tâm linh trong dòng mạch truyền thừa của chư thánh giả bắt đầu từ đức Phật và được truyền nối tương tục cho đến nay. Hơn nữa, [qua nghi lễ quy y] chúng ta mới chính thức giao phó đời mình cho sự dẫn dắt của Tam bảo.

Qua việc quy y, chúng ta phát khởi lời kiên thệ với chính mình và trước các đấng thiêng liêng, rằng ta sẽ sống một cuộc đời mang lại lợi lạc. Chúng ta quyết tâm không để sự vô minh và ích kỷ đánh lừa khiến ta chạy đuổi theo nhưng mục đích vô bổ nữa. Thay vì vậy, ta sẽ tiếp xúc với từ bi và trí tuệ ngay trong tâm thức của chính mình. Việc đưa ra quyết định như thế và quy y Tam bảo là giây phút rất quý giá trong cuộc đời ta, vì ta đang bước chân vào con đường hướng đến giải thoát.

Trong truyền thống [Phật giáo] Tây Tạng, có bài kệ quy y và phát tâm Bồ-đề như sau đây, luôn được đọc tụng vào mỗi buổi sáng thức dậy và trước mỗi thời hành thiền:

Con về nương tựa Phật
Con về nương tựa Pháp
Con về nương tựa Tăng,
Từ nay cho đến khi,

Được Vô thượng Chánh giác.
Bao nhiêu hạt giống lành,
Nhờ bố thí, trì giới,
Nhẫn nhục và tinh tấn,
Thiền định cùng trí tuệ.
Nguyện con thành Phật đạo
Vì lợi lạc chúng sinh.

PHẦN VI:

LỊCH SỬ VÀ TRUYỀN THỪA

1. CUỘC ĐỜI ĐỨC PHẬT VÀ SỰ PHÁT TRIỂN CỦA PHẬT GIÁO

Sự chứng ngộ và truyền bá Giáo pháp của Đức Phật

"... những giáo pháp này (của Đức Phật) đã vô tình miêu tả cho chúng ta thấy một nhân vật nổi bật nhất trong lịch sử Ấn Độ: một con người có ý chí mạnh mẽ, uy nghiêm và đáng tự hào, nhưng ngôn ngữ và cử chỉ lại rất nhu hòa và có đức bao dung vô cùng. Ngài tuyên bố đã chứng ngộ nhưng không phải do thiên khải; Ngài cũng không bao giờ đánh lừa thính chúng rằng thượng đế đang nói qua ngài. Trong các cuộc tranh luận, Ngài tỏ ra kiên nhẫn và tôn trọng ý kiến của người khác hơn bất kỳ bậc thầy vĩ đại nào của nhân loại... Như Lão Tử và Chúa Ki Tô, Ngài lấy đức báo oán, lấy tình thương hóa giải hận thù; và Ngài chỉ lặng thinh trước những ai không hiểu và nhục mạ mình... Khác với nhiều bậc thánh khác, Đức Phật có tinh thần hài hước và biết rằng siêu hình học mà không có nụ cười là chưa đủ thanh nhã."

Will Durant (1885-1981), Sử gia Hoa Kỳ,
người đoạt Giải thưởng Văn học Pultzer

Có nhiều dấu hiệu cát tường chào đón Thái tử Tất-đạt-đa ra đời, người con của đức vua và hoàng hậu đang trị vì vương quốc Ca-tì-la-vệ vào thế kỷ 6 trước Công nguyên. Cầu vồng xuất hiện trên bầu trời, loài thú sống hòa bình với nhau, và niềm vui hạnh phúc lan rộng khắp đất nước. Trước khi hạ sinh Thái tử Tất-đạt-đa, hoàng hậu mộng thấy nhiều điềm lành, và quả thật Thái tử là một đứa bé phi thường. Khi vừa mới sinh ra, Thái tử bước đi bảy bước và tuyên bố đây là lần tái sanh cuối cùng của mình.

Từ nhỏ, thái tử đã tỏ ra rất kiệt xuất cả về văn chương cũng như thể lực. Vua cha không cho phép Thái tử ra khỏi thành, và ngài sống trong sự che chở, bảo vệ của mọi người. Rồi thái tử lập gia đình, có một đứa con và hưởng thụ các lạc thú của đời sống cung đình.

Nhưng thái tử rất ưu tư về đời sống của con người. Vì vậy, thái tử cùng người đánh xe nhiều lần lén ra khỏi thành. Ngài kinh hoàng khi bắt gặp những cảnh tượng một người bệnh tật, một người già yếu và một xác chết. Người đánh xe cho thái tử biết rằng những điều đó xảy đến với tất cả mọi người, không có lựa chọn nào khác.

Trong một chuyến đi khác, thái tử Tất-đạt-đa nhìn thấy một tu sĩ khất thực du phương. Ngài được biết rằng vị tu sĩ buông bỏ mọi tài sản này đang đi tìm ý nghĩa chân thực của đời sống và sự giải thoát khỏi mọi khổ đau. Sau khi trải qua những kinh nghiệm đó, thái tử bắt đầu quán chiếu lại mục đích đời sống của chính mình.

Thái tử bắt đầu cảm thấy bất an ngay giữa những lạc thú cung đình và khát khao tìm giải pháp cho các vấn đề của đời sống, giải đáp những thắc mắc về sự sống và chết. Không thể chịu đựng thêm nữa cuộc sống phù phiếm vô nghĩa trong hoàng cung, thái tử đã quyết định phải hiến trọn đời mình cho những mục đích tâm linh. Một đêm nọ, thái tử rời bỏ vương thành, cởi bỏ hoàng bào và mọi thứ trang sức trên mình, trở thành một tu sĩ khất thực.

Dù ngài đã theo học với những bậc thầy thiền định danh tiếng nhất lúc bấy giờ và thành tựu được tất cả những điều họ chỉ dạy, nhưng ngài vẫn không khám phá ra được bản chất của thực tại, cũng không tìm ra được con đường thoát ly khỏi vòng sinh tử luân hồi. Thế rồi, ngài trải qua 6 năm đau đớn khổ sở để cố tìm cầu sự chứng ngộ qua con đường khổ hạnh. Cuối cùng, nhận ra rằng sự hành hạ thân thể không thể làm thanh tịnh tâm thức, ngài đã từ bỏ pháp tu này. Thế rồi, ngài ngồi xuống dưới gốc một cây Bồ-đề trong làng Bodh Gaya ở miền Bắc Ấn, thệ nguyện sẽ không bao giờ đứng lên nếu chưa chứng ngộ.

Nhiều sức mạnh nội tâm và ngoại cảnh đã cố quấy rối sự thiền định của ngài. Nhưng vào lúc bình minh của một ngày trăng tròn tháng tư âm lịch, ngài đã hoàn toàn thoát khỏi mọi chướng ngại trong tâm và khai mở toàn bộ những tiềm năng của ngài. Ngài trở thành một vị Phật toàn giác.

Sau đó, trong vòng 45 năm, đức Phật đã đi du hóa khắp vùng Bắc Ấn và một phần của Nepal ngày nay. Nhiều người phát nguyện sống đời xuất gia với ngài, cả nam giới và nữ giới, do đó cộng đồng Tăng Ni bắt đầu hình thành. Nam nữ cư sĩ cũng nguyện theo học giáo pháp của ngài và thọ trì năm giới (không sát sanh, không trộm cướp, không tà dâm, không nói dối và không sử dụng chất kích thích như rượu bia, ma túy). Những người cư sĩ dâng cúng đất đai để chư Tăng có nơi cư trú và cúng dường các vật dụng cần thiết như thức ăn, y phục, thuốc men. Đời sống của Tăng già rất đơn sơ và giản dị, các vị chuyên tâm tu tập và truyền giảng Chánh Pháp.

Nhiều năm sau, đức Phật trở lại Ca-tì-la-vệ để truyền dạy Chánh pháp cho gia tộc ngài. Con trai ngài xin xuất gia, và người dì mẫu từng nuôi dưỡng ngài sau khi mẹ ngài mất, giờ đây trở thành người phụ nữ đầu tiên xuất gia. Vợ và con trai ngài đều gia nhập Tăng-già. Đức vua cha và hết thảy dân chúng trong vương quốc đều tin và làm theo Phật pháp.

Xét từ nhiều góc độ, đức Phật đã làm thay đổi cả xã hội Ấn Độ. Ngài phản đối những lễ nghi thái quá và khuyến khích mọi người nên hiểu biết ý nghĩa của những nghi lễ mà họ thực hiện. Xã hội Ấn Độ bị ràng buộc trong định kiến về hệ thống giai cấp, nhưng đức Phật đã ngăn cấm sự phân biệt giai cấp trong cộng đồng Phật tử. Trong xã hội Ấn Độ, phụ nữ bị giữ ở trong nhà và có rất ít tự do. Nhưng đức Phật thừa nhận rằng phụ nữ cũng có khả năng chứng ngộ và khuyến khích họ theo "đời sống không nhà" của một vị Ni. Ngài khuyến khích Tăng đoàn hoạt động theo phương thức dân chủ, tạo ra một mô hình làm thay đổi triệt để ngay cả cung cách [hoạt động] của chính quyền thế tục vào thời đó.

Từ đó đến nay, cuộc đời đức Phật và triết lý của ngài đã ảnh hưởng rộng khắp cả thế giới. Mahatma Gandhi, người lãnh đạo dân tộc Ấn Độ thoát khỏi ách thống trị của thực dân Anh, đã chịu ảnh hưởng từ Ngài. Ông nói:

"Tôi không ngần ngại khi nói rõ rằng tôi đã được khích lệ rất nhiều từ chính cuộc đời của đấng Giác ngộ... Tình thương bao la vô tận của ngài trải rộng đến muôn thú, đến những chúng sinh thấp kém nhất. Và Ngài luôn nhấn mạnh đến sự thuần khiết của cuộc đời."

Sự truyền bá đạo Phật

Không lâu sau khi đức Phật nhập diệt, hay nhập Niết-bàn, 500 vị A-la-hán đã nhóm họp và tụng đọc lại những lời Phật dạy để giữ gìn và hệ thống hóa những lời dạy ấy. Những kinh điển này được ghi nhớ và truyền miệng qua nhiều thế kỷ, cho đến khi được ghi chép lại ở Tích Lan vào khoảng thế kỷ 2 trước Công nguyên, tập thành Kinh Tạng Pali (Nam Phạn) thuộc truyền thống Theravada.

Trong cuộc đời đức Phật, Ngài cũng đã thuyết những bài pháp khác được mật truyền từ thầy sang trò trong những thế kỷ đầu sau khi Ngài nhập Niết-bàn. Người ta nói rằng, một số trong những bài pháp này - như kinh Bát-nhã Ba-la-mật-đa - đã được giữ kín cho đến khi hội đủ nhân duyên để truyền bá. Nhiều thế kỷ sau đó, Thánh giả Long Thọ (Nagarjuna) đã làm sống lại những kinh điển này. Những kinh điển Đại thừa như thế, được viết bằng tiếng Sanskrit (Bắc Phạn), bắt đầu xuất hiện vào thế kỷ thứ nhất trước Công nguyên và nhanh chóng trở nên phổ biến.

Vào thế kỷ 6, các Tan-tra (Mật điển), một nhóm giáo pháp khác nữa của đức Phật, bắt đầu xuất hiện dưới dạng văn bản. Theo truyền thống Kim Cang thừa, những giáo pháp này do chính đức Phật thuyết dạy khi còn tại thế. Nhưng vì chúng quá cao siêu không thể giảng dạy cho đại chúng bình thường được, nên chỉ được âm thầm truyền lại từ thầy sang trò qua nhiều thế kỷ hoặc được truyền đến những vùng khác để được giữ gìn.

Sau khi đức Phật nhập diệt, giáo pháp của Ngài nhanh chóng được truyền xuyên qua đất nước Ấn Độ rồi sang đến những vùng ngày nay là Pakistan và Afghanistan. Những di tích của nền văn minh Phật giáo vĩ đại này hiện có thể nhìn thấy được trong các hang động Ajanta và Ellora ở Ấn Độ, với những bức tranh và công trình điêu khắc tinh tế, và tượng Phật khổng lồ được khắc chạm vào vách núi ở Bamiyan, Afghanistan. Các Đại học Phật giáo được thành lập ở Ấn Độ và là trung tâm tư tưởng tri thức trong nhiều thế kỷ. Ngày nay, ta vẫn còn thấy được những di tích của Viện đại học Nalanda, Phật học viện đầu tiên trong số đó.

Sự thực hành sinh động lời Phật dạy đã không còn nữa trong văn hóa Ấn kể từ sau thế kỷ thứ mười hai, khi Phật giáo bị đạo quân xâm lược Hồi giáo tiêu diệt. Tuy nhiên, ảnh hưởng của đạo Phật đối với văn hóa Ấn vẫn còn, và đã có sự hồi sinh thực hành sinh động Giáo pháp của đức Phật trong những năm gần đây. Nhiều người dân Ấn thuộc giai cấp hạ liệt nhất đã trở thành Phật tử. Từ một nhóm 500.000 người theo Phật giáo vào năm 1956, hiện nay đã lên đến gần sáu triệu người...

Ấn Độ là cội gốc từ đó đạo Phật truyền ra khắp châu Á. Vào thế kỷ 3 trước Công nguyên, vua A-dục đã gửi những phái đoàn hoằng pháp đến Tích Lan, và đạo Phật đã bén rễ nơi đây. Từ cả 2 nơi Tích Lan và Ấn Độ, đạo Phật được truyền sang Thái Lan, Miến Điện và xuống bán đảo Đông Nam Á. Giáo pháp được truyền đến đó theo từng đợt, đầu tiên là giáo pháp Theravada, sau đó là Đại thừa và cuối cùng là Kim Cang thừa. Đến thế kỷ 7, Phật giáo truyền sang đến Indonesia, nơi [quần thể tượng] tháp Borobudur nổi tiếng được xây dựng [vào thế kỷ 9].

Trong phần lớn vùng Đông Nam Á - Thái Lan, Miến Điện và Kampuchia - truyền thống Theravāda đã chiếm ưu thế và cho đến nay vẫn thế. Tuy nhiên, ở Việt Nam ta thấy có cả Theravāda và những truyền thống khác như Thiền, Tịnh Độ.... Ở Malaysia và Indonesia, đạo Phật tàn lụi sau những đợt xâm lược của quân Hồi giáo vào thế kỷ 14. Tuy nhiên, những người Trung Hoa di cư đến Malaysia trong thế kỷ vừa qua đã mang theo đạo Phật giáo trở lại quốc gia này, và một số truyền thống Phật giáo đang tồn tại ở Malaysia và Singapor hiện nay. Một số cộng đồng Phật giáo nhỏ vẫn còn sinh hoạt ở Indonesia.

Khoảng thế kỷ 3 trước Công nguyên, đạo Phật truyền sang các vương quốc Trung Á dọc theo con đường tơ lụa. Đạo Phật được truyền vào Trung Hoa từ Trung Á, cũng như từ Ấn Độ qua đường biển. Những người Trung Hoa hành hương đến Ấn Độ và mang về nhiều kinh điển rồi chuyển dịch sang tiếng Trung Hoa. Đến thế kỷ 4 sau Công nguyên, đạo Phật phát triển mạnh mẽ ở Trung Hoa.

Qua nhiều thế kỷ, nhiều kinh điển được nhiều người mang đến Trung Hoa, nhưng không theo hệ thống. Vì vậy, sau một thời gian đã nảy sinh sự bối rối về cách thức để dung hòa những điểm có vẻ như khác biệt trong các kinh và về phương pháp hành trì được chỉ dạy trong khối lượng kinh văn đồ sộ đó. Để giải quyết khó khăn này, các nhóm đạo tràng nhỏ được hình thành, mỗi nhóm được dẫn dắt bởi một tăng sĩ xuất chúng. Mỗi đạo tràng như vậy chọn một bộ kinh, hoặc một nhóm kinh điển, làm giáo lý trọng tâm. Từ đó, các truyền thống Phật giáo đa dạng được phát triển ở Trung Hoa. Tịnh độ tông và Thiền tông trở nên phổ biến nhất. Những truyền thống Phật giáo sớm nhất (Theravāda) cũng như truyền thống Kim Cang thừa muộn hơn, đều được truyền sang Trung Hoa nhưng không phát triển rộng.

Từ Trung Hoa, những truyền thống khác nhau được truyền sang Triều Tiên bắt đầu từ thế kỷ 4. Từ Triều Tiên, đạo Phật được truyền sang Nhật Bản rồi phát triển rất mạnh vào thế kỷ 9. Một số truyền thống Phật giáo hiện vẫn còn tại Nhật Bản như: Tịnh Độ Tông, Thiền Tông, Nhật Liên Tông và Chân Ngôn Tông. Chân Ngôn Tông là một truyền thống của Mật Tông. Từ Trung Hoa, đạo Phật cũng được truyền theo hướng nam đến Việt Nam.

Đạo Phật được truyền đến Tây Tạng lần đầu tiên vào thế kỷ 7, từ Nepal và Trung Hoa. Ngài Liên Hoa Sinh (Padmasambhava), một hành giả Du-già Ấn Độ vĩ đại, đã đến Tây Tạng vào thế kỷ 9 và [làm cho] Phật giáo được truyền bá nhanh chóng. Sau một cuộc tranh luận nổi tiếng giữa vị thánh giả Ấn Độ là Kamalasila và một vị tăng Trung Hoa chủ xướng theo Thiền tông, người Tây Tạng đã xem Ấn Độ là cội nguồn Phật giáo của họ. Bốn dòng truyền chính của Phật giáo Tây Tạng được hình thành chủ yếu là do sự khác biệt về truyền thừa. Phương thức tu tập hành trì của các phái này đều tương tự như nhau. Từ Tây Tạng, Phật giáo được truyền sang Mông Cổ, Bắc Trung Hoa và một phần của Liên Xô, cũng như khắp vùng núi Hy-mã-lạp sơn.

Mặc dù vua A-dục có gửi các phái đoàn hoằng pháp đến Hy Lạp vào thế kỷ 3 trước Công nguyên, nhưng mãi cho đến thế kỷ vừa qua (thế kỷ 19) thì [các quốc gia] phương Tây mới thực sự biết đến Phật giáo.

Thật thú vị là, dường như có những dấu hiệu cho thấy chúa Giê Su đã từng sống ở Ấn Độ vào những năm đầu đời "không được biết đến" [trong các tư liệu hiện nay]. Một văn bản tìm thấy trong tu viện Phật giáo ở Ladakh, thuộc Bắc Ấn, ghi lại chuyện một người đàn ông trẻ đã học tập ở đó rồi về sau trở lại đất nước của mình. Ngày tháng và những mô tả trong văn bản này giống với những chi tiết tương ứng trong cuộc đời của chúa

Giê Su, nhưng cần phải có thêm những nghiên cứu lịch sử trước khi đưa ra bất kỳ kết luận nào. Tuy nhiên, có một sự tương đồng đáng kinh ngạc giữa lời dạy của Chúa Giê Su về tình thương khi với những lời dạy của Đức Phật.

Vào thế kỷ 19, một số trí thức phương Tây bắt đầu quan tâm đến giáo lý đạo Phật và triết học Phật giáo bắt đầu được giảng dạy ở các trường đại học. Trong những năm gần đây, người phương Tây tỏ ra ngày càng quan tâm đến Phật giáo nhiều hơn, và hiện nay thì tất cả những truyền thống lớn của Phật giáo đều đã có chùa chiền, tu viện và những trung tâm tu học ở hầu hết các quốc gia phương Tây.

Phật giáo đã khơi nguồn cảm hứng cho rất nhiều người phương Tây về mặt tâm linh lẫn tri thức. Con người trong xã hội phương Tây hiện đại rất xem trọng các pháp hành thiền mà đức Phật đã dạy để an định tâm thức. Họ cũng thấy hứng khởi với những chỉ dẫn rõ ràng dễ hiểu của đạo Phật về cách thức để phát triển lòng thương yêu và bi mẫn. Về mặt tri thức, đạo Phật đã khơi dậy sự quan tâm bằng vào tính hợp lý và cách tiếp cận vấn đề luôn cởi mở.

Thêm vào đó, phương pháp tiếp cận vấn đề của đạo Phật tương tự với phương pháp của khoa học và thế giới quan của đạo Phật phù hợp với những khám phá mới của khoa học. Erich Fromm, nhà phân tâm học và tâm lý xã hội người Mỹ gốc Đức đã nói rằng:

"Thật là một nghịch lý khi tư tưởng tôn giáo phương Đông hóa ra lại tương hợp với tư tưởng luận lý phương Tây hơn là chính tư tưởng tôn giáo của phương Tây."

Một thẩm phán người Anh nổi tiếng, ông Christmas Humphreys, bình luận về Phật giáo:

"Phật giáo... là một hệ thống tư tưởng, một tôn giáo, một nền khoa học tâm linh và một lối sống hợp lý, thực tiễn và bao quát tất cả. Hơn 2.500 năm qua, Phật giáo đã thỏa mãn nhu cầu tâm linh cho gần một phần ba nhân loại. Phật giáo thật cuốn hút đối với những ai đang truy tìm chân lý, vì Phật giáo không có giáo điều, thỏa mãn cả về mặt lý trí cũng như tình cảm, nhấn mạnh vào sự tự lực kết hợp với lòng khoan dung đối với các quan điểm khác, bao quát cả khoa học, tôn giáo, triết học, tâm lý học, huyền bí học, đạo đức học và nghệ thuật, và chỉ rõ rằng chỉ duy nhất con người mới là chủ nhân tạo ra đời sống hiện tại của chính mình và cũng là kẻ duy nhất kiến tạo nên vận mệnh của mình."

2. KHÁI QUÁT VỀ CÁC TRUYỀN THỐNG PHẬT GIÁO NGÀY NAY

Sự đồng nhất và dị biệt

Đức Phật, một bậc thầy cực kỳ khéo léo, đã thuyết giảng rất nhiều pháp môn đa dạng để phù hợp với nhiều khuynh hướng, tính cách khác biệt nhau. Chúng ta không thể kỳ vọng là mọi người đều thực tập cùng một pháp môn như nhau. Chính vì vậy, Phật giáo hoan nghênh các truyền thống tu tập khác nhau trong đạo Phật cũng như sự đa dạng của các tôn giáo khác nhau trên thế giới.

Dù Phật giáo là một trong những tôn giáo cổ xưa nhất, nhưng chưa từng có cuộc chiến tranh nào nhân danh Phật giáo hay giáo lý nhà Phật. Chủ nghĩa bè phái được xem là cực kỳ nguy hại, vì khi cho rằng truyền thống này tốt, truyền thống kia xấu, đó là ta đang chê bai giáo pháp do chính đức Phật đã thuyết giảng cho một hội chúng cụ thể nào đó.

Nhưng điều này không hề mâu thuẫn với lợi ích của sự tranh biện giữa các truyền thống [Phật giáo], hay thậm chí giữa hai hành giả cùng tu tập trong theo một truyền thống. Sự tranh biện trong Phật giáo được thực hiện với động cơ tích cực là nâng cao hiểu biết cho những người tham gia tranh biện. Qua tranh biện, người học suy xét vấn đề sâu xa hơn và giải quyết được những sai lầm của chính họ cũng như của đối phương trong cuộc tranh biện. Vì vậy, các bậc thầy trong Phật giáo luôn khuyến khích đồ chúng nêu ra vấn đề và thảo luận về Phật pháp.

Những người mới đến với đạo Phật đôi khi thấy lẫn lộn giữa các truyền thống Phật giáo khác nhau. Vì vậy, ngay sau đây sẽ đưa ra những giải thích ngắn gọn, cho dù là chưa tương xứng với tính chất phong phú, đa dạng của các truyền thống Phật giáo. Có rất nhiều truyền thống tu tập trong đạo Phật, nhưng ở đây chỉ trình bày những tông phái chính yếu nhất mà thôi. Đó là truyền thống Theravada, Tịnh Độ Tông, Thiền Tông và Kim Cang thừa.

Truyền thống Theravada

Theravada, hay truyền thống Thượng Tọa bộ, nhấn mạnh đến hai pháp thực hành thiền: *thiền chỉ* (śamatha - an định) và *thiền quán* (vipassana - minh sát tuệ). Sự thực hành *thiền chỉ* là để phát triển khả năng tập trung tư tưởng (định tâm), chặn đứng dòng tư tưởng huyên náo và phát triển khả năng tập trung nhất tâm vào đề mục thiền định. Sự ra vào của hơi thở là đề mục chính được sử dụng trong pháp thiền tập này, và phát triển định tâm với đề mục này sẽ đưa đến trạng thái tâm thức sáng suốt an tịnh.

Thiền quán được tu tập thông qua bốn pháp quán niệm: quán niệm thân thể, cảm thọ, tâm và các pháp. [Qua thực hành tu tập pháp thiền này,] hành giả sẽ đạt đến tuệ giác về bản chất vô thường, khổ và vô ngã [của các đối tượng quán niệm].

Một pháp thực hành khác nữa là thiền quán về tâm từ, được tu tập để phát triển một tâm nguyện chân thành mong muốn cho tất cả mọi người đều được an lạc và hạnh phúc. Thêm vào đó, truyền thống Theravāda khuyến khích sự giữ giới, dù đó là năm giới của người cư sĩ tại gia hay những giới nguyện xuất gia của các vị Tăng Ni.

Xen giữa các thời thiền tọa, hành giả Theravāda thường thực tập thiền hành. Nhờ bước đi thật chậm rãi nên họ duy trì được chánh niệm trong từng giây phút. Đây là một phương pháp rất hữu ích để giữ cho hành giả luôn sống trong giây phút hiện tại và ý thức sâu sắc hơn về những gì đang xảy ra ngay tại nơi đây, vào lúc này. Truyền thống Theravāda nhắm đến việc đạt quả vị A-la-hán, giải thoát khỏi vòng luân hồi sinh tử.

Truyền thống Tịnh độ

Truyền thống Tịnh Độ nhấn mạnh đến sự thực tập niệm danh hiệu và quán tưởng về đức Phật A-di-đà. Hành giả tu tập theo truyền thống này mong cầu được tái sinh về cõi Cực Lạc, Tây phương Tịnh độ, là nơi sẵn có đầy đủ mọi thuận duyên cho việc tu tập Chánh Pháp. Khi được tái sinh về Tịnh độ, hành giả sẽ có khả năng tiếp tục hoàn tất con đường tu tập và chứng đắc quả Phật mà không gặp chướng ngại.

Để tái sinh vào cõi Cực Lạc, hành giả Tịnh Độ quán tưởng thân tướng đức Phật A-di-đà, những phẩm tính giác ngộ của Ngài và niệm danh hiệu Ngài. Thêm vào đó, hành giả phải sống theo giới hạnh và phát triển khuynh hướng vị tha. Để đạt được sự an định, hành giả tập trung nhất tâm vào hình tượng quán tưởng của đức Phật A-di-đà, và để đạt được tuệ giác, hành giả quán chiếu về bản chất rốt ráo của đức Phật A-di-đà và của chính tự thân mình.

Tịnh Độ tông, Thiền tông và Kim Cang thừa đều thuộc truyền thống Phật giáo Đại Thừa. Do vậy, hành giả tu tập [theo ba tông phái này] đều hướng đến quả vị Phật, và nếu muốn thì họ có thể thọ nhận Bồ Tát giới. Ngày nay, Tịnh Độ và Thiền được hành trì kết hợp trong nhiều tự viện.

Thiền tông

Thiền tông nhấn mạnh rằng mọi chúng sinh đều có tánh Phật. Do vậy, nếu ai đoạn trừ được mọi tri kiến sai lầm và nhận ra được *tánh Không* của tâm thức, vị ấy sẽ chứng được quả Phật ngay trong đời này. Hành giả Thiền tông tu tập quán chiếu hơi thở và tâm thức.

Trong Thiền tông có rất nhiều mẩu chuyện ngắn có thể được suy ngẫm lâu dài. Một trong những mẩu chuyện mà tôi thích nhất nói về Ngài Bankei, một thiền sư đang hướng dẫn một khóa tu tập. Có một thiền sinh ăn trộm bị bắt quả tang và sự việc được trình lên ngài Bankei với lời thỉnh cầu trục xuất người ấy. Ngài Bankei phớt lờ đi lời thỉnh cầu đó. Rồi kẻ trộm tái phạm và lại bị bắt, nhưng Ngài cũng phớt lờ như lần trước. Quá tức giận, những thiền sinh khác liền đệ trình một thỉnh nguyện xin trục xuất kẻ trộm, và nói rõ là họ sẽ bỏ đi nếu kẻ trộm không bị trục xuất.

Ngài Bankei họp chúng và nói: "Các con đều là những người khôn ngoan. Các con biết được những gì là đúng đắn, những gì là sai trái. Nếu muốn, các con có thể đến một nơi nào khác để tu học. Nhưng người đệ tử tội nghiệp này thậm chí còn không phân biệt được đúng sai. Nếu ta không dạy anh ta thì ai sẽ dạy? Ta muốn giữ anh ta ở lại đây, cho dù tất cả các con có bỏ đi hết."

Ngay lúc đó, người thiền sinh đã từng ăn cắp bắt đầu rơi lệ. Từ đó, anh ta không còn muốn ăn cắp nữa.

Trong Thiền tông có hai chi phái. Phái thiền Tào Động thực hành "ngồi yên" để phát triển định lực và tuệ quán về sự vận hành và bản chất của tâm thức. Hành giả theo phái thiền Lâm Tế thì tham khán các công án, là những câu nói mà tri thức và cảm nhận bình thường không thể hiểu được. Muốn liễu ngộ một công án, thiền sinh buộc phải buông bỏ mọi quan điểm, tri kiến bình thường. Sau đây là một ví dụ:

"Có hai vị tăng tranh luận về lá phướn. Vị này nói lá phướn động. Vị kia nói gió động. Lục Tổ đi ngang qua và bảo họ: 'Không phải gió, cũng không phải phướn, chính là tâm [các ông] động.'

Hành giả Thiền tông được khuyến khích lao động thể lực, xem đây là cơ hội để vận dụng những gì đạt được trong thiền định vào sinh hoạt thường nhật. Thiền cũng sử dụng những biểu đạt nghệ thuật như cơ hội để phát triển năng lực tỉnh giác, và chính trong ý nghĩa này mà những cung cách tinh tế của nghi thức uống trà và nghệ thuật cắm hoa được phát triển.

Ở những nơi tu tập theo truyền thống thiền Trung Hoa, các vị tăng ni không lập gia đình. Tuy nhiên, nhà cầm quyền ở Nhật Bản muốn các tăng sĩ phải lập gia đình, và vào hậu bán thế kỷ 19, nhà cầm quyền Nhật Bản đã ra lệnh bãi bỏ giới điều tăng sĩ không lập gia đình. Vì vậy, các tăng sĩ ở Nhật Bản có thể lập gia đình, vì hệ thống giới nguyện của họ có khác biệt so với các truyền thống Phật giáo khác.

Kim Cang thừa

Kim Cang thừa, hay Mật Tông, được tu tập trong Phật giáo Tây Tạng và trong Chân Ngôn tông của Nhật Bản. Sự tu tập Kim Cang thừa đặt nền tảng trên ba chứng ngộ căn bản trên con đường tu tập: quyết tâm cầu giải thoát, phát tâm Bồ-đề và tuệ giác nhận biết *tánh Không*. Kim Cang thừa là một tông phái của Phật giáo Đại Thừa, và Phật giáo Đại thừa dựa trên căn bản Theravada. Hành giả không thể bỏ qua bước tu tập ban đầu vốn là giống nhau giữa Theravāda và Phật giáo Đại thừa nói chung, để trực tiếp đi vào tu tập Kim Cang thừa. Nếu hành giả bỏ qua ba chứng ngộ căn bản trên đường tu tập và có khuynh hướng lạ lùng rằng: "Tôi sẽ tu tập theo Kim Cang thừa, vì đó là pháp môn tối thắng nhất và đưa đến chứng ngộ nhanh chóng nhất", thì sự tu tập của hành giả sẽ không mang lại kết quả như mong muốn.

Đây là một điểm quan trọng, vì ngày nay có rất nhiều người say mê với ý muốn đạt được những năng lực đặc biệt nào đó, rồi tìm đến với các Mật điển (Tantra) vì mục đích đó. Nhưng một động cơ như vậy là không đúng đắn. Tu tập Kim Cang thừa không phải để đạt được quyền năng và danh tiếng thế tục. Tu tập Kim Cang thừa là để đạt chứng ngộ và nhờ vậy có khả năng làm lợi lạc cho tha nhân một cách hiệu quả nhất.

Để bước vào tu tập Kim Cang thừa, tâm thức hành giả phải được rèn luyện thuần thục với các đề mục chuẩn bị. Trong số này bao gồm sự quán niệm về cái chết và sự vô thường, Tứ Thánh Đế, quyết tâm cầu giải thoát, phát tâm Bồ-đề và trí tuệ nhận hiểu tánh Không. Qua sự rèn luyện với các pháp thiền quán căn bản, hành giả trở thành pháp khí thích hợp để nhận lãnh pháp quán đảnh bước vào tu tập mật điển.

Hành giả bắt đầu việc tu tập Kim Cang thừa bằng cách nhận lãnh pháp quán đảnh (thường được gọi là lễ khai tâm) từ một bậc thầy có đủ phẩm tính. Trong lễ quán đảnh, vị thầy hướng dẫn cách thức thiền quán và người đệ tử thực hành theo. Chỉ ngồi yên trong phòng và uống nước ban phép không phải là nhận lãnh quán đảnh. Mục đích của việc nhận pháp quán đảnh là giúp cho người đệ tử thiết lập được mối liên hệ với hóa thân cụ thể của một vị Phật và hướng dẫn họ thiền quán về vị Phật đó. Việc nghiêm giữ những giới nguyện đã thọ nhận trong lễ quán đảnh là cực kỳ quan trọng.

Sau khi nhận lãnh pháp quán đảnh, hành giả thỉnh cầu một bậc thầy có đủ phẩm tính xin chỉ dạy về những giới nguyện đã thọ nhận trong lễ quán đảnh. Hành giả cũng có thể thỉnh cầu được hướng dẫn về phương pháp thực hành thiền. Hành giả tiếp nhận một thánh thể [Thành tựu pháp] (sadhana), một câu chân ngôn được sử dụng với phép quán tưởng, cầu nguyện và thiền quán về vị Phật thánh thể đó, kèm theo là những hướng dẫn của vị đạo sư tâm linh về pháp tu tập này. Nhờ nhận được những hướng dẫn này, hành giả sẽ thực hành thiền quán một cách đúng đắn.

Kim Cang thừa nhấn mạnh sự phát triển khả năng quán tưởng tích cực. Trong cuộc sống đời thường, nếu ta không thể hình dung được ngày tốt nghiệp ra trường, ta sẽ không bao giờ cố gắng và sẽ không bao giờ làm được. Tương tự, nếu ta không thể hình dung mình trở thành một vị Phật, ta sẽ không bao giờ thành Phật. Phép quán tưởng trong thực hành Kim Cang thừa giúp ta phát triển khả năng tưởng tượng tích cực và mở rộng khuynh hướng vị tha của mình.

Trong Kim Cang thừa có nhiều kỹ năng thiền tập. Một số pháp tu chuẩn bị giúp tịnh hóa các nghiệp bất thiện và làm phát triển những nghiệp thiện có thể có. Đọc tụng thần chú giúp an tịnh tâm thức và phát triển khả năng định tĩnh. Ngoài ra còn có những kỹ năng giúp nhanh chóng đạt đến sự nhất tâm và làm hiển lộ một trạng thái tâm thức cực kỳ vi tế nhận hiểu được *tánh Không*. Kim Cang thừa cũng có cả những phương pháp thiền tập để chuyển hóa tiến trình chết và tái sanh thành tiến trình giác ngộ.

Tất cả các phương pháp thiền tập đó đều dựa trên nền tảng nhận hiểu được ba chứng ngộ căn bản trên con đường tu tập. Nhờ thực tập con đường tuần tự đưa đến giác ngộ như thế, chúng ta có thể đoạn trừ hoàn toàn mọi ô nhiễm trong tâm thức và chuyển hóa thành tâm Phật. Với sự phát triển hoàn hảo tâm từ bi, trí tuệ và phương tiện thiện xảo, chúng ta sẽ có khả năng làm lợi lạc rộng khắp cho mọi chúng sinh.

PHẦN VII:

THỰC HÀNH LÒNG BI MẪN

THỰC HÀNH LÒNG BI MẪN

Cho đến lúc này, chúng ta đã bàn qua về những phương pháp mới để tiếp cận với đời sống và những mối quan hệ với người khác. Để những phương pháp này trở nên có giá trị, chúng nhất thiết phải được vận dụng vào cuộc sống hằng ngày. Quyển sách này không viết ra nhằm cung cấp thêm tri thức, mà chỉ để chia sẻ những ý tưởng có thể là hữu ích trong việc giúp cho đời sống của chúng ta được phong phú hơn.

Như đức Đạt-lai Lạt-ma vẫn thường nói, nhân tố chính yếu của một đời sống hạnh phúc và một xã hội hòa hợp chính là lòng bi mẫn. Lòng bi mẫn, điểm tinh yếu trong giáo pháp Phật-đà, cũng luôn được khuyến khích bởi tất cả các tôn giáo trên thế giới.

Lòng bi mẫn là sự truyền thông trung thực và trực tiếp với người khác. Đó là khả năng cảm thông với người khác và đưa ra sự giúp đỡ hoàn toàn tự nhiên như cứu giúp chính bản thân mình. Vì ranh giới phân biệt giữa "ta" và "người khác" được thu hẹp, nên lòng bi mẫn thấm đẫm tính khiêm hạ. Vì mong muốn cho người khác được thoát khổ là một tâm nguyện rất mạnh mẽ nên lòng bi mẫn cũng mang tính kiên cường, quả cảm.

Đức Đạt-lai Lạt-ma là một minh họa cho những phẩm tính này. Trong một kỳ hội thảo với các nhà tâm lý học và nhiều chuyên gia tư vấn xã hội khác, ngài đã làm cho mọi người phải ngạc nhiên bởi tính khiêm hạ của ngài. Thỉnh thoảng, ngài đáp lại những câu hỏi khó rằng: "Tôi không biết điều này. Thế quý vị nghĩ sao?" Trong một thế giới mà những người nổi tiếng thường cố tỏ ra mình là người am hiểu, sự tôn trọng ý kiến người khác của đức Đạt-lai Lạt-ma cũng như sẵn sàng học hỏi từ họ quả là một khác biệt chói sáng.

Tương tự, cuộc đời ngài là một tấm gương bi mẫn kiên cường... Ngài thường khuyên bảo những người Tây Tạng: "Đừng giận dữ với những ai gây tổn hại cho đất nước mình. Họ cũng là những con người khát khao hạnh phúc giống như chúng ta. Việc phản đối họ bằng bạo lực không làm cho tình thế tốt hơn."

Đức Đạt-lai Lạt-ma luôn trải lòng bi mẫn đến những người đang chiếm cứ Tây Tạng, nhưng cũng đồng thời nỗ lực kiên cường để cứu vãn cảnh ngộ của dân tộc mình. Ngài luôn tích cực tìm kiếm một giải pháp hòa bình sao cho có thể làm thỏa mãn cả người Trung quốc lẫn người Tây Tạng. Và như thế, chúng ta thấy trong cuộc đời của ngài là cả một sự kết hợp hài hòa giữa lòng bi mẫn, tính khiêm hạ và sự kiên cường.

Chúng ta có thể vận dụng gương sáng của đức Đạt-lai Lạt-ma vào cuộc sống của chính mình. Mỗi một tình huống ta gặp phải trong cuộc sống là một cơ hội để ta thực hành lòng bi mẫn. Ta sẽ bắt đầu từ những người quanh ta - gia đình và bè bạn, đồng nghiệp, bạn học, những người ta tiếp xúc trong công việc hay gặp gỡ trong cửa hàng, trên đường phố... - rồi mở rộng sự quan tâm chăm sóc của mình đến với tất cả.

Khi có ai đó vượt đường xe ta trên xa lộ một cách nguy hiểm, thay vì giận dữ chửi rủa, ta có thể đặt mình vào vị trí của người ấy. Đôi khi chính ta cũng là người lái xe bất cẩn, thường là vì ta bận lo nghĩ điều gì đó quan trọng. Người tài xế kia cũng vậy. Ta luôn muốn được người khác bỏ qua cho những lỗi lầm của mình, vì thế ta cũng nên tha thứ cho những lỗi lầm của người khác.

Chúng ta có thể học cách thương yêu mọi người giống như tình cảm thương yêu ta vẫn dành cho gia đình và bè bạn. Ta muốn con cái ta, cha mẹ ta đều được hạnh phúc. Những người khác có thể không phải họ hàng của ta, nhưng họ cũng là cha mẹ, con cái của ai đó. Họ cũng giống nhau ở những cương vị là cha mẹ, là con cái, chỉ có khác biệt duy nhất khi mô tả là "của họ" thay vì "của ta". Một khi chúng ta nhận ra được tính chất chủ quan của những danh xưng "ta" và "người khác", tình thương yêu và lòng bi mẫn của chúng ta sẽ có thể trải rộng đến mọi người một cách bình đẳng không phân biệt. Bằng cách đó, những cảm giác xa lạ và rào cản giữa mọi người sẽ được xóa bỏ.

Làm sao ta có thể yêu thương những người bị xã hội xem là xấu ác? Không một con người nào sinh ra vốn sẵn là xấu ác và hoàn toàn chỉ có những mặt xấu ác. Mọi người đều có tiềm năng trở thành một vị Phật. Những đám mây của sự mê lầm, sân hận và tham lam đang che khuất đi những phẩm tính tốt đẹp nền tảng trong người họ.

Lấy ví dụ, thương yêu một tên tội phạm không có nghĩa là để cho anh ta tiếp tục làm hại người khác. Ta cần phải có lòng bi mẫn đối với cả những nạn nhân và thủ phạm của những hành vi gây hại. Vì không muốn cho kẻ gây hại tạo những nghiệp ác mang lại khổ đau tương lai cho chính họ, chúng ta cần ngăn cản họ. Dù vậy, khi không khởi tâm oán ghét hay thù hận, ta có thể từ bi cứu giúp tất cả các bên có liên quan trong một tình huống xấu.

Trải lòng bi mẫn đến tất cả chúng sinh không có nghĩa là chúng ta xao lãng với gia đình và bè bạn của mình. Một số người quá quan tâm đến việc xây dựng hoàn thiện xã hội đến nỗi con cái họ gặp phải những vấn đề do thiếu sự dạy dỗ của cha mẹ. Chúng ta rất dễ xem thường những người sống chung với mình. Tuy nhiên, ta nhất thiết không được quên rằng gia đình và bè bạn của ta cũng là những người mà ta có thể làm lợi lạc.

Phát triển lòng bi mẫn mỗi ngày

Việc tự nhủ rằng mình phải nhẫn nhục hay phải có lòng bi mẫn cũng không làm cho những phẩm tính tốt đẹp này sinh khởi trong tâm thức ta. Chúng cần phải được chú tâm nuôi dưỡng. Vì thế, điều quan trọng là phải dành một ít thời gian an tĩnh trong ngày để tu dưỡng phát triển nội tâm.

Một vài phút an tĩnh vào buổi sáng sẽ giúp ta phát khởi động cơ không gây tổn hại đến người khác và giúp đỡ mọi người càng nhiều càng tốt trong suốt ngày hôm đó. Thời gian an tĩnh vào buổi tối cho ta cơ hội để xem xét lại và "tiêu hóa" những sự kiện trong ngày. Quán xét cách ứng xử của mình với những sự việc trong ngày sẽ giúp ta tự hiểu được chính mình. Ta có thể nhận thấy là mình rất nhạy cảm trước những lời chỉ trích hay cảm thấy như bị lợi dụng mỗi khi người khác nhờ ta giúp đỡ. Và rồi ta có thể tự hỏi mình xem liệu ta có muốn tiếp tục duy trì những khuynh hướng như thế. Nếu câu trả lời là không, ta có thể áp dụng những pháp tu được trình bày trong sách này để làm thay đổi các khuynh hướng ấy.

Không cần phải phân tách rạch ròi giữa sự tu dưỡng an tĩnh của ta với các hoạt động cùng người khác. Khi ở một mình, ta có thể quán chiếu cuộc sống cũng như những hành vi của mình và quyết định xem ta muốn làm việc cùng người khác như thế nào. Khi làm việc, ta vận dụng và thực hành những điều đó. Sau đó, ta có thể quán chiếu lại những gì đã xảy ra khi làm việc, rút ra bài học từ kinh nghiệm bản thân và hình thành những quyết tâm mới cho các ứng xử trong tương lai. Bằng cách này, thời gian an tĩnh tu dưỡng mỗi ngày và những hoạt động thường nhật của ta sẽ bổ sung cho nhau. Ta trưởng thành nhờ đó và trong từng quãng thời gian đó.

Sự duy trì đều đặn là quan trọng trong việc tự tu dưỡng. Dành ra đều đặn mỗi ngày 10 phút sẽ tốt hơn nhiều so với thiền tập 5 giờ liền mỗi tháng một lần. Tuy nhiên, nếu mỗi năm ta có thể tham dự một khóa tu [chuyên biệt] trong khoảng vài ba ngày hoặc vài tuần lễ, điều đó sẽ có giá trị rất lớn. Trong thời gian đó, ta có khả năng đi sâu hơn vào tiến trình tu dưỡng cá nhân.

Con người trong xã hội hiện đại rất bận rộn và dễ xao lãng việc tự tu dưỡng. Tuy nhiên, nếu ta thiết lập một cách rõ ràng những ưu tiên của mình thì việc dành thời gian cho quán chiếu nội tâm sẽ trở nên dễ dàng hơn. Chẳng hạn, ta cân nhắc tất cả những công việc mình cần phải làm và liệt kê ra theo tầm quan trọng của những việc ấy đối với ta. Bằng cách này, ta có được sự rõ ràng và quyết tâm cần thiết để sắp xếp thời biểu hằng ngày theo một cách dễ quản lý hơn.

Điều quan trọng là phải đặt ra những mục tiêu thực tiễn cho việc thực hành tâm linh và không kỳ vọng bản thân mình tức thì thay đổi. Những điều kiện ngoại cảnh trong xã hội hiện đại có thể thay đổi rất nhanh chóng, nhưng khuynh hướng và tập quán, thói quen của chúng ta thì không. Sự nhẫn nại với chính mình cũng như với người khác là cần thiết. Nếu chúng ta xét nét và nghiêm khắc thái quá với chính mình, chắc chắn ta cũng sẽ ứng xử như thế với người khác. Nhưng một thái độ [quá đáng] như thế không giúp bản thân ta hay người khác thay đổi. Nếu ta có lòng thương yêu và nhẫn nhục với chính mình, chúng ta sẽ dần dần cải thiện. Tương tự, nếu ta ứng xử như vậy với người khác, ta sẽ không thiếu nhẫn nại hay đòi hỏi quá đáng nơi họ.

Sự cân bằng là thiết yếu. Đôi khi ta cần mở rộng hơn những giới hạn của mình. Và đôi khi ta cần sự an tĩnh để thấm nhuần những gì đã học được. Chúng ta cần nhạy bén nhận biết nhu cầu của bản thân mình vào bất kỳ thời điểm cụ thể nào và có sự hành xử tương ứng, thích hợp. Thách thức không ngừng của chúng ta là phải tìm ra một giải pháp trung hòa giữa hai cực đoan: thúc ép bản thân vượt quá khả năng thật có hoặc sống buông thả và lười nhác.

Khi ta trở nên khéo léo hơn trong việc cân bằng các hành vi của mình, ta sẽ có khả năng tránh được sự kiệt sức. Những người làm việc trong chuyên ngành tư vấn xã hội và những người có đời sống bận rộn thường đối mặt với nguy cơ vắt kiệt sức lực của chính mình. Đôi khi thật khó đưa ra lời từ chối: "Rất tiếc! Cho dù đề án đó là rất giá trị, nhưng hiện giờ tôi không thể giúp quý vị trong đề án này." Chúng ta có thể cảm thấy mình có lỗi hoặc quá lười nhác, như thể ta đang làm cho người khác phải suy sụp, tuyệt vọng.

Tuy nhiên, nhận lãnh công việc vượt quá khả năng mình chẳng giúp ích gì cho bản thân ta cũng như người khác. Chúng ta cần đánh giá chính xác về khả năng của bản thân mình. Đôi khi ta có thể tham gia cùng lúc nhiều dự án. Nhưng có những lúc khác, ta cần sự yên tĩnh quán chiếu và học hỏi nhiều hơn. Nếu ta có được thời gian yên tĩnh này, ta sẽ hồi phục sinh lực và sau đó có khả năng giúp đỡ người khác lâu dài và hiệu quả hơn. Như một trong các bậc thầy của tôi, ngài Lama Yeshe đã dạy:

"Điều quan trọng là phải hiểu được rằng, sự hành trì chân chính là thực hành trong từng giây phút, ngày này sang ngày khác. Chúng ta làm bất cứ điều gì trong khả năng mình, với trí tuệ hiện có, và hồi hướng tất cả những điều đó vì lợi lạc cho hết thảy chúng sinh. Chúng ta chỉ cần sống cuộc sống đơn giản, sống tốt nhất trong khả năng mình. Điều này tự nó đã mang lại lợi ích lớn lao cho người khác; ta không cần phải đợi đến sau khi thành Phật rồi mới bắt đầu việc giúp người."

BẢNG KÊ TỪ NGỮ

altruistic intention (Bodhicitta): tâm Bồ-đề - tâm nguyện đạt đến giác ngộ viên mãn (thành Phật) để có thể làm lợi ích lớn nhất cho tất cả chúng sinh.

Arhat: A-la-hán - người đã đạt đến sự giải thoát và nhờ đó thoát khỏi vòng luân hồi.

attachment: tham luyến, tham ái - khuynh hướng tham muốn và cường điệu hóa những tính chất tốt đẹp của người hay vật rồi bám víu vào đó.

Bodhicitta: tâm Bồ-đề - xem **altruistic intention**.

Bodhisattva: Bồ Tát - người đã tự nguyện phát tâm Bồ-đề.

Buddha: Phật - chỉ bất kỳ bậc giác ngộ nào đã đoạn trừ hoàn toàn mọi phiền não, cấu nhiễm và phát triển tất cả các phẩm tính tốt đẹp. Danh xưng "Đức Phật" thường được dùng để chỉ đức Phật Thích-ca Mâu-ni, đã sống cách đây hơn 2.500 năm tại Ấn Độ.

Buddha nature (Buddha potential): tánh Phật - những phẩm tính cho phép mọi chúng sinh đều có thể đạt đến giác ngộ. the factors allowing all beings to attain full enlightenment.

calm abiding: an định - khả năng duy trì sự chú tâm vào một đề mục thiền tập với tâm thuần thục và hỷ lạc.

compassion: lòng bi mẫn - tâm nguyện mong muốn cho tất cả chúng sinh đều được thoát khỏi khổ đau và nguyên nhân của khổ đau.

cyclic existence: vòng luân hồi - sự tồn tại xoay chuyển, tái sinh ngoài ý muốn do ảnh hưởng của các tâm hành phiền não và nghiệp lực.

determination to be free: quyết tâm cầu giải thoát - tâm nguyện khao khát muốn thoát khỏi mọi khổ đau và đạt đến sự giải thoát.

dharma: pháp - theo nghĩa thông dụng nhất, từ này được dùng chỉ Giáo pháp do Phật dạy, hay Chánh pháp. Với nghĩa đặc thù hơn, từ này được dùng chỉ những chứng ngộ trên đường tu tập và nhờ đó chấm dứt mọi khổ đau cùng nguyên nhân của khổ đau.

disturbing attitudes: các tâm hành phiền não - chỉ những khuynh hướng như si mê, tham luyến, sân hận, kiêu mạn, ganh ghét, ích kỷ... vốn là những tác nhân khuấy động sự an bình nội tâm và thôi thúc chúng ta hành động theo cách gây hại cho người khác.

emptiness: tánh Không - tính chất không tồn tại độc lập hay trên cơ sở tự tính sẵn có. Đây là bản chất rốt ráo hay thực tại của hết thảy con người cũng như vạn pháp.

Enlightenment (Buddhahood): Giác ngộ (quả Phật) - trạng thái của một vị Phật, có nghĩa là trạng thái đã đoạn trừ vĩnh viễn mọi phiền não, nghiệp lực và chủng tử nghiệp trong tâm thức, đồng thời đã phát triển mọi phẩm tính cũng như trí tuệ đến mức viên mãn. Từ Buddhahood cũng được dùng thay cho liberation để chỉ sự giải thoát.

impute: định danh - đặt tên gọi hay gán ghép ý nghĩa cho một đối tượng nhận thức.

inherent or independent existence: sự tồn tại độc lập hay trên cơ sở tự tính sẵn có - một tính chất sai lầm không hề thật có do chúng ta gán ghép lên con người và mọi hiện tượng. Thật ra, sự tồn tại [của một hiện tượng] luôn phụ thuộc vào các nhân duyên, điều kiện liên quan; các thành phần cấu thành nó; cũng như tâm thức đã định danh nó.

karma: hành vi có tác ý, nghiệp - mọi hành vi của ta đều tạo thành các chủng tử trong dòng tâm thức, là nhân tạo ra những gì mà ta sẽ trải nghiệm về sau.

liberation: giải thoát - trạng thái đã dứt trừ hoàn toàn mọi tâm hành phiền não và nghiệp lực tạo ra sự tái sinh của chúng ta trong luân hồi.

love: tâm từ, lòng thương yêu - tâm nguyện mong cho tất cả chúng sinh đều được hạnh phúc, an lạc.

Mahayana: Đại thừa - truyền thống Phật giáo tin chắc rằng tất cả chúng sinh đều có khả năng đạt được giấc ngộ, thành Phật. Phật giáo Đại thừa nhấn mạnh sự nuôi dưỡng lòng từ bi và tâm Bồ-đề.

mantra: chân ngôn hay thần chú - một chuỗi âm thanh do một vị Phật thuyết ra, diễn bày tinh yếu của toàn bộ con đường tu tập hướng đến giải thoát. Chân ngôn hay thần chú có thể được trì tụng trong khi thiền tập để làm cho tâm thức an tĩnh và thanh tịnh.

meditation: thiền, thiền tập - cách tu tập để tự làm cho bản thân mình trở nên quen thuộc và thuần thục với các khuynh hướng sống tích cực, hiền thiện và những nhận thức đúng đắn, chân xác.

nirvana: Niết-bàn - sự chấm dứt hoàn toàn khổ đau và nguyên nhân gây đau khổ, thoát khỏi vòng luân hồi.

Noble eightfold path: Bát chánh đạo - con đường tu tập dẫn đến sự giải thoát. Bát chánh đạo có 8 phần, bao gồm: chánh ngữ, chánh nghiệp, chánh mạng, chánh niệm, chánh định, chánh kiến, chánh tư duy và chánh tinh tấn.

positive potential: thiện nghiệp - những chủng tử của hành vi hiền thiện, sẽ mang lại kết quả hạnh phúc trong tương lai.

Pure Land: Tịnh độ - cảnh giới được tạo thành bởi một vị Phật hay Bồ Tát, là nơi có đủ mọi điều kiện thuận lợi cho việc tu tập Chánh pháp và đạt đến giải thoát. Tịnh độ tông là một truyền thống thuộc Phật giáo Đại thừa, nhấn mạnh vào những pháp tu để được vãng sinh Tịnh độ.

realization: chứng ngộ - sự hiểu biết sâu sắc, trở thành một phần trong ta và làm thay đổi cách nhận thức của ta về thế giới. Chẳng hạn, khi ta chứng ngộ tâm từ, cảm nhận của ta về người khác cũng như cung cách ứng xử với họ đều thay đổi hết sức mạnh mẽ.

Sangha: Tăng-già, hay Tăng đoàn - chỉ những người đã trực nhận được tánh Không của vạn pháp vượt ngoài mọi khái niệm. Theo nghĩa phổ biến hơn, Tăng-già chỉ cộng đồng các vị tăng ni, những người đã xuất gia sống đời tu sĩ. Đôi khi từ này cũng được dùng để chỉ cchung tất cả Phật tử.

selflessness: vô ngã - xem **Emptiness**.

special insight (vipassana): Minh sát tuệ - trí tuệ nhận biết phân biệt toàn diện về vạn pháp. Tuệ này được kết hợp với *định* giúp hành giả có khả năng phân tích đối tượng đồng thời với việc duy trì sự chú tâm vào đó. Điều này loại bỏ sự mê lầm.

suffering (dukha): đau khổ - chỉ chung bất kỳ những điều kiện bất như ý. Đau khổ không nhất thiết chỉ riêng những nỗi đau thể chất hay tinh thần, mà còn bao gồm cả những điều kiện bất ổn, khó khăn.

sutra: kinh điển - chỉ chung những lời dạy của đức Phật, được ghi chép lại. Tất cả các truyền thống Phật giáo đều sử dụng kinh điển.

taking refuge: quy y - đặt sự tin cậy vào đức Phật, Chánh pháp và Tăng-già để được dẫn dắt trên con đường tu tập phát triển tâm linh.

tantra: Mật điển, tan-tra - kinh điển được sử dụng trong tu tập Kim cang thừa.

Theravada: truyền thống thuộc Thượng Tọa bộ trước đây. Phật giáo Theravada (cũng thường gọi thiếu chính xác là Phật giáo Nguyên thủy) phát triển rộng rãi ở vùng Đông Nam Á và Tích Lan (Sri Lanka).

three higher trainings: Tam vô lậu học - sự tu tập Giới, Định và Tuệ dẫn đến kết quả giải thoát.

Three Jewels: Tam bảo - Chư Phật, Giáo pháp và Tăng-già, hay thường nói ngắn gọn là Phật, Pháp và Tăng.

three principal realizations (three principal aspects) of the path: ba chứng ngộ căn bản trên đường tu tập - bao gồm: quyết tâm cầu giải thoát, phát tâm Bồ-đề và trí tuệ nhận biết tánh Không.

Vajrayana: Kim Cang thừa - một truyền thống thuộc Phật giáo Đại thừa, phát triển rộng rãi ở Tây Tạng và cũng có ở Nhật Bản.

wisdom realizing reality: trí tuệ nhận thức thực tại - nhận thức chân xác về phương cách tồn tại của tất cả con người và hiện tượng, có nghĩa là nhận hiểu được tánh Không trong sự tồn tại của vạn pháp.

Zen (Ch'an): Thiền tông - một truyền thống thuộc Phật giáo Đại thừa, phát triển rộng rãi ở Trung Hoa và Nhật Bản.

TÌM ĐỌC THÊM

Byles, M. B. *Footprints of Gautama Buddha*. Wheaton: Theosophical Publishing House, 1986.

Dhammananda, K. Sri. *How to Live Without Fear and Worry*. Kuala Lumpur: Buddhist Missionary Society, 1989.

Dhammananda, K. Sri. *What Buddhists Believe*. Kuala Lumpur: Buddhist Missionary Society, 1987.

Dhammananda, K. Sri, ed. *The Dhammapada*. Kuala Lumpur: Sasana Abhiwurdhi Wardhana Society, 1988.

Dharmaraksita. *Wheel of Sharp Weapons*. Dharamsala: Library of Tibetan Works and Archives, 1981.

Gampopa. *The Jewel Ornament of Liberation*. Trans. by Herbert Guenther. Boulder: Shambhala, 1971.

Goldstein, Joseph. *The Experience of Insight*. Boston: Shambhala, 1987.

Gyatso, Geshe Kelsang. *Heart of Wisdom*. London: Tharpa, 1986.

H. H. Tenzin Gyatso, the 14th Dalai Lama. *Kindness, Clarity and Insight*. Ithaca: Snow Lion, 1984.

H. H. Tenzin Gyatso, the 14th Dalai Lama. *The Dalai Lama at Harvard*. Trans. by Jeffrey Hopkins. Ithaca: Snow Lion, 1989.

Kapleau, Philip, ed.. *The Three Pillars of Zen*. London: Rider, 1980.

Khema, Ayya. *Being Nobody, Going Nowhere*. Boston: Wisdom, 1987.

Kornfield, Jack and Breiter, Paul, eds. *A Still Forest Pool*. Wheaton: Theosophical Publishing House, 1987.

Longchenpa. *Kindly Bent to Ease Us*. Trans. by Herbert Guenther. Emeryville: Dharma Publishing, 1978.

McDonald, Kathleen. *How to Meditate*. Boston: Wisdom, 1984.

Mullin, Glenn, ed. and trans. *Selected Works of the Dalai Lama VII, Songs of Spiritual Change*. Ithaca: Snow Lion, 1982.

Nyanaponika Thera. *Heart of Buddhist Meditation*. London: Rider, 1962.

Nyanaponika Thera. *The Power of Mindfulness*. Kandy: Buddhist Publication Society, 1986.

Rabten, Geshe and Dhargye, Geshe. *Advice from a Spiritual Friend*. Boston: Wisdom, 1986.

Rinpoche, Zopa. *Transforming Problems: Utilizing Happiness and Suffering in the Spiritual Path*. Boston: Wisdom, 1987.

Sparham, Gareth, trans. *Tibetan Dhammapada*. Boston: Wisdom, 1983.

Stevenson, Ian. *Cases of the Reincarnation Type*. 4 vols. Charlottesville: University of Virginia Press, 1975.

Story, Francis. *Rebirth as Doctrine and Experience*. Kandy: Buddhist Publication Society, 1975.

Suzuki, D. T. *An Introduction to Zen Buddhism*. London: Rider, 1969.

Suzuki, Shunriyu. *Zen Mind, Beginner's Mind*. New York: Weatherhill, 1980.

The Third Dalai Lama. *Essence of Refined Gold*. Trans. by Glenn Mullin. Ithaca: Snow Lion, 1985.

Trungpa, Chogyam. *Cutting Through Spiritual Materialism*. London: Shambhala, 1973.

Tsongkhapa, Je. *The Three Principal Aspects of the Path*. Howell, New Jersey: Mahayana Sutra and Tantra Press, 1988.

Wangchen, Geshe. *Awakening the Mind of Enlightenment*. Boston: Wisdom, 1988.

Warder, A. K. *Indian Buddhism*. Delhi: Motilal Banarsidass, 1980.

Yeshe, Lama Thubten. *Introduction to Tantra*. Boston: Wisdom, 1987.

HỒI HƯỚNG

Nguyện cho tập sách *Rộng mở tâm hồn và phát triển trí tuệ* này sẽ làm lợi ích cho vô lượng chúng sinh. Nguyện cho lòng từ bi và thương yêu được phát triển nơi bất kỳ ai dù chỉ được nhìn thấy, xúc chạm hay trò chuyện về quyển sách này. Và nguyện cho chính những người ấy rồi cũng sẽ làm cho nhiều người khác nữa phát triển lòng thương yêu. Bằng cách đó, nguyện cho tất cả mọi người đều sẽ được an vui mãn nguyện, và nguyện cho tất cả cuối cùng đều sẽ đạt được Giác ngộ viên mãn.

Ven. Thubten Zopa Rinpoche

MỤC LỤC

Lời thưa

Trong kinh Pháp Cú, đức Phật dạy rằng: "Pháp thí thắng mọi thí." Thực hành Pháp thí là chia sẻ, truyền rộng lời Phật dạy đến với mọi người. Mỗi người Phật tử đều có thể tùy theo khả năng để thực hành Pháp thí bằng những cách thức như sau:

1. Cố gắng học hiểu và thực hành những lời Phật dạy. Tự mình học hiểu càng sâu rộng thì việc chia sẻ, bố thí Pháp càng có hiệu quả lớn lao hơn. Nên nhớ rằng **việc đọc sách còn quan trọng hơn cả việc mua sách.**

2. Phải trân quý kinh điển, sách vở in ấn lời Phật dạy. Khi có điều kiện thì mua, thỉnh về nhà để tự mình và người trong gia đình đều có điều kiện học hỏi làm theo. Không nên giữ làm của riêng mà phải sẵn lòng chia sẻ, truyền rộng, khuyến khích nhiều người khác cùng đọc và học theo. Không nên để kinh sách nằm yên đóng bụi trên kệ sách, vì **kinh sách không có người đọc thì không thể mang lại lợi ích.**

3. Tùy theo khả năng mà đóng góp tài vật, công sức để hỗ trợ cho những người làm công việc biên soạn, dịch thuật, in ấn, lưu hành kinh sách, **để ngày càng có thêm nhiều kinh sách quý được in ấn, lưu hành.**

Thông thường, việc chi tiêu một số tiền nhỏ không thể mang lại lợi ích lớn, nhưng nếu sử dụng vào việc giúp lưu hành kinh sách thì lợi ích sẽ lớn lao không thể suy lường. Đó là vì đã giúp cho nhiều người có thể hiểu và làm theo lời Phật dạy. Mong sao quý Phật tử khắp nơi đều lưu tâm đóng góp sức mình vào những việc như trên.

TINH YẾU THỰC HÀNH PHÁP THÍ

> - *Mua thỉnh kinh sách về đọc, tự mình sẽ được rất nhiều lợi ích.*
>
> - *Chia sẻ, truyền rộng bằng cách cho mượn, biếu tặng kinh sách đến nhiều người thì lợi ích ấy càng tăng thêm gấp nhiều lần.*
>
> - *Đóng góp công sức, tài vật để hỗ trợ công việc biên soạn, dịch thuật, giảng giải, in ấn, lưu hành kinh sách thì công đức lớn lao không thể suy lường, vì có vô số người sẽ được lợi ích từ việc lưu hành kinh sách.*